सती

संघर्ष 'ती'च्या अस्तित्वाचा

दीपा गायतोंडे

#AnyoneCanPublish with

सकाळ प्रकाशन

#AnyoneCanPublish with

सकाळ प्रकाशन

Sati

©Deepa Gaitonde, 2025

सती

©दीपा गायतोंडे, २०२५

प्रथम आवृत्ती : एप्रिल २०२५

प्रकाशक : सकाळ मीडिया प्रा. लि.
५९५, बुधवार पेठ, पुणे-४११ ००२

मुखपृष्ठ, मांडणी आणि मुद्रितशोधन : सारद मजकूर, पुणे

मुद्रणस्थळ : विकास प्रिंटिंग ॲण्ड कॅरिअर्स प्रा. लि.
प्लॉट नं. ३२, एमआयडीसी, सातपूर, नाशिक

ISBN : **978-93-95139-57-1**

अधिक माहितीसाठी : ०२०-२४४० ५६७८ / ८८८८८४९०५०
sakalprakashan@esakal.com

माझ्यावर संस्कार करणारे माझे आई-वडील
अनुप्रिता सुखटणकर आणि अजित सुखटणकर,
तसंच मला प्रत्येक गोष्टीत साथ आणि प्रोत्साहन देणारे
माझे पती मनोज गायतोंडे यांना
माझं पहिलं पुस्तक अर्पण...

मनोगत

१९८७ साली रूप कंवर ही मुलगी सती गेली, तेव्हा पूर्ण देशामध्ये त्याचे पडसाद उमटले होते. सगळीकडे तीच चर्चा चालू होती. त्यावेळी प्रथम माझी सती प्रथेशी ओळख झाली. मी लहान होते, तरीही त्या प्रथेशी निगडित बऱ्याच गोष्टी मला कळल्या. तेव्हापासून हा विषय माझ्या मनामध्ये खदखदत होता. महाराष्ट्रात जर सती प्रथा असती तर काय झालं असतं, अशी कल्पना करून मी ही कादंबरी लिहायला घेतली. माझ्या कादंबरीची नायिका उमा हिने मला स्वस्थ बसू दिले नाही. त्यातून कादंबरीतील काही प्रसंग डोळ्यासमोर साकार होऊ लागले आणि त्या अस्वस्थतेतून सती साकार झाली.

पूर्वीच्या काळी एखाद्या स्त्रीला तिच्या पतीच्या मृतदेहाबरोबर जिवंत जाळणे ही किती भयानक प्रथा होती आणि कितीतरी स्त्रिया त्या आगीत होरपळत होत्या. छोट्या नकळत्या वयातील मुलीही या प्रथेपासून वाचू शकल्या नाही. अशा अबला स्त्रियांना सती जाण्यापासून वाचवणे आणि त्यांचे पुनर्वसन करणे आवश्यक होते आणि हे काम काही समाजसुधारक करत होते. मान्य की असे लोक हातांच्या बोटावर मोजण्याइतकेच होते पण समाजाचा रोष ओढवूनदेखील ते आपले कार्य करत राहिले.

सतीच्या नायिकेला उमाला सती जाण्यापासून आप्पासाहेबांनी वाचवले. तिला आसरा दिला तो तिच्यावर आईसारखे प्रेम करणाऱ्या काशीमाई.ने रक्ताच्या नात्यांनी जिथे पाठ फिरवली तिथे ही काशीबाई एकटी समाजाविरुद्ध लढत उमाच्या पाठीशी उभी राहिली. परिस्थितीमुळे आप्पासाहेबांना उमाचे पुनर्वसन करावे लागले आणि त्यानंतर त्यांच्या कार्यामध्ये उमाने त्यांना भरभरून साथ दिली. नंतर मात्र ध्येयाने झपाटलेले लोक त्यांच्या कार्यात त्यांना मदत करू लागले. या कादंबरीमध्ये उमाच्या नजरेतून तिचा जीवनपट उलगडण्याचा प्रयत्न केला आहे. कादंबरीतल्या

पात्र आणि घटनांमध्ये उमाच्या सुख-दुःखांमध्ये मी इतकी गुंतले होते, की त्यामधून बाहेर पडायला मला थोडा वेळ लागायचा. डोक्यात सतत उमाचं घोळत राहायची. उमा सती जात होती तो प्रसंग साकारताना मन उचंबळून आलं होतं.

ज्येष्ठ अभिनेते जयंत सावरकर म्हणजे आमचे अण्णा यांना मी सतीला प्रस्तावना द्यायची विनंती केली. त्यांनीही ती मान्य केली. ते वेळोवेळी मला संपर्क साधून सती कुठपर्यंत वाचली ते सांगत होते आणि त्यावर त्यांची टिप्पणीही देत होते. त्यांनी मला शेवटचा संपर्क साधला आणि माझी सती वाचून झाली आहे. ही कादंबरी माझ्या मनाला भिडली. पुढच्या आठवड्यात तुला प्रस्तावना लिहून देतो असं सांगितलं. दुर्दैवाने त्यांना देवाज्ञा झाली. अण्णांचे सुपुत्र आणि उत्कृष्ट पटकथा लेखक कौस्तुभ सावरकर यांनी प्रस्तावना दिली, त्याबद्दल त्यांचे आभार. 'सकाळ प्रकाशन'ने इतकं सुंदर स्वरूप सतीला दिलं आहे.

प्रत्येक वेळेला मला पाठिंबा देणारे माझे पती मनोज आणि सतीचा सगळ्यात पहिला वाचक आणि समीक्षक माझा मुलगा निरंजन यांच्याशिवाय सती कादंबरी पूर्ण होणं शक्य नव्हतं. माझे काका अविनाश सुखटणकर यांनी मला वेळोवेळी मदत केली.

मी सती या विषयावर अभ्यास करून ती जास्तीत जास्त विषयाशी प्रामाणिक करण्याचा प्रयत्न केला आहे. त्यावेळचा काळ आणि काही गोष्टींबाबतीत मी माझ्या कल्पनाशक्तीचा वापर केला आहे. तरी काही त्रुटी आढळल्यास तुम्ही मोठ्या मनाने मला माफ कराल, अशी अपेक्षा.

– दीपा गायतोंडे

प्रस्तावना

दीपा गायतोंडे यांनी लिहिलेल्या 'सती' नावाच्या कादंबरीची प्रकाशनपूर्व प्रत त्यांनी माझ्या वडिलांना म्हणजे कै. जयंत सावरकर यांना वाचण्यासाठी आणि प्रस्तावना लिहिण्यासाठी दिली होती. दुर्दैवानं माझे वडील अकस्मात निवर्तल्यामुळे त्यांना प्रस्तावना लिहिणं शक्य झालं नाही, तेव्हा 'सती' ह्या कादंबरीची प्रस्तावना मी लिहीत आहे.

ही कादंबरी स्वातंत्र्यपूर्व काळातल्या जाचक रूढी आणि परंपरा ह्यांच्या विरोधात एका स्त्रीचा संघर्ष मांडणारी आहे. कादंबरीची नायिका 'उमा' तिचं लग्न एका मोठ्या जमीनदारासोबत होतं, त्याचं दागिन्यांचं दुकानही असतं. पूर्वीच्या काळातल्या प्रथेप्रमाणे त्यांच्या घरात उमाचं मत जाणून घेण्याची गरजच वाटत नसते. कारण तेव्हा समाजात तशी पद्धतच नव्हती. पुढं तिच्या आयुष्याला कलाटणी देणारे अनेक प्रसंग घडतात. त्या सगळ्या प्रसंगांतून संघर्ष करत नायिका आपलं आयुष्य घडवते आणि नुसतंच घडवत नाही, तर अप्पासाहेब नावाच्या एका भल्या गृहस्थाच्या मदतीनं ती समाजात घट्ट पाय रोवून उभी राहते. तसंच तिच्यासारख्या अनेक अबला स्त्रियांना ती स्वतःच्या पायांवर उभं राहायला मदत करते. एकूणच त्या काळात समाज कसा बुरसटलेल्या विचारांनी धर्माच्या, परंपरेच्या आणि रूढींच्या नावाखाली माणसाला माणूस म्हणून जगू देत नव्हता, हेच आपल्याला कादंबरी वाचल्यावर लक्षात येतं. एका स्त्रीनंच हा विषय मांडलेला असल्यानं केवळ उमाच नव्हे, तर तिच्यासारख्या अनेक स्त्रियांच्या मनात डोकावून त्यांचं भावविश्व उत्तमरीत्या साकारणं दीपाताईंना त्या स्वतः स्त्री असल्यानं अवघड गेलं नसावं.

मुळात स्त्रीला 'अबला' हे बिरुद पुरुषसत्ताक विचारसरणीतून लागलेलं आहे, हे खेदानं इथं मान्य करावं लागेल. स्त्रीच्या जगण्याचा स्तर स्वातंत्र्यपूर्व काळापासून

आतापर्यंत सुधारतो आहे, हे आपण अनेक ठिकाणी पाहिलंय किंवा वाचलंय परंतु समाजात काही गोष्टी कमी-अधिक प्रमाणात अजूनही चालूच आहेत, हे मला कादंबरी वाचत असताना जाणवलं. थोडक्यात, एकटी स्त्री म्हणजे उपभोग्य वस्तू असं अजूनही पुरुषी विचारसरणीमध्ये अडकलेल्या समाजाला वाटतं, हे आपलं दुर्दैव आहे.

कादंबरीमध्ये अनेक प्रसंग अतिशय परिणामकारकरीत्या साकारलेले आहेत. ते प्रसंग वाचताना मी जसा अंतर्मुख झालो, तसंच सगळ्या वाचकांनीसुद्धा अंतर्मुख व्हावं, अशी माझी भाबडी का होईना, पण अपेक्षा आहे. उमाचा संघर्ष वाचत असताना अंगावर रोमांच उभे राहतात. 'सती' ही कादंबरी केवळ सतीप्रथा किंवा जुनाट आणि बुरसटलेल्या रूढी, परंपरांवर भाष्य करत नाही, तर संपूर्ण भारतीय समाजाच्या पुरुषी मागासलेपणावरसुद्धा अप्रत्यक्षरीत्या भाष्य करते आणि वाचकाला विचार करायला भाग पाडते. तेव्हा ह्या कादंबरीला जास्तीत जास्त वाचक मिळोत आणि त्यांना सुजाण होण्यास कादंबरी मदत करो, हीच अपेक्षा. दीपा गायतोंडे यांना खूप शुभेच्छा!

– **कौस्तुभ जयंत सावरकर**

प्रकरण : १

मी उमा. मला सगळे 'उमाक्का' म्हणतात. आता वय झालं माझं, मुलाबाळांमध्ये रमलेय बस. आता मागं वळून पाहिलं की माझं मलाच नवल वाटतं की, कसा बाई पार केला मी एवढा मोठा दु:खाचा डोंगर. हे नसते तर खरंच शक्य झालं नसतं मला.

काय सांगू माझ्याबद्दल... आमच्या घरी अठराविश्व दारिद्र्य होतं. माझे वडील पुरोहिताचं काम करायचे. वर्षाला कपड्यांचे दोन जोड मिळायचे. सणाला गोडधोड नसायचंच बहुतेकदा. तेव्हा मला माझ्या मैत्रिणींचा हेवा वाटायचा कारण त्या कधीकधी त्यांच्या घरी केलेलं पक्वान्न मुद्दाम माझ्यासाठी घेऊनही यायच्या. एक दिवस मी अशीच मैत्रिणीनं आणलेला मोदक खात होते. तेवढ्यात पाठून बाबा आले. त्यांनी मला मोदक खाताना पाहिलं आणि आकाशपाताळ एक केलं. आईला नको नको ते बोलले. आईनं त्यादिवशी मला इतकं मारलं, की तिच्या हातातली बांगडी फुटली. त्या बांगडीचा तुकडा मला लागला. माझ्या दंडातून भळाभळा रक्त यायला लागलं, तेव्हा ती थांबली. मी रडून रडून घर डोक्यावर घेतलं. नंतर आई स्वत:च हळद तेलाची वाटी घेऊन आली आणि माझ्या जखमेवर तिनं लेप लावला आणि मला समजावत म्हणाली, "असं दुसऱ्याकडे मागून खाऊ नये. जे आपल्या नशिबात असेल त्याचा स्वीकार करावा."

माझं नशीब लवकरच बदलणारं होतं. एक दिवस बाबांनी घरी आल्या आल्या आईला हाक मारली आणि म्हणाले, "अहो ऐकलंत का? आपल्या यमूसाठी एक चांगलं स्थळ सुचवलंय जोशींनी. त्यांना आपली यमू पसंत पडली तर खूप चांगलं होईल."

त्याच आठवड्यात हे आमच्या घरी आले. त्यांची मोठी बहीण, मोठे मेव्हणे आणि त्यांच्या वडिलांचे स्नेही अण्णासाहेब असे सगळे त्यांच्याबरोबर आले होते.

आधी ते माझ्या बाबांबरोबर बोलत होते. आईनं मला त्यादिवशी साडी नेसवली होती. ती साडी सारखी माझ्या पायात येत होती. त्यामुळं मला सारखी भीती वाटत होती, की मी त्यात अडकून पडणार तर नाही ना! बाबांनी पाहुण्यांसाठी खास दुधाची व्यवस्था केली होती. मी ते मसाल्याचं दूध आणि पोहे घेऊन जात होते, तेव्हा आईनं माझा पदर

माझ्या डोक्यावरून दिला. तो पदर, हातातलं दूध, पोहे आणि पायात अडकणारी साडी अशी कसरत करत मी कशीबशी बाहेर आले आणि त्यांच्यासमोर बसले.

नवरा मुलगा बघून मला आणखीनच चिंता वाटायला लागली, कारण ते माझ्यापेक्षा वयानं खूपच मोठे वाटत होते. त्यांनी मला जुजबी प्रश्न विचारले. घरातलं काम करता येतं ना, याची त्यांच्या मोठ्या बहिणीनं काही प्रश्न विचारून खात्री करून घेतली. मी घरात मोठी असल्यामुळे आईच्या हाताखाली थोडीफार तयार झाले होते.

ते गेल्यावर आई बाबांना म्हणाली, "जरा वय जास्त वाटतं नाही का हो त्यांचं?" त्यावर बाबांनी उत्तर दिलं, "वयासारख्या क्षुल्लक गोष्टी काय बघतेस? त्यांच्या घरी लक्ष्मी पाणी भरते. पोरीच्या जन्माची ददात मिटेल. वरून आपल्यावर लग्नाचा खर्चही नाही. छोट्याशा आजाराचं निमित्त होऊन त्यांच्या पहिल्या पत्नीचं निधन झालंय. मुख्य म्हणजे मूलबाळ नाहीये त्यांना. शिवाय सासू-सासरेही नाहीत. म्हणजे आपली यमीच राज्य करेल हो तिथं."

माझ्या पसंतीचा काही प्रश्नच नव्हता. तेव्हा लग्न म्हणजे काय हेही खरंतर मला माहीत नव्हतं.

हे मला बघून गेले आणि दोन दिवसांनी त्यांनी होकार कळवला. बाबांना तर खूप आनंद झाला होता. ते म्हणाले, "नशीब काढलं पोरीनं." आई मात्र मनातून थोडी नाराज होती पण बाबांसमोर तिचं काही चाललं नाही.

वाङ्निश्चयाच्या दिवशी आम्ही सगळे प्रथमच यांच्या वाड्यावर गेलो. केवढा तरी मोठा दुमजली वाडा होता त्यांचा. त्या वाड्यासमोर मोठालं अंगण होतं. घरासमोरची बाग बघून तर मी हरखूनच गेले. बागेत किती प्रकारची फुलझाडं आणि शोभेची झाडं होती.

आम्ही वाड्याच्या आत गेलो. वाड्यातली प्रत्येक वस्तू त्यांच्या तोलामोलाची होती. समोरच बैठका मांडलेल्या होत्या. बाजूला मोठमोठाल्या समया तेवत होत्या. वर किमती झुंबर लावलेलं होतं. पायाखाली गालिचे अंथरले होते. सर्व खिडक्या आणि दारांना मलमलचे पडदे बसवलेले होते. हे सगळं बघून मी अवाक झाले होते. एका बाजूला वर जाण्यासाठी जिना होता. आमचं घर तर फक्त दोनच खोल्यांचं होतं. इथं प्रत्येकाची वेगळी खोली होती. माडीवरची मोठी खोली यांची होती, असं माझ्या होणाऱ्या वन्संनी मला सांगितलं.

मी आणि आई स्वयंपाकघरात गेलो. किती मोठं होतं स्वयंपाकघर! एका बाजूला चौथऱ्यावर चुली होत्या. त्याच्या बाजूला मंद आचेची चूल होती. त्याच्या बाजूलाच लाकडी फडताळ होतं आणि त्यामध्ये पितळी डबे होते. दुधासाठी दुसरं जाळीचं फडताळ वेगळं होतं. त्याला लागून ताक करायची चरवी आणि रवी होती. एका बाजूला फळीवर

पितळी ताटं, वाट्या आणि पेले रचून ठेवले होते.

दिवाणखाना माणसांनी अगदी फुलून गेला. मध्यभागी असलेल्या बैठकीवर आम्ही बसलो. पुरोहितांनी मंत्रोच्चार केले. आम्ही एकमेकांना साखरेचे पुडे दिले. एकमेकांच्या बोटामध्ये अंगठ्या घातल्या. माझ्या बोटातली अंगठी हिऱ्याची होती. दिवाणखान्यात यांच्या आई आणि वडिलांची तैलचित्रं होती, त्यांना आम्ही दोघांनी नमस्कार केला. वाङ्निश्चयाची अंगठी, मी नेसलेला शालू, सगळं काही यांनीच दिलं होतं.

नंतर आम्ही बायकांमध्ये जाऊन बसलो. तिथं काम करणाऱ्या काशीमाईंनी आमच्यासमोर फराळाचे कितीतरी पदार्थ आणून ठेवले. काशीमाईच्या डोळ्यात का कोण जाणे पण पाणी चमकल्यासारखं वाटलं. ती बहुतेक खूप वर्षांपासून काम करत असणार इथं. ती मला परकी वाटलीच नाही. घरून निघतानाच आईनं तंबी दिलेली असल्यामुळं मी फराळातल्या कशालाही हात लावला नाही. वन्संनी घ्या, फराळ करा, असा खूपचं आग्रह केला, तेव्हा मी हळूच एक बेसनाचा लाडू घेतला. शुद्ध तुपातला आणि भरपूर सुकामेवा घातलेला असा लाडू मी आत्तापर्यंत कधीच खाल्ला नव्हता. तिथलं सगळं वैभव बघून बाबांच्या चेहऱ्यावर आनंद ओसंडून वाहत होता.

घरी आल्यावर माझ्या सासरच्या घराचंच सगळीकडं कौतुक सुरू होतं. आता आमच्या घरी माझ्या लग्नाची लगबग सुरू झाली. आई-बाबा जमेल तशी लग्नाची तयारी करत होते. आई फराळाचं करत होती. मदतीला आईची बहीण नीलामावशी आली होती.

तिथं कसं वागा-बोलायला हवं त्याचे धडे आई मला देत होती. 'फिदिफिदि हसणं, मोठमोठ्यानं बोलणं आता जरा बंद कर. नजर नेहमी खाली असावी. मोठ्या घरातली सून होणार आहेस आता तू.' अशा एक ना दोन, अनेक सूचना देणं सारखं सुरू होतं. तिनं मला काही उखाणेही पाठ करायला लावले. लग्नाचा दिवस जसजसा जवळ येत होता, तसतसा माझा जीव खालीवर होत होता. हे घर लहान असलं तरी माझी मायेची माणसं या घरात होती. त्या घरात माझा कसा निभाव लागणार, असं मला सारखं वाटत होतं. शेवटी लग्नाचा दिवस जवळ आला.

यांनी माझ्या हातावर मेंदी काढायला खास बायका पाठवल्या. त्यांनी माझ्या पूर्ण हातांवर आणि पायांवर सुंदर मेंदी काढली. बाबांनी कासाराला बोलावलं होतं. त्याच्याकडून हातात हिरवा चुडा भरून घेतला. लग्नाच्या आदल्या दिवशी आम्ही ह्यांच्या गावात गेलो. वऱ्हाडाची व्यवस्था त्यांच्या स्नेह्यांच्या दुसऱ्या वाड्यात केली होती. पाच सुवासिनींनी मला यांची उष्टी हळद लावली. हळद लावताना त्या हळदीची गाणी म्हणत होत्या.

संध्याकाळी सीमांतपूजन झालं. लग्नाच्या दिवशी पहाटेच लगबग सुरू झाली. आईनं

मला पिवळी साडी नेसवली. यांच्याकडून लाकडी शृंगार पेटी धाडण्यात आली होती. ती उघडल्यावर मी हरखून गेले. तिच्या झाकणालाच कोंदणामध्ये आरसा बसवला होता. आत हस्तिदंती कंगवा होता. आईनं त्या कंगव्यानं माझी सुंदर केशभूषा केली. डोळ्यात काजळ घातलं. डोक्यावर कुंकू रेखून त्याच्यावर मेणाचा गोळा फिरवला.

बाबांनी यांच्याकडून आलेले दागिने माझ्या समोर ठेवले. दागिन्यांचा डबाच इतका सुंदर होता की काय सांगू. त्याच्यावर बारीक नक्षीकाम केलं होतं. त्या डब्यात कितीतरी प्रकारचे सोने-हिऱ्याचे दागिने होते. आईनं मला सगळे दागिने घातले. केसात वेणी, कानात सुवर्णफुलं, सोन्याच्या वेली, नाकात हिऱ्याची नथ, गळ्यात लक्ष्मीहार आणि तन्मणी, बोटांमध्ये दशांगुळं आणि हातात हिरव्या चुड्याबरोबर पाटल्या आणि तोडे, दंडावर छान मोराच्या आकाराचा बाजूबंद, कमरेला मेखला, पायात सोनं घालू नये म्हणून सोन्याचं पाणी असलेली पैंजण असा साजशृंगार केला. इतके वेगवेगळ्या प्रकारचे दागिने मी याआधी कधीच पाहिले नव्हते.

आईनं माझी अलाईबलाई काढली. 'किती गोड दिसतेय आपली यमू,' असं म्हणत तिनं मला काळा तीट लावला. आईच्या डोळ्यात टचकन पाणी तरारलं. तिनं पटकन मान वळवली. तेवढ्यात बाबा आले आणि म्हणाले, "चला, आता निघायला हवं."

आम्ही यांच्या वाड्यावर आलो. बाहेर कितीतरी मोठा मांडव घातलेला होता. पाहुण्यांची जंगी बडदास्त ठेवण्यात आली होती. सगळ्यांना आल्यावर वाळ्याचं पाणी दिलं जात होतं. चांदीच्या अत्तरदाणीतून अत्तर लावलं जात होतं. गुलाब फुलांच्या पाकळ्यांचा शिडकाव केला जात होता. मला अगदी स्वप्नात असल्यासारखंच वाटत होतं. एकीकडं सनईचे मंजूळ स्वर ऐकू येत होते.

विधी सुरू झाले. होमातल्या धुरानं माझ्या डोळ्याला धार लागली. माझी धाकटी बहीण गीता हळूच माझे डोळे टिपत होती. मंगलाष्टका सुरू झाल्या, तेव्हा मी हातात माळ घेऊन उभी होते. मी माझ्या पायाच्या अंगठ्याकडं टक लावून बघत बसले. त्या मंगलाष्टका काही संपतच नव्हत्या. मंगलावन्संनी स्वतः रचलेल्या मंगलाष्टका म्हटल्या. आणखीन कोण कोण मंगलाष्टका म्हणतच होते. शेवटी पुरोहितांनी सांगितलं की मुहूर्ताची वेळ चुकवून चालणार नाही, तेव्हा कुठं त्या मंगलाष्टका थांबल्या. आम्ही दोघांनी एकमेकांच्या गळ्यात माळ घातली. मला माळ घालण्यासाठी टाचा वर कराव्या लागल्या आणि ह्यांना बरंच झुकावं लागलं. मला सख्खा भाऊ नव्हता म्हणून यांचा कान नीलामावशीच्या मुलानं शरदनं पिळला.

पुढचे विधी सुरू होते, तेवढ्यात बाहेर काहीतरी गोंधळ सुरू झाला. सगळे मंडपाच्या बाहेर पळत होते. मंगलावन्संच्या मुलाला, विकासला साप चावला असं कानावर पडलं. हे विधी सोडून तसेच बाहेर गेले. वैद्यबुवांना बोलावलं. त्यांनी काही पुड्या आणि चूर्ण

दिलं आणि काळजीचं काही कारण नसल्याचं सांगितलं.

सगळ्यांनी ह्यांना बाकीचे विधी पूर्ण करायला सांगितले. आम्ही मंडपात परतत होतो, तेव्हाच कुणाचेतरी शब्द माझ्या कानावर पडले, 'साप विषारी असता तर काय अनर्थ झाला असता ना, अहो नवीन सुनेनं घरात पाय ठेवला आणि हे अघटीत घडलं. ही नवीन सून पांढऱ्या पायाची दिसते.'

ते ऐकून मला खूप वाईट वाटलं. या सर्व गोष्टीमध्ये माझा काय दोष? सगळ्यांची नजर माझ्यावर असणार मला माहीत होतं पण त्यावेळेला माझं वयही लहान होतं. त्यामुळे माझ्या डोळ्यात पाणी आलं. आईनं पाठून येऊन माझ्या कानात हळूच म्हणाली, "बाईचा जन्म असाच असतो बाळा, संसारात असे कितीतरी विखारी बोल पचवावे लागतात. तुला आता याची सवय करून घ्यायला हवी."

मी मान डोलावली आणि अश्रू पुसून माझ्या जागेवर जाऊन बसले. मी पुरोहित सांगतील तसं करत होते खरं पण पुढं आणखी काय काय सहन करायला लागणार हे विचार काही मनातून जात नव्हते.

आमचं थाटामाटात लग्न झालं. वय लहान होतं म्हणून मी परत माझ्या माहेरी आले. आईनं मला संसारातल्या सगळ्या गोष्टींत तरबेज केलं. मी मोठी झाले. त्याचा समारंभही खूप छान प्रकारे साजरा केला. तेव्हा मंगलावन्सही उंची भेटवस्तू घेऊन आल्या होत्या. त्यानंतर माझी सासरी पाठवणी करण्यात आली. मला न्यायला ह्यांनी मेणा पाठवला होता.

मी उंबरठ्यावरचं माप ओलांडून घरी आले. माझी पाठराखीण म्हणून गीतापण सोबत आली. मंगलावन्स काही दिवस येऊन राहिल्या होत्या. त्यांनी मला घरातल्या सगळ्या रीतिभाती शिकवल्या.

त्याकाळी आमच्याकडं सती जायची प्रथा होती. हे जेव्हा मी ऐकलं, तेव्हा मला खूप भीती वाटली. 'ह्यांना दीर्घायुष्य लाभू दे आणि मला अहेवपणी मरण येऊ दे' अशी मी देवाकडं मनोमन प्रार्थना केली. माझ्या माहेरच्या घरापेक्षा इथं सगळ्या गोष्टी खूप वेगळ्या होत्या. सुरुवातीला माझ्या मनात प्रत्येक गोष्टीची तुलना व्हायची, नंतर मात्र सवय झाली.

पहिल्या रात्री मी जरा घाबरलेच होते. मैत्रिणींनी काहीबाही सांगितलं होतं. त्या दिव्यातून जायची आता आपली पाळी आली, असा विचार माझ्या मनात येत होता. माझ्या हातात मंगलावन्संनी घोटून तयार केलेल्या दुधाचा पेला होता. तो घेऊन मी दबकत जिना चढले पण माझ्या पायातल्या पैंजणांनी ह्यांना मी आल्याची वर्दी मिळाली. मी हळूच दार लोटलं. ते समोरच आरामखुर्चीवर बसले होते. मी मान खाली घालून डोळ्यांच्या

कडेतून ह्यांच्याकडे बघत होते. ते उठून माझ्या अगदी जवळ आले. ह्यांनी तो पेला माझ्या हातातून घेतला. पेला घेताना ह्यांच्या हाताचा स्पर्श माझ्या हाताला झाला. ते माझ्याकडं बघून सहेतुक हसले. त्यांनी तो पेला माझ्याच तोंडाला लावला आणि मला सगळं दूध प्यायला लावलं. मला वाटलं ह्यांना माझी किती काळजी पण नंतर मात्र हे एखादं जनावर आपल्या भक्ष्यावर तुटून पडतं तसे माझ्यावर तुटून पडले. मला खूप जोरात ओरडावंसं वाटतं होतं पण मी साडीच्या पदराचा बोळा तोंडात कोंबला आणि माझी किंकाळी दाबली. सगळं झाल्यावर हे झोपून गेले. मी मात्र रात्रभर टक्क जागी होते. मला खूप दुखत होतं. रडता रडता पहाटे कधीतरी डोळा लागला. सकाळी जाग आली ती मंगलावन्संनी हाक मारली म्हणून.

सकाळी मी शुचिर्भूत होऊन तुळशीपुढं सडा घातला. मला जमेल तशी रांगोळी घातली. एरवी हे सगळं काशीमाई करायची पण आता मी या घरची गृहलक्ष्मी होते नं, म्हणून मी हे काम माझ्या हातात घेतलं. थोड्या वेळानं हे उठून खाली आले. त्यांनी तुळशीपुढची रांगोळी पाहिली आणि प्रसन्न हसले. काही बोलले नाहीत पण ह्यांना बघूनच मला पावती मिळाली आणि माझ्या अंगावर मूठभर मांस चढलं.

घरात पूजेची तयारी सुरू होती. हेही सोवळं नेसून पूजेला बसले. पूजेसाठी ह्यांनी मला नवीन हार, कुड्या आणि तोडे घालायला दिले. नथ तर इतकी मोठी आणि जड होती, की मला वाटत होतं आता माझ्या नाकाचा तुकडा पडतो की काय. यथासांग पूजा पार पडली.

चार दिवस राहून मंगलावन्स आणि गीता दोघीही आपापल्या घरी गेल्या. मंगलावन्स जाताना मला म्हणाल्या, "आता हे सगळं तुला एकटीलाच सांभाळायचं आहे. नीट जबाबदारीनं वाग. हातून काही चुका होऊ देऊ नकोस. तुझ्या हाताखाली काशीमाई आहेच. होईल सगळं नीट अंगवळणी पडल्यावर."

गीता जात होती, तेव्हा तर मला इतकं रडू फुटत होतं. माझ्या माहेरचा दुवा निसटून जातोय असं वाटत होतं. आता आमची परत कधी भेट होणार होती कोण जाणे.

हळूहळू आमचं रोजचं जीवन सुरू झालं.

प्रकरण : २

घरामध्ये हे सगळ्यात मोठे होते. आमची पिढीजात दागिन्यांची पेढी होती. दागिन्यांच्या विक्रीपेक्षा माझे सासरे दागिने गहाण ठेवून पैसे द्यायचे आणि व्याजानंही पैसे द्यायचे. त्यामुळे त्यांचा गावातल्या लोकांवर वचक होता. त्यांच्याकडून पैसे न घेतलेला मनुष्य आमच्या गावात विरळा होता. आमचे हे लहानपणापासून पेढीवर वावरत होते, त्यामुळे त्यांनी धंद्याचं सगळं कसब आत्मसात करून घेतलं होतं. सासरेबुवांच्या निधनानंतर यांनी पेढी व्यवस्थित सांभाळली शिवाय हाताखाली त्यांचे भाऊ होतेच.

आमच्या पेढीतल्या दागिन्यांचा घाट इतर दुकांनांपेक्षा उठावदार आणि सरस होता. हे स्वतः जातीनं दागिन्यांच्या घडणावळीकडे लक्ष द्यायचे. विशिष्ट दागिना त्यांच्या मनाप्रमाणे घडला नाही, तर स्वतःच तो दागिना घडवायला बसायचे. आमच्या दुकानात अगदी डोक्यापासून पायापर्यंत परिधान करायचा प्रत्येक दागिना मिळायचा. लहान मुलांचेही दागिने होते. यांनी सोन्याबरोबरच चांदीच्याही वस्तू ठेवायला सुरुवात केली. चांदीचे करंडे, अत्तरदाण्या, एवढंच काय चांदीचे पाट आणि चौरंगही. पूजन करून ठेवलेल्या देवांच्या मूर्तीही मिळायच्या. खडेही मिळायचे. त्या विद्येतही ह्यांना गती होती. लोकांना त्यांच्या जन्मवेळेनुसार बोटात घालायला अंगठ्या, गळ्यातल्या साखळ्या असं सगळं करून द्यायचे. त्या खड्यांना धारण करायच्या आधी काय विधी करावे लागतील, हेही ते अगदी साग्रसंगीत सांगायचे.

ह्यांची मेहनत लवकरच फळाला आली. आमच्या पेढीचं नाव सर्वदूर पसरलं. दूरदूरून लोक आमच्या पेढीवर दागिने खरेदी करण्यासाठी यायला लागले. आमच्या ह्यांनी हळूहळू पेढी मोठी केली होती. सुरुवातीला एक छोटंसं दुकान होतं. आता मात्र प्रशस्त दुकान झालं होतं. दागिने गहाण ठेवणं आणि व्याजानं पैसे देणंही ह्यांनी सुरूच ठेवलं होतं. त्यातून जो फायदा मिळायचा, तो आणखीन वेगळा.

माझ्या मनात आधी ह्यांच्याबद्दल जी छबी होती, त्यापेक्षा हे खूप निराळे होते.

हळूहळू ह्यांच्याबद्दल एकेक गोष्ट समजत गेली. सुरुवातीला मी ह्यांना मवाळ समजत होते पण एका प्रसंगानं मात्र माझं ह्यांच्याबद्दलचं मत बदललं.

एक दिवस मला माहेरची खूप आठवण येत होती. हे न्याहारी करत होते. मी हळूच विषय काढला, "बरेच दिवस झाले माहेरी जाईन जाईन म्हणते. आज जाऊ का?" ह्यांनी एकवार माझ्याकडे नजर टाकली, हुंकार भरला आणि म्हणाले, "दिवेलागणीपर्यंत परत या."

न्याहारी झाल्यावर ह्यांनी त्यांचा पेहेराव केला आणि बग्गीत जाऊन बसले. नेहमीप्रमाणे मी बग्गी दिसेनाशी होईपर्यंत दारात उभी होते. मला आता माहेरी जायचे वेध लागले होते. थोड्या वेळाकरता का होईना सगळ्यांची भेट होणार होती. मी तयारी केली. ह्यांनी मेणा वहायला भोई पाठवले. मी मेण्यात बसले.

मी अजून आमच्या गावाची वेसही ओलांडली नव्हती आणि वाटेवर एका छोट्याशा मातीच्या घरासमोर गर्दी दिसली. बरोबर मधोमध हे पाठमोरे उभे दिसले म्हणून मी मेणा थांबवला आणि दुरूनच अदमास घेऊ लागले. ह्यांचा आवाज टिपेला पोहोचला होता. हे त्या घरातल्या शेतकऱ्याला दरडावत होते. ह्यांचा असा रुद्रावतार मी प्रथमच पाहत होते. त्या शेतकऱ्याची पत्नी आणि मुलं एका कोपऱ्यात घाबरून उभी होती. आमच्या दुकानात काम करणारे हरी आणि भिकू दोघंही पुढे सरसावले आणि त्यांनी त्या शेतकऱ्याला लथाबुक्क्यांनी मारायला सुरुवात केली. तो शेतकरी गयावया करत होता, मुदत मागत होता पण ह्यांना अजिबात पाझर फुटला नाही.

मला हे सगळं बघवलं नाही. मी मेण्यातून खाली उतरले आणि पुढं गेले. ह्यांना म्हणाले, "अहो, ते म्हणतायत ना तुमचे सगळे पैसे परत करतो म्हणून, तर त्यांना द्या ना मुदत वाढवून."

भिकू आणि हरी लगोलग थांबले आणि ह्यांच्या तोंडाकडे बघायला लागले.

हे माझ्यावर ओरडले, "मला माझ्या कामात दखलंदाजी केलेली अजिबात आवडत नाही. तुम्ही लगोलग घरी जा. माहेरी जायची काही गरज नाही."

यांचा चेहरा बघून माझी भीतीनं गाळणच उडाली. मी परत मेण्यात जाऊन बसले. मागं वळून पाहिलं तर त्या शेतकऱ्याच्या घरातली सगळी भांडीकुंडी बाहेर फेकली जात होती. तो शेतकरी रक्तानं माखला होता. तो त्यांचे पाय धरत होता पण ह्यांनी त्याचा हात झिडकारला, तसा मी मेणा परत फिरवला.

मी घरी आले पण माझं चित्त थाऱ्यावर नव्हतं. थोड्यावेळानं हे घरी आले. मला बघितलं आणि यांनी प्रथमच माझ्यावर हात उगारला. माझे सगळ्यात धाकटे दीर गोपाळभाऊजी मधे पडायला बघत होते पण यांची नजर बघून ते जागेवरच खिळून राहिले. मला खूप वाईट वाटलं. ह्यांनी काशीमाईला बोलावलं आणि सांगितलं, "आज

तुमच्या आक्काबाईंचा कडक उपवास आहे. त्या उद्या दुपारीच उपवास सोडतील."

हे आले तसे लगोलग परत गेले. मला रडू कोसळलं. कितीतरी वेळ मी रडत होते. काशीमाईनं माझ्या पाठीवरून हात फिरवला. मला इथं फक्त काशीमाईचाचं तर आधार होता.

मला वेळ मिळेल तसं मी आमच्या बागेत जाऊन बसायचे. माळीदादांनी आमची बाग फुलवायला खूप मेहनत घेतली होती. कितीतरी जातीची आणि किती प्रकारची फुलझाडं होती. त्या झाडांवर निरनिराळ्या प्रकारचे पक्षी यायचे. त्यांच्या किलबिलाटानं मन मोहरून जायचं. त्यादिवशी दुपारच्या वेळेला घरात निजानीज झाली. मला मेलीला झोपच येईना. मग मी बागेत जाऊन बसले. कसं कोण जाणे पण माझी तंद्री लागली. वेळ कसा गेला मला कळलंच नाही. माळीदादांनी झाडांना पाणी घालायला सुरुवात केली, तेव्हा कुठं मी भानावर आले. लगोलग मी वाड्याच्या आत गेले, तर हे येऊन बसले होते. आता आपलं काही खरं नाही, असा माझ्या मनात विचार आला. तेवढ्यात हे कडाडले, "आमची येण्याची वेळ झाली तरी तुम्हाला शुद्ध नाही? आणि हे काय? तुमच्या कानातली कुडी कुठं आहे?"

मी चपापून कानाला हात लावला तर खरंच कुडी नव्हती. मी लगबगीनं बागेत जायला निघाले तर ते मला म्हणाले, "काही गरज नाही, जा स्वयंपाकघरात जाऊन तुमची कामं करा. आणि हो, आज रात्री तुमचा उपवास आहे हे लक्षात ठेवा."

रात्री उपाशी निजावं लागणार याचा मला अंदाज होताच. मी जायला वळले आणि यांनी माळीदादांना 'ए धोंड्या इकडे ये' म्हणून हाक मारली. ते धावत धावत आले. तेव्हा ह्यांनी त्यांना कुडी शोधायला सांगितली.

बिचाऱ्या माळीदादांनी पूर्ण बाग पिंजून काढली पण त्यांना काही कुडी मिळाली नाही. ते तोंड पाडून यांच्यासमोर येऊन उभे राहिले. हे त्यांच्यावर कडाडले, "सापडली नाही कुडी की लपवलीस? खरं सांग."

ह्यांनी त्यांच्यावर दंडुक्यानं वार करायला सुरुवात केली. माळीदादा गयावया करून सांगत होते, "नाही हो मालक, खरंच मला नाही मिळाली कुडी."

पण हे काही ऐकून घ्यायलाच तयार नव्हते. शेवटी हे जेव्हा थकले, तेव्हा थांबले. ह्यांनी माळीदादांना वाड्यावरून हाकलून दिलं आणि सांगितलं, "उद्यापासून इथं पाय ठेवलास तर याद राख."

मी मागच्या अनुभवावरून शहाणी झाले होते, त्यामुळे अजिबात मधे पडले नाही. नंतर मी स्वयंपाकघरात गेले. काशीमाईची चुलीकडे पाठ होती. ती फडताळातून काहीतरी काढत होती. इथं चुलीवरचं दूध उतू गेलं. मी धावत जाऊन दूध उतरवायला खाली वाकले आणि माझ्या साडीत अडकलेली कुडी माझ्या पायाशी पडली. मी लगोलग

ह्यांना कुडी नेऊन दाखवली. ह्यांनी मख्खपणे त्या कुडीवर नजर टाकली आणि परत हिशोबाच्या वहीत डोकं खुपसलं. कुडी मिळाली म्हणून ना माझा उपवास चुकला, ना माळीदादांना त्यांची नोकरी परत मिळाली.

प्रकरण : ३

आताशा ह्यांच्या बाहेरगावच्या फेऱ्या वाढल्या होत्या. जातानाही अगदी उंची पोशाख, कानात अत्तराचा फाया, पायात करकर वाजणाऱ्या कोल्हापुरी चपला, हातात चांदीची मूठ लावलेला सोटा अशी जय्यत तयारी असायची. एक दोनदा तर मी ह्यांना तयारी करताना शृंगारिक गाणी गुणगुणताना ऐकलं. तयारी झाली की मग हे गाडीवानाला हाक मारायचे. त्यानं बग्गी तयार ठेवलेली असायची. अशावेळेला बग्गीही अगदी व्यवस्थित सजवलेली असायची. गाडीवान पुढं होऊन बग्गीचं दार उघडायचा आणि हे अगदी रुबाबात बग्गीत बसायचे. मग बग्गी वेगात निघून जायची. मी बग्गी डोळ्यासमोरून दिसेनाशी होईपर्यंत दारात उभी असायचे.

माझ्या मैत्रिणीचं गंगाचं लग्न ठरलं. ती तिच्या बाबांच्या मागं लागली, की आवर्जून यमूला लग्नाची आमंत्रणपत्रिका द्याच. ते वाट वाकडी करून आमच्या घरी आले. त्यांना बघून मला अगदी माहेरचं माणूस भेटल्याचा आंनद झाला. गंगाचं लग्न ठरलं हे ऐकून तर तो आनंद द्विगुणित झाला. गंगाचे बाबा, आबा म्हणाले, “यमुनाताई, मघा जावईबापूंना पाहिलं मी गावात पण मी हाक मारायच्या आधीच ते बग्गीत बसले आणि बग्गी निघून गेली. आहेत का ते? बोलवा बरं त्यांना. म्हणजे कसं, तुम्हा उभयतांना पत्रिका दिली असती.”

मला आश्चर्य वाटलं. दोन दिवसांपूर्वी बाहेरगावी जातो असं सांगून हे गेले होते. कदाचित आल्यावर परस्पर पेढीवर गेले असतील, असा मी विचार केला. मी आबांना सांगितलं की, ‘हे अजून घरी आले नाहीत. येतील थोड्या वेळात.’ आबांनी ह्यांची आणखी थोडावेळ वाट पाहिली पण खूपच उशीर व्हायला लागला तेव्हा ते म्हणाले, “जावईबापूंना प्रत्यक्षात लग्नपत्रिका द्यायला मिळाली असती तर आनंद वाटला असता हो पण योग नव्हता म्हणायचा. चला, आता मी निघतो. इतर ठिकाणीही द्यायच्यात ना पत्रिका. जावईबापूंना म्हणावं उभयतांनी आवर्जून लग्नास येणे करावे.”

मी त्यांच्या पाया पडले. 'अखंड सौभाग्यवती भव' असं म्हणत आबांनी भरभरून आशीर्वाद दिले आणि निघून गेले.

मी अगदी रात्री जागून ह्यांची वाट पाहिली. हे येणार म्हणून जेवलेही नाही. काशीमाई मला जेवून घ्यायचा आग्रह करत होती. सांगत होती, "आक्काबाई, नका वाटेला डोळे लावून बसू थोरल्या मालकांच्या. नाही यायचे ते आता."

मग ती तोंडातल्या तोंडात काहीतरी पुटपुटली. मी तिला विचारलं, "काय म्हणालीस काशीमाई?"

तर एकदम दचकली आणि म्हणाली "कुठं काय? काही नाही ओ आक्काबाई. कुठं या म्हातारीच्या बडबडीकडं लक्ष देता. तुम्ही आपलं जेवून घ्या."

हे दुसऱ्या दिवशीही आले नाहीत. हे गावातच होते तरी घरी आले नव्हते. मग बाहेरगावी जातो असं सांगून नेमके गेले तरी कुठं होते?

आता मात्र माझा धीर सुटला. काय करावं ते कळत नव्हतं. मी ह्यांची बायको असूनही मला यांच्याबद्दल जास्त माहिती नाही, असं वाटायला लागलं. हे आणि आजूबाजूचे सगळेच लोक माझ्यापासून काहीतरी लपवत होते आणि ते नेमकं काय आहे हे मला शोधून काढायचंच होतं. मी खूप विचार केला. कुणाकडून ही माहिती मला कळू शकेल? मग मला आठवलं की काशीमाई काल काहीतरी पुटपुटत होती. याचा अर्थ असा, की तिला नक्कीच काहीतरी माहीत होतं.

दुपारी जेवणं आटोपली. सगळं आवरून काशीमाई जरा निवांत बसली होती. मी तिच्यासमोर जाऊन बसले. मला बघून ती उठायला लागली.

"आक्काबाई, काही हवंय का तुम्हाला?" मी तिला हाताला धरून परत बसवत म्हणाले.

"नाही ग काशीमाई, मला काही नकोय. असंच तुझ्याशी गप्पा माराव्याशा वाटल्या." काशीमाई तोंडभरून हसली.

"ह्या म्हातारीबरोबर गप्पा मारणार होय तुम्ही आक्काबाई, ते पण ह्या वेळेला. काही विचारायचं आहे का तुम्हाला? का ताकाला जाऊन भांडं लपवता?"

काशीमाई मला पुरती ओळखून होती तर. आता नमनाला घडाभर तेल घालून काहीच उपयोग नाही, हे मला कळून चुकलं होतं. मी मग सरळ मुद्द्यालाच हात घातला आणि विचारलं, "काशीमाई, आमचे हे चार दिवस झाले घरी आलेच नाहीत. बरं ते गावातच आहेत हे आपल्याला माहीत आहे. मग हे कुठं गेले असावेत?"

"ते मला कसं माहीत असणार जी." काशीमाईनं हात झटकले.

"काशीमाई, तुला नक्कीच काहीतरी माहीत आहे. मला ते जाणून घ्यायचंय. सत्य

कितीही कटू असलं तरी मला ते ऐकायचंच आहे."

"आक्काबाई, नका ओ असलं काहीबाही विचारू, मला खरंच काही माहीत नाही बघा."

"काशीमाई, मी तुला तुझ्या मुलीसारखी नं? मग माझी शपथ आहे तुला."

काशीमाईच्या डोळ्यातून अश्रू वाहायला लागले. रडत रडत ती म्हणाली, "नको नको आक्काबाई, माझ्या मुलीसारखं दुर्भाग्य कोणाच्या वाट्याला नको येऊ दे. तुम्ही शपथ सुटली म्हणा बरं आधी."

"आधी तू मला सांग, मग सुटली म्हणेन."

काशीमाईचा नाईलाज झाला. तिनं सांगायला सुरुवात केली.

"थोरल्या मालकांनी अंगवस्त्र ठेवलं आहे."

ते ऐकून माझ्या कानात कोणीतरी उकळतं तेल घातलंय, असंच मला वाटायला लागलं. मी तिथंच बसकण मारली. काशीमाईनं मला पटकन पाणी आणून दिलं.

"बघा आक्काबाई, म्हणून मी सांगत होते, की मला नसत्या भरीला पाडू नका."

जरा धीर आल्यावर मी तिला विचारलं, "कधीपासून जातात हे तिच्याकडे?"

"थोरल्या मालकांचं थोरल्या आक्काबाईंशी लग्न लागलं त्याच्याही आधीपासून. थोरल्या आक्काबाईंना हे कळलं तेव्हा त्या खूप चिडल्या होत्या. थोरले मालक जेव्हा तिच्याकडं परत जायला तयार झाले, तेव्हा आक्काबाईंनी त्यांची वाट अडवली. 'जायचं नाही' म्हणायला लागल्या. थोरले मालक संतापले. त्यांनी थोरल्या आक्काबाईंना बाजूला ढकललं. थोरल्या आक्काबाईंचा तोल गेला आणि त्या जिन्यावरून घरंगळत खाली आल्या. थोरल्या मालकांनी त्यांच्याकडं ढुंकूनपण पाहिलं नाही आणि तसेच निघून गेले. थोरल्या आक्काबाईंच्या डोक्यातून रक्त वाहू लागलं. मधल्या मालकांनी त्यांना आधार देऊन खालच्या खोलीत खाटेवर निजवलं. घाव जिव्हारी लागला होता. तेव्हा देवराम वैदू आले होते. त्यांनी डोक्याला लावायला पाला आणि प्यायला काढाही दिलेला. थोरले मालक चार दिवसांनी परत आले. त्यांनी थोरल्या आक्काबाईंची साधी चौकशीपण नाही केली. त्या आजारपणातच थोरल्या आक्काबाई गेल्या. थोरल्या मालकांना त्याचं काहीही सोयरसुतक नव्हतं ओ आक्काबाई. हे सगळं मी माझ्या या या डोळ्यांनी पाहिलं ओ. म्हणून मी काय सांगते ते नीट ध्यानात घ्या. नका ह्या सगळ्या भानगडीत पडू. जे जसं चाललंय तसं चालू द्या."

माझ्या डोळ्यातल्या अश्रूंना खळ नव्हता. काय करावं ते सुचत नव्हतं. ह्यांना जर अडवलं तर माझं काय होऊ शकतं, ते माझ्या ध्यानात आलं होतं. मग मी काय करायला हवं याचा मी रात्रभर विचार करत होते.

दुसऱ्या दिवशी हे घरी आले. मला काही कळलंय याचा मी त्यांना ताकास तूर लागू दिला नाही. मी नेहमीप्रमाणे वागायचा आटोकाट प्रयत्न केला, मात्र माझ्या मनात विचारचक्र सुरू होतं. शेवटी मी एक धाडसी पाऊल उचलायचा निश्चय केला. मी काशीमाईकडून त्या बाईचा, सौदामिनीचा पत्ता काढून घेतला. हे पेढीवर गेले तशी मी लगबगीनं सगळी कामं आटपली आणि कोणाला काही थांगपत्ता लागू न देता घरातून सटकले. मला कोणी ओळखू नये म्हणून साधीशीच नववार नेसले. अंगावरचे दागिने काढून ठेवले. काशीमाईला सांगितलं, "मी जरा बाहेर जाऊन येते. कोणी विचारलं तर सांग मला बरं वाटत नाही म्हणून जरा खोलीत आडवी झाले आहे."

काशीमाई डोळे मोठे करून माझ्याकडे पाहत होती. शेवटी ती बोललीच, "आक्काबाई, मला काहीतरी विपरीत वाटत आहे तुमच्याकडं बघून. जरा ऐकून घ्या. नका काही वेडंवाकडं करू. त्याचे परिणाम तुम्हाला भोगावे लागतील. तुमच्यासाठी माझा जीव तुटतो हो."

मी मात्र इरेला पेटले होते. मला काय तो सोक्षमोक्ष लावायचाच होता.

मी पाठल्या दारातून निघाले. काशीमाईकडून घेतलेल्या पत्त्यावर पोहोचले. तो एक मोठासा बंगला होता. मी दार वाजवलं. एका म्हाताऱ्या बाईनं दार उघडलं. मला बघितल्यावर तिच्या चेहऱ्यावर प्रश्नचिन्ह उभं राहिलं. मी जेव्हा तिला सांगितलं, की मी रावसाहेबांची पत्नी आहे, तेव्हा तिच्या चेहऱ्यावरचे भाव झरझर बदलले. मला बसायला सांगून ती आत निघून गेली.

दिवाणखाना प्रशस्त होता. दिवे, झुंबर, गालिचे... काय नव्हतं त्या दिवाणखान्यात. माझी नजर फिरता फिरता एका तसबिरीवर पडली. ती तसबीर पाहून माझ्या हृदयात कळ गेली. त्या तसबिरीमध्ये हे आणि एक सुंदर बाई एकत्र बसलेले होते. तीच सौदामिनी असणार, असा मी अंदाज केला. मी ती तसबीर जरा निरखून पाहत होते तेवढ्यात कोणाचीतरी चाहूल लागली. तीच म्हातारी बाई परत आली होती. तिच्या हातात वाळ्याचं सरबत होतं. एवढं चालल्यामुळे मला खरंतर त्याची गरज होती पण मी तिला मानेनंच 'नको' म्हणून सांगितलं.

तर पाठून जिन्यातून उतरता उतरता सौदामिनी म्हणाली, "का आमच्याकडचं पाणीपण नाही पिणार का तुम्ही? तुमचा धर्म भ्रष्ट होणार नाही ते प्यायलात तर. शेवटी इथं काय आणि तुमच्या वाड्यावर काय, पेढीवरूनच येतं सगळं."

माझ्या तळपायाची आग मस्तकात गेली. या बाईला जरातरी शरम आहे की नाही? असा विचार माझ्या मनात आला पण मी वरकरणी एकदम शांत राहिले. तिनं मला विचारलं, "इथं कसं काय येणं केलंत? ही जागा तुमच्यासाठी निषिद्ध आहे, हे अजून ध्यानात नाही आलं का तुमच्या?"

त्यावर मी म्हणाले, “बाई, हात जोडते तुम्हाला पण तुम्ही ह्यांच्या आयुष्यातून निघून जा.”

सौदामिनी छद्मीपणे हसली आणि म्हणाली, “त्यांना सोडून कुठं जाणार मी? तसंही मी ढीग त्यांना सोडेन हो पण ते मला सोडणार आहेत का? जे आहे ते आहे. हे तुम्हीही स्वीकारा. तरच तुम्ही तग धरू शकता, नाहीतर पहिल्या आक्काबाईची काय अवस्था झाली होती, हे तुम्ही कोणालाही विचारू शकता.”

“असं नका हो बोलू. शेवटी तुम्हीपण एक बाई आहात. एका बाईचं दुःख तुम्ही समजून घ्यायला हवं.” मी म्हणाले.

तिच्या डोळ्यात अंगार पेटल्यासारखा वाटला.

“मी तुमचं दुःख समजून घेऊ आणि माझं दुःख कोण समजून घेणार? मी किती वर्षं आहे मालकांबरोबर पण माझ्याशी त्यांनी लग्न नाही केलं. का? मला नाही वाटत माझंही लग्न व्हावं, मलाही मालकीण म्हणून मिरवायला मिळावं. तू काल आलेली बाई आणि मालकीण म्हणून मिरवतेस, ते काय कमी भाग्याचं आहे का? जा बाई, आपल्या घरी जा. जे मिळालंय त्यात सुखी राहा आणि परत इथं यायचा विचारही करू नकोस.”

तेवढ्यात बाहेर घोड्याच्या टापांचा आणि बग्गीचा आवाज आला. मी घाबरले. आता कसं होणार. सौदामिनी मला म्हणाली, “आता तुम्ही एक क्षणही इथं थांबू नका. नाहीतर तुमची काही खैर नाही.”

तिनं त्या म्हाताऱ्या बाईला खूण केली. त्या बाईनं मला बंगल्याचं मागचं दार दाखवलं. मी बाहेर पडले पण तेवढ्यात माझ्या लक्षात आलं, की माझी पादत्राणं बंगल्याच्या पुढच्या दारातच राहिली आहेत. आता थांबून उपयोग नव्हता. मी अनवाणीच निघाले. मनातल्या मनात कुलदैवताला साकडं घातलं की, ‘मी इथं आले होते हे ह्यांना कळू देऊ नको. तुला पाच वातीचं साजूक तुपाचं निरंजन लावेन.’

कशीबशी जीव मुठीत घेऊन घरी पोहोचले. अनवाणी चालल्यामुळे माझ्या पायात काटा रुतला होता. ते दुखत होतं पण मी थांबले नाही. मी पाठच्या दारानं घरी आले. काशीमाई दारातच बसली होती. तिच्या चेहऱ्यावर काळजी दिसत होती. मला लंगडत येताना पाहून ती पुढं झाली. तिनं मला हात दिला आणि आधार देऊन बैठकीवर बसवलं. मग मला पाणी दिलं. हळूवारपणे माझ्या पायातला काटा काढला. तेव्हा कुठं जरा बरं वाटलं. मग मी लगबगीनं जाऊन परत कपडे बदलले. दागिने घातले आणि घरात नेहमीप्रमाणे वावरू लागले. गोपाळभाऊजींनी मला बघितल्यावर माझ्या तब्येतीची चौकशी केली. मी त्यांना ‘आता मला बरं वाटत आहे’ असं सांगितलं.

मी सौदामिनीला इथून निघून जायला सांगितलं पण तिच्यावर त्याचा शून्य परिणाम झाला होता. म्हणजे माझा तिच्याकडे जाण्याचा काहीच उपयोग झाला नव्हता. एक बरं

झालं, की घरात कोणाला काही कळलं नव्हतं. मला वाटलं आता सगळं आलबेल आहे पण खरंच तसं होतं का? मी तुळशीपाशी दिवा लावला आणि नमस्कार केला. तेवढ्यात ह्यांची स्वारी आली. मी डोळे उघडले आणि हे समोर उभे होते. ह्यांच्या डोळ्यात निखारे फुलले होते. अंग रागानं थरथरत होतं. हे मला म्हणाले, "खरं खरं सांगा, तुमची पादत्राणं कुठं आहेत?"

माझी भीतीनं गाळण उडाली. हे टिपेच्या स्वरात ओरडले, "तुमची हिंमत कशी झाली तिथे जायची?

ह्यांनी माझ्या श्रीमुखात भडकवली आणि म्हणाले, "घरंदाज स्त्रियांनी अशा ठिकाणी जायचं नसतं, एवढी क्षुल्लक गोष्ट तुम्हाला कळू नये?"

ह्यांनी माझा हात खसकन खेचला आणि ओढत मला स्वयंपाकखोलीत घेऊन गेले. चिमट्यानं चुलीतला निखारा बाहेर काढला आणि माझ्या पायावर जोरात दाबला. चर्रर झालं. माझा पाय काट्यामुळे आधीच दुखावला होता. त्यात आता निखाऱ्यामुळे तो जळालाही. माझ्या तोंडून किंकाळी बाहेर पडली. माझी किंकाळी ऐकून सखारामभाऊजी आणि गोपाळभाऊजी आले पण यांचा रुद्रावतार पाहून ते दोघंही परत मागं फिरले. मग ह्यांनी माझे केस धरले आणि खेचतच मला खोलीत घेऊन गेले. मला आत ढकललं आणि दरवाजा फटदिशी बंद करून निघून गेले.

मी दरवाजापाशी बसून टिपं गाळत होते. मनात विचार यायला लागले. त्या सौदामिनीनं माझा विश्वासघात केला की ह्यांनाच माझी पादत्राणं दिसली? की त्या म्हाताऱ्या बाईनं चुगली केली असेल? मला तर वाटतं त्या सौदामीनीनंच हे सगळं कुभांड रचलं असणार. इथं मला तर दाखवलं, की तिला माझी किती काळजी आहे आणि मला मागच्या दारानं बाहेर काढलं. तिथं हे दिसल्यावर माझी पादत्राणं दाखवून मी तिथं येऊन गेल्याचा भक्कम पुरावाच दाखवला. दुष्ट कुठली. असं वाटत होतं की तिच्या झिंज्या उपटाव्यात. तिला शिव्या द्याव्यात पण कुठल्या शिव्या देणार? कोणाला मारहाण करणं, शिव्या देणं, हे आमचे संस्कारच नव्हेत.

माझंच चुकलं. मी तिला सांगायला हवं होतं, की मी इथून अजिबात जाणार नाही. जे काही असेल त्याचा सोक्षमोक्ष इथंच लागू दे पण मग ह्यांनी मला तिथं पाहिलं असतं, तर काय झालं असतं? त्या बाईसमोर माझा पाणउतारा केला असता. तिच्या मनात तर आनंदाच्या उकळ्याच फुटल्या असत्या. ह्यांनी मला तिथून हाकलून लावलं असतं. मला 'तुम्ही तुमच्या माहेरी जा' असं सांगितलं असतं तर मग? आईचा माझ्यासाठी जीव तुटला असता पण बाबांनी सांगितलं असतं, 'आता सासर हेच तुझं घर. इथं तुला थारा नाही.' मग मी कुठं गेले असते? हे म्हणजे जमदग्नीचा अवतार. जरा म्हणून काही मनाविरुद्ध झालेलं ह्यांना चालत नाही. किती तोरा असतो त्यांचा. पत्नी म्हणजे पायातली

वाहण वाटते त्यांना. म्हणे घरंदाज स्त्रिया तिथं जात नाहीत. मग स्वतः तिथं चार-चार दिवस असतात ते चालतं. तेव्हा त्यांचा घरंदाजपणा कुठं जातो? की यातच त्यांना पुरुषार्थ गाजवल्यासारखा वाटतो? एवढी आवडते ती बाई, तर तिच्याशीच लग्न का नाही केलं? म्हणजे ती आणि मी दोघीही सुखी झालो असतो. तिलाही काय ते मिरवायचं होतं ते मिरवायला मिळालं असतं. इथं माझ्या गळ्यात कशाला स्वतःला बांधून घेतलं? पण नाही, तिच्याशी नाही लग्न करणार ते. त्यांचा घरंदाजपणा आडवा येतो नं. समाजाला तोरा करून कसा दाखवायला मिळेल मग. अंगवस्त्र मिरवण्यातच ह्यांना धन्यता वाटते. विचार करून करून डोकं फुटायची पाळी आली.

मी दाराकडच्या भिंतीला पाठ लावून बसले. पाय दुखतच होता. पायावर हात ठेवून बसले होते. तेवढ्यात दरवाजा उघडला. बघते तर काय, काशीमाई होती. तिनं हळूच दार ओढून घेतलं. मी तिला बघून म्हणाले, “काशीमाई, कशाला आलीस इथं? निघून जा इथून. ह्यांनी तुला बघितलं तर तुझी धडगत नाही.”

ती काहीचं बोलली नाही. तिनं पदराआडून ताट वाढून आणलं होतं. सोबत पाण्याचा तांब्या आणि हळद तेलाची वाटी होती. तिनं माझ्या जखमेवर हळद तेल लावलं. तिचा ऊनऊन अश्रू माझ्या पायावर पडला. मी म्हटलं, “काशीमाई, तू रडतेयस?”

काशीमाई म्हणाली, “आक्काबाई, तुमच्यासाठी माझा जीव तुटतो. मी सांगत होते नं. माझं ऐकलं असतं, तर हे सगळं झालंच नसतं. उगाच जळता निखारा हातात घेतलात. चला आता दोन घास खाऊन घ्या.”

मी मानेनंच 'नको' म्हणाले, तर तिनं बळंबळं मला भाकरीचा घास भरवला. तेव्हा मला माझ्या आईचीच आठवण झाली. मी तिला मिठी मारली. आम्ही दोघी हुंदके देऊन रडू लागलो.

तेवढ्यात बाहेर कोणाचीतरी चाहूल लागली. दरवाजा उघडला जात होता. माझ्या अंगावर सर्रकन काटा आला. आता काशीमाईचं काही खरं नाही, असा विचार माझ्या मनात डोकावला. काशीमाईच्या डोळ्यात मात्र निर्धार दिसत होता. दरवाजा पूर्ण उघडला. गोपाळभाऊजी होते. ते काशीमाईला म्हणाले, “माई, मघाशी मी तुला इथं येताना पाहिलं. घाबरू नको, मी कोणालाही सांगणार नाही. तुला दादासाहेब बोलवत आहेत. त्यांना जर कळलं की तू इथं आहेस, तर गहजब होईल. म्हणून मी तुला सांगायला आलो.”

काशीमाई वाऱ्याच्या वेगानं गेली. गोपाळभाऊजी माझ्याकडे वळून म्हणाले, “आक्काबाई, मला तुमची ही अवस्था बघवत नाही हो पण दादांच्या पुढे कोणाची ब्र काढायची हिंमत नाही. मी मोठा झालो नं की दादांना बदलायचा प्रयत्न करणार. आणखीन एक गोष्ट, मी माझ्या पत्नीला असं कधीच वागवणार नाही.”

मला त्यांचं कौतुक वाटलं. लहान वयात किती समज होती त्यांना. गोपाळभाऊजींनी दरवाजा बंद करून घेतला आणि गेले.

थोड्यावेळानं कोणीतरी येऊन दरवाजाला कुलूप लावलं. दुसरं कोण असणार ह्यांच्याशिवाय. याचा अर्थ काशीमाई इथं आलेली हे ह्यांना कळलं होतं. काशीमाईचं कसं होणार, ही चिंता मला भंडावून सोडायला लागली. वेळ पुढे सरकत होती. खोलीतला दिवाही विझला. मिट्ट काळोखात मी भुतासारखी बसून होते. पोटात भुकेचा आगडोंब उसळला होता. तहानेनं जीव व्याकूळ झाला होता. तांब्यातलं पाणी केव्हाच संपलं होतं. हळूहळू माझ्या हातापयातली शक्ती गेली. मी अंगाचं मुटकुळं करून पडून राहिले. किती दिवस मी त्या खोलीत बंद होते कोण जाणे. कारण माझी शुद्ध हरपली होती.

काशीमाईनं माझ्या तोंडावर पाणी मारलं आणि मी डोळे उघडले. तिनं मला तांब्याभर पाणी पाजलं आणि मला आधार देऊन खाली घेऊन गेली. ती लंगडत होती. याचा अर्थ स्पष्ट होता.

काशीमाईनं ह्यांना सांगितलं, "थोरले मालक, आक्काबाईचं अंग गरम लागतंय. वैद्यबुवांना सांगावा धाडायला हवा."

ह्यांनी मान डोलावली आणि ते निघून गेले. वैद्यबुवा आले. त्यांनी पाल्याचा लेप आणि काढा दिला. सकाळ-संध्याकाळ तो काढा घ्यायचा होता. लेप कपाळाला लावायचा होता आणि पाला वाटून माझ्या पायाच्या जखमेवर लावायचा होता. मला शारीरिकच नाही, तर मानसिक त्रासही झाला होता. त्यामुळे त्या आजारातून उठायला मला बरेच दिवस लागले. इतक्या दिवसांत हे एकदाही माझी विचारपूस करायला आले नाहीत.

आपलं माणूसच जर आपल्याबरोबर असं वागत असेल, तर आपण कोणाच्या तोंडाकडे बघायचं नं.

प्रकरण : ४

त्यादिवशी सकाळी मला अंमळ उशिराच जाग आली. बघते तर काय, हे केव्हाच उठून गेले होते. मला पलंगावरून उठूच नये असं वाटत होतं. जबरदस्ती उठले आणि खाली गेले. हे अगदी जायच्या तयारीत दिसत होते. न्याहारी वगैरे सगळी आटपलेली होती. मला पाहून ह्यांनी एक जळजळीत कटाक्ष टाकला आणि निघून गेले. तरी बरं सकाळी सकाळी स्वारीनं काही कुरापत काढून घर डोक्यावर घेतलं नाही. आताशा मला या गोष्टींचा वीट आला होता. किती म्हणून सहन करायचं बाई. त्यात आजचा दिवस मात्र मला काही वेगळाच वाटत होता.

काशीमाईनं मला पाहिलं आणि येऊन विचारपूस करायला लागली, "आक्काबाई, तब्येत बरी आहे नं तुमची?" मला मळमळल्यासारखं वाटत होतं. पोटात नुसतं ढवळून निघत होतं. माझी अवस्था बघून काशीमाई म्हणायला लागली, "आक्काबाई, आताशा तुम्ही जास्त काही खात नाही. पोट रिकामं असंल तर असंच होणार. पहिल्या तुम्ही इथं आलात तेव्हा कसं आवडीनं सगळं खात होतात. मला म्हातारीला तुम्हाला खाताना पाहून बरं वाटायचं. आपण केलेल्या कष्टाच चीज झाल्यासारखं वाटायचं आणि आता झालंय तरी काय म्हणायचं तुम्हाला. अन्न गोड लागेना झालं होय?"

तिनं मला आल्याकांद्याचा रस करून दिला. तो प्यायल्यावर जरासं बरं वाटलं पण थोड्यावेळानं परत कसंतरी व्हायला लागलं. काशीमाई मला न्याहारी करायला सांगत होती पण मला अजिबातच इच्छा नव्हती. काशीमाई मला विनवण्या करत होती. मी उगाच कसातरी पोह्याचा एक घास तोंडात टाकला आणि पळत पळत पाठल्यादारी गेले. मला भडभडून उलटी झाली. थोडावेळ विश्रांती घेऊन मी न्हायला न्हाणीघरात गेले. न्हाणीघरातून बाहेर येतच होते, तोच भोवतालचं सगळं जग गर्रकन फिरल्यासारखं वाटलं आणि मी न्हाणीघराच्या दारातच भोवळ येऊन पडले.

मी परत डोळे उघडले, तेव्हा आमच्या खोलीत होते. काशीमाई माझ्या बाजूला बसली

होती. माझ्या डोक्यावरून सुंठ लावलेली. तिनं माझ्या चेहऱ्यावरून हात फिरवला आणि विचारलं, "आक्काबाई, आता कसं वाटतंय?" मी मान डोलावली.

"वैद्यबुवांना सांगावा धाडला आहे. ते येतीलच इतक्यात." ती म्हणाली.

तेवढ्यात वैद्यबुवा आले. त्यांनी माझी नाडीपरीक्षा केली. काशीमाई त्यांना विचारत होती, "काय झालं आक्काबाईंना?"

वैद्यबुवा हसले आणि म्हणाले, "आता आक्काबाईंची नीट काळजी घ्यायला हवी. त्या आता दोन जिवांच्या आहेत. बाकी मी काही सांगायलाच नको काशीबाई, तुम्ही त्यांना हवं नको ते बघालच. काय बरोबर ना?"

काशीमाई म्हणाली, "काय सांगता? तुमच्या तोंडात साखर पडो. थांबा मी आणतेच साखर." असं म्हणून ती गेलीसुद्धा.

वैद्यबुवा मला सांगायला लागले, "आक्काबाई, तुम्ही आता स्वतःची हयगय अजिबात करू नका. खाण्या-पिण्याकडे नीट लक्ष द्या. सतत आंनदी राहा."

काशीमाईनं वैद्यबुवांच्या हातावर साखर दिली. माझी अलाईबलाई काढली. तिच्या डोळ्यातला आनंद ओसंडून वाहत होता. काशीमाई म्हणाली, "आक्काबाई, आता मी तुमचं अजिबात ऐकणार नाही. मी जे जे, ज्या ज्या वेळेला देईन ते सगळं तुम्हाला गपचूप खायला लागणार." मी हसून फक्त मान डोलावली. काशीमाई खाली निघून गेली.

गरोदर असणं ही किती सुंदर अनुभूती होती. माझं मन मोहरून गेलं. आपल्या पोटात आपल्याच रक्तामांसाचा एक जीव वाढतोय, तो आपल्याला आई म्हणून हाक मारणार, तो आपलं सर्वस्व असणार. त्याच्यापुढं आपल्याला आकाश ठेंगणं होणार. कसं असेल त्याचं रूप? आपल्यासारखं नाजूक की यांच्यासारखं रुबाबदार? ती असेल की तो असेल? मनात असे वेगवेगळे विचार येऊन मी स्वत:शीच हसत होते. हे आल्यावर त्यांना ही बातमी कशी सांगायची, याचाही मी विचार करत होते. ही बातमी ऐकल्यावर यांची काय प्रतिक्रिया असेल? त्यांना आनंद होईल, की काही फरकच पडणार नाही?

संध्याकाळी हे घरी आले. ह्यांना बातमी आधीच मिळालेली बहुतेक. ते माझ्याकडे पाहून प्रसन्न हसले. ह्यांच्या वागण्यात मला बदल झालेला दिसला. कधी नव्हे ते ह्यांनी माझी चौकशी केली.

"काही खावंसं वाटलं, तर लगोलग सांगा. ते ताबडतोब तुमच्या समोर हजर केलं जाईल." असं म्हणाले. चला, म्हणजे या निमितानं का होईना मला ह्यांच्या तोंडून चार गोड शब्द ऐकायला मिळाले. शेवटी त्यांची अपत्याची आस कितीतरी वर्षांनी पूर्ण होणार होती.

मी म्हटलं, "आईकडे निरोप धाडायला हवा."

तर म्हणाले, "इतकी घाई करू नका. तीन महिने जाऊ देत. त्याआधी कोणालाही हे सांगू नका. मी घरात सगळ्यांना हे निक्षून सांगितलेलं आहे. त्याची अंमलबजावणी काटेकोरपणे करावी. नाहीतर त्याचे वाईट परिणाम भोगायला लागतील."

मी मग पुढे काहीच बोलले नाही. माझं मन मात्र आईकडे ओढ घेत होतं. कधी एकदा ही गोड बातमी तिला देईन, असं मला वाटत होतं.

काशीमाई खरोखर अगदी माझी आईच झाली. माझ्या खाण्या-पिण्याकडे अगदी व्यवस्थित लक्ष ठेवून होती ती. साजूक तुपातला बदामाचा शिरा काय, नाचणीचं सत्तू काय, एक ना अनेक पदार्थ मला करून खायला घालत होती. 'असं खाऊन खाऊन मी जाड झाले तर काय घ्या,' असा विचार माझ्या मनात येत होता. "काही नाही होत आक्काबाई. हे सगळं बाळासाठी म्हणून खायलाच हवं." असं ती म्हणायची.

दिवसेंदिवस तिचं हे खाऊ नको, ते खायला पाहिजे, हे फारच वाढलं होतं. बाकी माझ्या तोंडून शब्द बाहेर पडायची खोटी, की तिनं तो पदार्थ लगोलग करून आणलाच पाहिजे, असं होत होतं. माझे डोहाळे ती आईच्या मायेनं पुरवत होती. मला ती जरा जास्तच जपत होती. 'जड वजन उचलू नका', 'धावपळ करू नका,' अशा वारंवार सूचना मला दिवसभर ऐकाव्या लागत होत्या. 'आत्ताच ही तऱ्हा तर पुढे काय होईल,' असे विचार माझ्या मनात येत होते.

ह्यांचं तिकडे जाणंही थोड्याफार प्रमाणात कमी आलं होतं, ही एक समाधानाची बाब होती. आणि आश्चर्य म्हणजे, हे मला थोडा वेळही देत होते. गोपाळभाऊजीही पुढे मागे वावरत असायचे. बाळ झाल्यावर काय काय करणार, हे त्यांच्या तोंडून सतत ऐकायला मिळत होतं.

करता करता तीन महिने पुरे झाले. माझ्या आईला सांगावा धाडला गेला. आईचं काळीज ते. ती लगोलग मला भेटायला आली. किती दिवसांनी मला आई भेटली होती. सगळ्यांच्या समोर तिनं आपली माया थोपवून धरली. आम्हाला जेव्हा एकांत मिळाला, तेव्हा तिनं मला मायेनं पोटाशी धरलं. माझ्या गालावरून हात फिरवून पापे घेतले. तिनं येताना माझ्या आवडीचे खास तिच्या हातचे बेसनाचे लाडू आणले होते. त्यातला एक तिनं मला स्वतःच्या हातानं भरवला. तिच्या सहवासात जणू मी पुन्हा छोटीशी यमूचं झाले होते. मंगलावन्सही आल्या. त्यांनाही खूप आनंद झाला होता.

"किती वर्षांनी हा वाडा बाळलीलांनी भरून पावणार आहे. त्याच्या बाळलीला बघता बघता तुमचा दिवस कसा निघून जाईल कळणारसुद्धा नाही बघा तुम्हाला आक्काबाई," असं त्या म्हणत होत्या.

माझी चोरओटी भरायला पाच सवाष्ण आल्या. आई, मंगलावन्स आणि आमच्या

नात्यातल्या आणखी तीन बायका. सगळ्यांनी माझी ओटी भरली आणि मला भरभरून आशीर्वाद दिले.

आईची जायची वेळ झाली. मला तिचा पदर सोडावासाच वाटत नव्हता. तिनं मला जवळ घेतलं आणि म्हणाली, "अग यमे, वेडी का खुळी ग तू. आईचा पदर सोडवेना होय ग तुला? आता तुझ्या पदराला धरून कोणीतरी येणार आहे बाळे. धीर धर. सातव्या महिन्यात मी येणारच आहे तुला न्यायला."

ती तोंडानं असं म्हणत असली, तरी तिचा पाय निघत नव्हता. मन घट्ट करूनच ती बैलगाडीत बसली. बैलगाडी दिसेनाशी होईपर्यंत मी दारात उभी होते.

बघता बघता सात महिने पूर्ण झाले. मला फुलं माळायचा समारंभ करण्यात आला. आजूबाजूच्या आणि नात्यातल्या स्त्रिया जमल्या. आईबरोबर गीता आली. मंगलावन्सही आल्या. त्यांनी माझी हळदकुंकू लावून पाच फळांनी ओटी भरली. आशीर्वाद दिले. मला झोपाळ्यावर बसवलं आणि सगळ्यांनी गाणी म्हटली.

ओटी भरा ग ओटी भरा
आक्काबाईची ओटी भरा.
या फुलराणीची ओटी भरा.
हिरवा शालू हिरवा चुडा
भोवती बाई प्राजक्ताचा सडा
माय होणार साजणी ग
मायेची पाखर गडणी ग
गर्भरेशमी पदर ग
पोटी येवो रामकृष्ण ग
ओटी भरा ग ओटी भरा
आक्काबाईची ओटी भरा.

सगळा कार्यक्रम खूप सुंदर झाला. सगळं आटोपल्यावर हे दिवाणखान्यात आले. आई ह्यांना म्हणाली, "प्रथेप्रमाणे पहिलं बाळंतपण माहेरी करतात, तर मी यमीला माहेरी घेऊन जाऊ का?"

ह्यांनी माझ्याकडे एक कटाक्ष टाकला. मला कधी एकदा माहेरी जाते असं झालं होतं. मी ह्यांच्या चेहऱ्याकडे उत्सुकतेनं बघत होते पण हे म्हणाले, "प्रथा वगैरे सगळं राहू दे. आमचं पहिलं मूल याच घरात जन्म घेणार. आमच्या तोलामोलानं आक्काबाईंचं सगळं व्हायला हवं, जे तुमच्या घरी होणार नाही. तेव्हा आक्काबाईंना काही तुमच्याबरोबर पाठवणं शक्य नाही."

माझी माहेरी जायची आशा संपली. मला आमचं घर, बाबा, माझ्या बहिणी सगळ्यांना भेटायचं होतं. इथल्या बडेजावाचा मला कंटाळा आला होता. माहेरी कसं मोकळेपणानं वावरायला मिळालं असतं पण नाही. इथंही त्यांचा बडेजाव आडवा आला होता.

माझ्या डोळ्यात टचकन् पाणी आलं, तर हे माझ्यावरच रागावून म्हणाले, "भरल्या घरात टिपं गाळायला काय झालं? मी अजून जिवंत आहे."

आई मधे पडली, "सांजेच्या वेळेला नका हो असं अभद्र बोलू. नाही नेत मी यमूला एक सुचवलं तर चालेल का?"

"हं बोला." हे म्हणाले.

"आत्ता मी घरी जाते पण यमीचे दिवस भरत आले, की काही दिवस इथं येऊन राहावं असं वाटतंय. काशीमाई आहेतच. अगदी मुलीसारखं करतात हो त्या यमीचं पण अडीनडीला एकाला दोघी असल्या तर बरं पडेल, नाही का?" आई म्हणाली.

"चालेल." असं म्हणून हे खोलीत निघून गेले.

ते गेल्यावर आईनं मला पोटाशी धरलं आणि म्हणाली, "यमे, नशीब समज आपलं. तुझाच तर विचार केला नं त्यांनी. त्यांच्या दृष्टीनं पाहिलं तर ते बरोबरच बोलले. तू काही काळजी करू नको. दिवस भरत आले, की मी येईनच माझ्या बाळीकडे. आपण धीर सोडायचा नाही. सतत आंनदी राहायचं. एवढ्या तेवढ्या गोष्टी मनाला लावून घेऊ नयेत. चल, डोळे पुस बरं." तिनं तिच्या पदरानं माझे डोळे पुसले.

आई आणि गीता जायला निघाल्या. तेव्हा काशीमाई आईला म्हणाली, "तुम्ही काही काळजी करू नका, मी आहे नं. मी सगळं व्यवस्थित करेन."

गीतानं मला मिठी मारली आणि रडायला लागली. आईनं तिला बाजूला केलं आणि त्या निघाल्या. "यमे नीट राहा ग," असं सांगून ती बैलगाडीत बसली. तिच्याबरोबर गीताही चढून बसली. महादूकाकांनी वेसण धरली आणि बैलगाडी चालायला लागली. काशीमाईनं माझ्या खांद्यावर हात ठेवला. मला आत घेऊन गेली. तिनं माझी दृष्ट काढली आणि तुरटीवर टाकली. तुरटीकडे बघून म्हणायला लागली, "हे पाहा आक्काबाई, कसली नजर लागलेली. आता उतरली. आता तुम्ही तुमच्या खोलीत जा आणि गपगुमान निजा. आज फार दगदग झाली नं तुम्हाला. तुमची निज पुरी झाली, की तुम्हाला लापशी करून देते हं."

मी हळूहळू जाऊन माझ्या खोलीत निजले.

माझ्या बाळाची हालचाल आता जाणवायला लागली होती. मी पोटावर हात ठेवून बाळाबरोबर गप्पा मारायचे. पोटावर हात ठेवला, की बाळ हाताखाली आलेलं जाणवायचं. बाळानं हळूहळू पाय मारायलाही सुरुवात केली. एकदा मी ह्यांनाही सांगितलं

की, 'पोटात बाळाची हालचाल जाणवते.' त्यांनी फक्त 'हं' म्हटलं आणि आपल्या कामाला निघून गेले. काशीमाई मात्र माझा प्रत्येक अनुभव अगदी समरसून ऐकायची आणि हसून म्हणायची, "आक्काबाई, हे दिवस आहेत ना ते मनाच्या कोपऱ्यात जपून ठेवा. ह्या आठवणी आपल्याला जन्मभर पुरतात."

माझे पुरे दिवस भरत आले होते. त्यामुळे आईला बोलावणं पाठवलं होतं. ती घरची सगळी व्यवस्था लावून यायची होती. एका दिवशी दुपारी जेवल्यानंतर मी जरा वामकुक्षी घेत होते आणि माझ्या पोटात दुखायला लागलं. काशीमाईनं गुनी सुईणीकडे सांगावा पाठवला. काशीमाई मला बाळंतिणीच्या खोलीत घेऊन गेली. तिथल्या पलंगावर तिनं मला झोपवलं. एव्हाना मला कळा सुरू झाल्या होत्या. तेवढ्यात गुनी सुईण आली. तिनं येऊन मला तपासलं आणि म्हणाली, "बहुतेक वार बाळाच्या गळ्यात अडकली आहे. कठीण आहे पण मी प्रयत्न सोडणार नाही."

मला प्रचंड वेदना होत होत्या पण माझ्या बाळासाठी मी काहीही सहन करायला तयार होते. आई होणं म्हणजे काय ते आज मला कळलं होतं. गुनी सुईणीनं शर्थीचे प्रयत्न केले आणि तिच्या प्रयत्नांना यशही आलं. माझ्या बाळानं या जगात प्रवेश केला. मला मुलगा झाला होता. मी धन्य धन्य झाले. सुईणीनं बाळाला स्वच्छ केलं. बाकीचे सोपस्कार करून तिनं बाळाला दुपट्यात गुंडाळलं आणि माझ्याकडे दिलं. काशीमाईनं मला मदत केली आणि मी माझ्या बाळाला प्रथमच दूध पाजलं. बाळ इतकं नाजूक होतं, की दूध प्यायलाही त्याला नीट जमत नव्हतं. माझं मन इतकं उचंबळून येत होतं. बाळानं थोडंसं दूध प्यायलं आणि ते झोपी गेलं.

मीही प्रचंड दमले होते. माझ्या डोळ्यावर झापड येत होती. एवढ्यात दरवाजा उघडला आणि गोपाळभाऊजी आत आले. बाळाला पाहून ते हसले. मला विचारायला लागले, "वहिनी, कोणासारखं दिसतं हो बाळ? मला तर वाटतं तुमच्यासारखंच दिसतं. नाजूक आणि सुरेख."

गोपाळभाऊजी गेल्यावर मी थोडीशी विश्रांती घेतली. थोड्या वेळानं आई आली. मला बघितल्यावर तिला आनंदाचं भरतं आलं. तिनं मला जवळ घेतलं, माझी अलाईबलाई काढली. तेवढ्यात बाळ जागं झालं आणि रडायला लागलं. त्यानं सुसू केली होती. आईनं त्याचा लंगोट बदलला आणि मानेखाली हात धरून त्याला उचलून घेतलं. ती त्याला हलकेच थोपटायला लागली. मग तिनं त्याला माझ्याकडे दिलं आणि म्हणाली, "यमे, लहान बाळाची झोप पुरी झाली पाहिजे आणि पोट पूर्ण भरलेलं पाहिजे, बस! या दोन गोष्टी आपण नीट पूर्ण करायला हव्यात. सध्या बाळ नाजूक दिसतंय पण काळजीचं काही कारण दिसत नाही. होईल हळूहळू ठीक."

संध्याकाळी हे मला भेटायला आणि बाळाला बघायला आले. ह्यांची खोडच होती,

की चेहऱ्यावर काही भावना अजिबात दाखवायच्या नाहीत. जरावेळ बसले आणि निघून गेले. मला वाटलं होतं बाळाला बघून त्यांना किती तरी आनंद होईल. जवळ नाही घ्यायला जमलं तरी ठीक आहे, निदान कौतुकाने त्याच्या अंगावरून मायेचा हात फिरवतील. माझ्याशी चार सुखाच्या गोष्टी बोलतील पण जाऊन दे, मीपण कोणाकडून अपेक्षा करतेय. इथे येऊन थोडा वेळ बसले, बाळाला पाहिलं हेच काय कमी आहे का, अशी मी माझ्या मनाची समजूत घातली.

काशीमाईनं माझ्यासाठी खास मिरी घालून जेवण केलं. मिरची नाही खायची, वातूळ खायचं नाही, असं तिचं आणि आईचं म्हणणं पडलं. बाळाची गंमत म्हणजे ते रात्री झोपायचंच नाही. त्यामुळे माझंही जागरण व्हायचं. मग जेव्हा बाळ झोपेल, तेव्हा मी झोपायला सुरुवात केली.

बाराव्या दिवशी बाळाचं बारसं करण्याचं ठरत होतं. माझ्या मनात धाकधूक होती, कारण बाळ नाही म्हटलं तरी नाजूक होतं. बारशाची तारीख काढली गेली. मी सांगायचा प्रयत्न करत होते, की बाळ अजून नाजूक आहे, तर बारसं आपण काही दिवसांनी करूयात. छोटेखानी करूयात, जेणेकरून बाळाला त्रास होणार नाही पण माझं बोलणं ऐकल्यावर हे चिडले. माझ्या अंगावर धावून येत होते पण तेवढ्यात त्यांच्या लक्षात आलं की समोर आई आहे, म्हणून त्यांनी स्वतःला सावरलं आणि म्हणाले, "काही नाजूक वगैरे नाहीये. आमच्या घराण्याचा वारस आहे तो. आमची परंपरा आम्ही कधीच मोडणार नाही. सगळ्यांना कळलं पाहिजे आमच्या वारसाबद्दल. तेव्हा बारसं धुमधडाक्यातच होणार. आम्ही म्हणतो ती काळ्या दगडावरची रेघ समजा. बारसं ठरलेल्या दिवशी, ठरलेल्या वेळी आणि धुमधडाक्यातच होणार."

आईनं मला समजावत म्हणाली, "होऊ दे त्यांच्या मनासारखं. किती वर्षांनी त्यांना पुत्रजन्माचं भाग्य मिळालं आहे. त्यामुळे तो आनंद व्यक्त करणारच नं ते. यमे, तूपण न कधी कधी अति करतेस."

शेवटी मला नेहमीप्रमाणे गप्प बसायला लागलं.

बारशाची तयारी सुरू झाली. घरासमोर मोठा मंडप घातला गेला. पूर्ण गावाला निमंत्रण देण्यात आलं. सनई चौघडे वाजवणाऱ्यांना पाचारण करण्यात आलं. आमच्या दुकानातून बाळासाठी यांनी स्वतः दागिने करून घेतले. सगळे दागिने बघूनच माझा जीव बाळाच्या काळजीनं ग्रासला. मलाही नवीन पाचपदरी पोहेहार, केसात माळायची सुवर्णफुलं, हिऱ्याची मोठी जड नथ आणि हिऱ्याचे बिल्वर करण्यात आले. जणू काही मी आणि बाळ ह्यांच्या दुकानातल्या दागिन्यांची जाहिरात करणारे नमुने आहोत. माझं लग्न झालं त्यावेळेला मला या दागिन्यांचं अप्रूप वाटायचं पण आता त्याच दागिन्यांचं

ओझं वाटू लागलं होतं. मला नवीन शालू घेतला. बाळाला जरीचं अंगडं, टोपडं आणि कपडे केले. आणखी घरातल्या सगळ्यांना नवीन कपडे केले.

बारशाचा दिवस उजाडला. का कोण जाणे पण बाळ सकाळपासूनच किरकिर करत होता. त्याला बारशासाठी तयार केलं, तर तो आणखीनच जोरात रडायला लागला. काही केल्या तो रडायचा थांबेना. शेवटी आईनं त्याला हातात घेऊन फिरवून आणलं आणि काही वेळासाठी का होईना तो गप्प झाला. दिवाणखाना अगदी छानपैकी सुशोभित केला होता. तिथंच बारसं होणार होतं. मंगलावन्संनी बाळाचं नाव ठेवलं, 'गजानन'. उमा महादेवाचा गजानन. सगळ्यांना घुगऱ्या म्हणजे उकडलेले चणे आणि त्याच्याबरोबर केशर पेढा वाटला. पुरणपोळीच्या पंगतीवर पंगती उठल्या. सगळे तृप्त होऊन बाळाला आशीर्वाद देऊन गेले.

समारंभ संपल्यावर बाळाच्या अंगावरचे दागिने काढत होते. त्याच्या सबंध अंगावर लाल वळ उठले होते. तो किरकिरही खूप करत होता. आईनं त्याची तुरटीची दृष्ट काढली. त्या तुरटीवर माणसाचा चेहरा आला. आई म्हणाली, "बघितलंस यमे, केवढी दृष्ट लागलेली आपल्या गजाननाला. आता काळजी करू नकोस. शांतपणे झोप. तुलाही आज दगदग झाली आहे. बाळपण आता गाढ झोपेल."

बाळ रडून रडून दमला आणि शेवटी झोपला. रात्री मला बाळाचं अंग थोडं गरम लागलं. मी रात्रभर मिठाच्या पाण्याच्या घड्या त्याच्या डोक्यावर ठेवत होते पण ताप काही उतरत नव्हता. सकाळी वैद्यबुवांना बोलावणं धाडलं. ते लगोलग आले. त्यांनी बाळाची नाडीपरीक्षा केली. त्यांच्या चेहऱ्यावरून कळत होतं, की काहीतरी गंभीर आहे. वैद्यबुवांनी दुधात मिसळून चाटवायला चाटण दिलं आणि ते गेले. हे मधूनमधून खोलीमध्ये फेरी मारत होते. कधी नव्हे ती त्यांच्या चेहऱ्यावर काळजी दिसत होती. मला चिंता लागून राहिली. बाळाला काय झालं होतं? बाळ कधी बरा होणार होता? की काही अघटित होणार होतं? असे विचार माझ्या मनात येत होते.

मी बाळाला वैद्यबुवांनी दिलेलं चाटण दुधात खलवून चाटवलं आणि बाळ शांत झोपला. मीही त्याच्या शेजारी अंग टाकलं. जाग आली तेव्हा बाळ जागा झालेला दिसला. त्याचा ताप मात्र अजूनही उतरला नव्हता. मी त्याला दूध पाजायचा प्रयत्न केला पण त्याला ते जमलं नाही. शेवटी वाटी चमच्यानं त्याला थोडंसं दूध पाजलं. ढेकर काढायला त्याला मी उचललं आणि पाठीवर थोपटल्यासारखं केलं, तर सगळं दूध उलटून पडलं. मी त्याला परत मांडीवर घेतलं. त्याला स्वच्छ केलं आणि त्याच्या डोक्यावर थोपटायला सुरुवात केली. पोटात काही राहत नसल्यामुळे बाळाची प्रकृती आणखीनच खालावली होती. त्यानं पहिल्यासारखे हात-पाय मारणंही बंद केलं होतं. आता त्याच्यात रडण्याची

ताकदही नव्हती. तोंडातून अगदी क्षीण आवाजात नुसता हुंकार ऐकू येत होता. माझी काळजी आणखीन वाढत होती. मी वैद्यबुवांना परत बोलावणं पाठवायला सांगितलं. महादू खरंतर त्यांना बोलवायला गेला होता पण तो सांगत आला, की शेजारच्या गावात राहणाऱ्या त्यांच्या भावाला सर्पदंश झाल्यामुळं त्यांना तातडीनं तिथं जावं लागलं. त्याची तब्येत खडखडीत बरी झाल्यावरच ते परतणार होते. हे ऐकून तर माझ्या काळजीत भर पडली. काय करावं ते सुचत नव्हतं.

त्यादिवशी हे पेढीवर न जाता घरीच थांबले होते. म्हणजे आपल्या मुलाविषयी थोडंफार का होईना पण मनात काहीतरी वाटतं होतं त्यांना. ते बाहेर अस्वस्थपणे फेऱ्या घालत होते. शेवटी यांनी महादूला बग्गी काढायला सांगितली आणि ते कुठेतरी निघून गेले. कुठे गेले होते कोण जाणे. ते कुठे जातात ते मला सांगायची त्यांना कधीच आवश्यकता वाटली नाही.

आई बाळासाठी मधपाणी घेऊन आली. मी बाळाला ते हळूहळू भरवलं. ते पिऊन बाळ परत झोपी गेलं. मी सुटकेचा निःश्वास टाकला. अगदीच काही नाही, तर निदान मधपाणी तरी त्याच्या पोटात टिकलं. मी बाळाला दुपट्यात गुंडाळून ठेवलं आणि माझी आन्हिकं आटपायला गेले. माझी काही खायची इच्छाच होत नव्हती, तेव्हा आई म्हणाली, "दोन घास खाऊन घे यमे. उद्या तूच आजारी पडलीस तर बाळाची काळजी कशी काय घेशील तू?"

तिनं बळंबळंच मला शिरा खायला लावला. न्याहारी करून मी परत बाळाकडे आले. बाळ गाढ झोपला होता. मी त्याच्या अंगावरचं दुपटं नीट करायला गेले, तर त्याचं अंग मला थंडगार लागलं. मी त्याचे पाय रगडू लागले, जेणेकरून त्याच्यात परत उष्णता निर्माण होईल, पण व्यर्थ. मी त्याला उचलून घेतलं, तर तो काहीच हालचाल करत नव्हता. मी घाबरले आणि आईला हाक मारली.

माझ्या हाकेमध्ये एवढी आर्तता होती, की आई धावतच आमच्या खोलीमध्ये आली. तिच्या पाठोपाठ काशीमाईही आली. मी आईला बाळाला हात लावायला सांगितलं. तिनं त्याच्या कपाळाला हात लावला आणि ती दचकली. मी बाळाला खाली ठेवलं. काशीमाई आणि आई बाळाचे हात आणि पाय चोळू लागल्या. काशीमाईनं कांदे चुलीत भाजून आणले. मी आणि आई बाळाच्या हातापायांना कांदे चोळत होतो पण बाळ काही प्रतिसाद देत नव्हता. काशीमाईला बाळ का प्रतिसाद देत नाही, याची शंका आली. तिनं बाळाच्या नाकाला सूत लावलं पण ते हललं नाही. काशीमाईनं नकारार्थी मान हलवली आणि म्हणाली, "आक्काबाई, बाळ आपल्याला सोडून गेलंय."

मी जोरात हंबरडा फोडला आणि तिला म्हणाले, "काशीमाई, तू उगाच काहीतरी सांगू नकोस. तो शांतपणे झोपलाय. बघ, नीट बघ."

आईनं माझ्या पाठीवर हात फिरवला. मी तिला सांगितलं, "ह्या काशीमाईला सांग ना ग आई, उगाच असं अभद्र बोलू नकोस म्हणून."

ती काहीच बोलली नाही. माझा हंबरडा ऐकून सखारामभाऊजी आणि गोपाळभाऊजी आले. दोघंही तिथं स्तब्ध उभे राहिले.

एवढ्यात बग्गीचा आवाज झाला. हे धावतच खोलीमध्ये आले. त्यांच्याबरोबर वैद्यबुवा होते. हे स्वतः वैद्यबुवांना आणायला शेजारच्या गावात गेले होते. त्यांना सगळी परिस्थिती सांगितल्यावर वैद्यबुवा तडक त्यांच्याबरोबर यायला तयार झाले. वैद्यबुवांनी बाळाची नाडी तपासली आणि मान खाली घालून ह्यांना म्हणाले, "रावसाहेब, आपल्याला यायला उशीर झाला आहे. तुमच्या प्रारब्धात पुत्रशोक होता."

ह्यांच्या चेहऱ्याकडे बघवत नव्हतं. पुरुष असल्यामुळे मनाला झालेल्या वेदना हे कोणाला दाखवणारही नव्हते. हे पुढे झाले आणि त्यांनी बाळाला हात लावला. त्यांनी एकदाच बाळाच्या चेहऱ्यावरून हात फिरवला आणि बाहेर निघून गेले. त्यांच्या पाठोपाठ सखारामभाऊजीही गेले. गोपाळभाऊजी मात्र तिथंच रेंगाळत होते. त्यांना काय झालं, ते कळत नव्हतं किंवा कळूनही वळत नव्हतं. काशीमाईनं त्यांना बाहेर जायला सांगितलं पण ते विचारत होते, "मला सांगा नं कोणीतरी काय झालं ते."

काशीमाई त्यांना बाहेर घेऊन गेली. माझ्या डोळ्यातून अश्रू वाहत होते आणि आईच्याही. मी बाळाला माझ्या छातीशी घट्ट धरून ठेवलं होतं.

सगळे जमले. ह्यांनी माझ्याकडून बाळाला काढून घेतलं. मी 'नको नको' म्हणत होते पण ते त्याला घेऊन गेले. त्यांनी बाळाला नवीन कपडे घातले. त्यात तो गोंडस दिसत होता. असं वाटत होतं, त्याचा हलकेच मुका घ्यावा पण आता माझा बाळ कुठे होता तो. तो फक्त एक निष्प्राण देह होता.

पुरुषमंडळी बाळाला नदीवर घेऊन गेली. त्याचा देह नदीमध्ये सोडून सगळे परत आले आणि ह्यांनी त्याच्या नावाची अंघोळ केली. मला तर शुद्धच नव्हती. मी पलंगावर अंग टाकून हमसाहमशी रडत होते. रडता रडता मी बेशुद्ध झाले. आईनं माझ्या तोंडावर पाणी शिंपडून मला शुद्धीत आणलं. काशीमाईनं मला दाताखाली धरायला लिंबू दिलं. मला आता जगणं असह्य झालं होतं. कसले कसले विचार मनात येत होते, आत्ता कुठे माझ्या संसारात चार सुखाचे दिवस आले होते, तेही देवाला पाहवले नाहीत. असा कसा निष्ठुर होऊ शकतो देव. देवाला काय दोष देणार म्हणा, हे सगळं ह्यांच्या हट्टामुळं झालं होतं.

प्रकरण : ५

दिवसांमागून दिवस जात होते. हळूहळू मी माझ्या दुःखातून बाहेर यायचा प्रयत्न करत होते. कितीही झालं तरी स्वतःचं मूल गेल्याचं दुःख आपण विसरू शकत नाही पण म्हणतात नं, सगळ्या दुःखांवर खपली धरायला काळ हेच औषध असतं. मी तर आता गोपाळभाऊजींनाच माझा मुलगा मानायला सुरुवात केली होती. त्यांनापण आईची माया कुठं उपभोगायला मिळाली होती. नाही म्हटलं तरी वय लहानच होतं त्यांचं.

आताशा सखारामभाऊजींसाठी स्थळं बघायला सुरुवात झाली होती. मलाही तेवढीच धाकट्या जाऊबाईंच्या रूपात धाकटी बहीण मिळेल, याचा आनंद होता. एक-दोन ठिकाणी आम्ही जाऊन आलो पण पसंती काही होत नव्हती. एक मुलगी खरंतर सखारामभाऊजींना आवडली होती. ते तोंडाने काही बोलले नाहीत, तरी त्यांच्या नजरेतून ते दिसत होतं. बरी नाकीडोळी नीटस होती पण बोलणी करताना हे अडूनच बसले आणि बोलणी फिसकटली. मी एवढी गरिबाघरची लेक त्यांना चालले. दुसरेपणाची होते नं. सखारामभाऊजींच्या वेळेला मात्र ते फारच लावून धरत आहेत, असं मला तरी बाई वाटत होतं पण बोलणार कोण? जरा शब्द बाहेर पडायची खोटी, की यांनी आकांडतांडव करायला सुरुवात केली असती. स्वतः सखारामभाऊजींचीही यांच्यासमोर तोंड उघडायची हिंमत होत नव्हती.

शेवटी एक मुलगी ह्यांच्या पसंतीस पडली. शारदा तिचं नाव. त्यांचं घराणं आमच्यापेक्षा तालेवार होतं. तिच्या वडिलांनी लग्नात बरंच काही द्यायचं कबूल केलं. सखारामभाऊजी मात्र मला जरासे खट्टू वाटले. कदाचित त्यांना पसंत नसावी पण ह्यांनी हो म्हटल्यावर त्यांची बहुतेक नाही म्हणायची हिंमत झाली नसावी. खरंतर देवाच्या कृपेनं घरात धनधान्य संपदा सगळं व्यवस्थित होतं. सखारामभाऊजींची पसंती डावलून हो म्हणायची काहीच गरज नव्हती पण काय करणार.

लगोलग वाङ्निश्चयाचा मुहूर्त काढण्यात आला. वाङ्निश्चय मुलीच्या घरी होता.

आमच्यापेक्षा मोठा वाडा होता त्यांचा. मुलीचे वडील जमीनदार होते. पूर्ण गाव म्हणे त्यांचंच होतं. मुलीकडच्यांनी खूप चांगली बडदास्त ठेवलेली.

शारदा दिसायला ठीकठाक होती. स्पष्टच सांगायचं तर आमच्या सखारामभाऊजींना अजिबातच शोभत नव्हती. अगदी वेळेवर तिला तिची आई बाहेर घेऊन आली. सखारामभाऊजी आणि शारदेनं एकमेकांना अंगठ्या घातल्या. साखरेचे पुडे दिले. सगळे विधी झाल्यावर दोघे मोठ्या माणसांच्या पाया पडले. मला राहून राहून काहीतरी खटकतं होतं पण ते काय नीटसं कळतं नव्हतं. मुलीची आई तिला अगदी खेटूनच उभी होती आणि सारखं तिच्या कानात काहीतरी सांगत होती. अंगठी घालतानाही तिनं मुलीला पाठून धरलेलं होतं. मुलीवरचं प्रेम समजू शकतो आपण, पण एवढं?

लग्नाचा दिवस उजाडला. सीमांत पूजन, कन्यादान वगैरे सगळे विधी व्यवस्थित झाले. शारदा अगदी डोक्यापासून पायापर्यंत नखशिखांत सोन्यानं मढली होती. गळ्यात चार जाड हार होते. बिचारीला कसे पेलवले कुणास ठाऊक. शारदा आंतरपाटामागे येऊन उभी राहिली. मंगलाष्टका झाल्या. दोघांनी एकमेकांच्या गळ्यात माळा घातल्या आणि सनई चौघडे वाजू लागले. होम चालू झाला. शारदा जरा अस्वस्थ वाटत होती. जरा वेळ गेला असेल नसेल आणि अचानक तिला मूर्च्छा आली. सगळीकडे धावपळ सुरू झाली. 'नवरी पडली, नवरी पडली,' असा गदारोळ झाला. मी शारदेच्या तोंडावर पाणी मारलं. तेवढ्यात तिची आई पुढे आली. तिच्या हातात एक पुडी होती. त्यातून कसल्यातरी चूर्णाची चिमूट तिनं शारदेच्या तोंडात सारली. थोड्या वेळानं शारदा शुद्धीवर आली. तिला थोडावेळ बसवून मग परत विधींना सुरुवात करण्यात आली. सखारामभाऊजींच्या तोंडाकडे बघवत नव्हतं. आधीच त्यांना शारदा पसंत नव्हती, त्यात हे असं झालं. त्यांना अगदीच मारूनमुटकून बसवल्यासारखं वाटत होतं.

मी मनात विचार करत होते, ज्याअर्थी शारदेच्या आईला औषध माहीत होतं, त्याअर्थी तिला असं नेहमीच होत असणार. तेवढ्यात माझ्या पाठीच बसलेल्या दोन बायका कुजबुजत होत्या, ते मला ऐकू आलं. "लग्न लावून दिलं खरं खोतांनी पण हिला अशी वरचेवर दातखीळ बसायची सवयच आहे. सासरी निभावलं म्हणजे झालं."

मला कससंच झालं. म्हणजे ह्यांनी आपल्या हट्टापायी सखारामभाऊजींच्या आयुष्याची माती केली होती. आता लग्न तर लागलं होतं. मी वळून ह्यांच्याकडे पाहिलं तर त्यांच्या ओळखीतल्या लोकांबरोबरच्या गप्पा अगदी रंगात आलेल्या. ह्यांच्या हट्टापायी आणखी एकाच्या स्वप्नांचा चक्काचूर झाला होता.

शारदेचं स्वागत आम्ही आमच्यापरीनं व्यवस्थित केलं. दुसऱ्या दिवशी पूजा झाली.

शारदा जरा मलूलच वाटत होती. मी तिला पूजा झाल्यावर त्यांच्या खोलीत जाऊन पडायला सांगितलं. ती गेली. तिच्या जेवणाचं ताट मी त्यांच्या खोलीतच घेऊन गेले. ती जास्त काही जेवली नाही. मी तिला बळंबळंच चार घास खायला लावले आणि बाहेर आले. शारदेचा डोळा लागला. सखारामभाऊजी मात्र आलेल्या पाहुण्या-रावळ्यांबरोबर गप्पा मारत बसलेले. मी सगळं आवरलं.

आवराआवर करेपर्यंत तिन्हीसांज झाली. शारदा अजून बाहेर कशी नाही आली, म्हणून मी बघायला गेले तर ती अजूनपावेतो झोपलेलीच होती. मी तिला उठवलं आणि स्वयंपाकघरात यायला सांगितलं. जेवण वगैरे आटोपल्यावर मी तिला म्हटलं, “मी तुमची तयारी करून देते.” तिनं मान डोलावली. बाजूच्याच खोलीत तिला घेऊन गेले. तिच्याकडे सुंदर कलाकुसर केलेली अबोली नववार होती. मी तिला ती व्यवस्थित नेसवून दिली. तिची सागरवेणी घातली. काशीमाईनं घोटवून केलेलं केशरदूध तिच्या हातात दिलं. तिला पाठमोरं जाताना पाहून मला माझे दिवस आठवले.

सगळं आटपून मी आमच्या खोलीत गेले. हे पण आज रंगात आलेले दिसत होते. मी आता पलंगावर अंग टाकतच होते, तेवढ्यात आम्हाला जोरात किंकाळी ऐकू आली. तो आवाज मी ओळखला. मी तशीच दरवाजा उघडून जायला लागले तर हे पाठीमागून ओरडले, “कशाला एवढी काळजी करता? जायची काहीच गरज नाही.”

ही किंकाळी मला साधी वाटली नाही, म्हणून मी तशीच धावत सखरामभाऊजींच्या खोलीकडे गेले. समोरून काशीमाई येताना दिसली. दरवाजा वाजवू की नको या संभ्रमात असतानाच सखारामभाऊजींनी दार उघडलं. त्यांच्या चेहऱ्यावर नाराजी दिसत होती. ते बाहेर निघून गेले. मी आणि काशीमाई खोलीत शिरलो. शारदा निपचित पडली होती. बाजूलाच शारदेची संदुक भिंतीला लागून ठेवलेली दिसली. मी त्या संदुकीत शोधाशोध केली आणि मला हवी असलेली वस्तू मिळाली. होय, तीच ओषधाची पुडी. एका डब्यामध्ये बऱ्याच पुड्या ठेवलेल्या होत्या. मी त्यातली एक पुडी घेतली आणि शारदेच्या तोंडात ओतली. थोड्यावेळानं शारदा शुद्धीवर आली. तिनं पुड्यांचा डबा समोर बघितल्यावर काय समजायचं ते समजून गेली. ती थोडी सावरल्यावर मी तिला सांगितलं, 'आता निजा शांतपणे. नका कसला विचार करत बसू.' तेव्हा शारदेच्या डोळ्यातून अश्रू वहायला लागले. मी शांतपणे तिला थोपटलं. ती शांत झाल्यावर मी आणि काशीमाई दोघी बाहेर आलो.

सखारामभाऊजी दुसऱ्या खोलीत जाऊन निजले. दुसऱ्या दिवसापासून त्यांनी नवीनच प्रकार सुरू केला. शारदा समोर आली, की ते दुसऱ्या खोलीत निघून जात होते. शारदा तर अगदी कानकोंडी झाली होती.

दुपारी जेवणं आटोपल्यावर भाऊजी माझ्याकडे आले आणि म्हणाले, “तिला

आत्ताच्या आता माझ्या खोलीतून बाहेर जायला सांगा. मला डोळ्यासमोर नको आहे ती."

मी त्यांना समजवण्याचा खूप प्रयत्न केला की, 'देवाब्राह्मणांच्या साक्षीनं तुम्ही तिला आपली पत्नी म्हणून स्वीकारलं आहे. माझं ऐका. सबुरीनं घ्या. ती रुळली की सगळं काही ठीक होईल.'

ते आणखीनच चिडले आणि म्हणाले, "आजारी मुलगी माझ्या गळ्यात धोंड म्हणून बांधली. काही ठीक होणार नाहीये. तुम्ही तिला सांगताय का मी तिला हाताला धरून माझ्या खोलीतून बाहेर काढू?"

मी काही बोलले नाही. ते तिथून पाय आपटत निघून गेले.

मी ह्यांच्या कानावर ही गोष्ट घातली तर ते म्हणतात कसे, "तो सांगतो तसं कर. आता काय लग्न झालेलं आहे. ती नाहीतर तिचे तीर्थरूप आपलं काहीच बिघडवू शकत नाहीत." नाहीतरी ह्यांच्याकडून काय वेगळी अपेक्षा करायला हवी होती. माझंच चुकलं. दगडावर डोकं आपटायला गेले होते मी.

माझा नाईलाज झाला. शेवटी मी आमच्या बाजूची खोली काशीमाईकडून तयार करून घेतली आणि शारदेला सांगितलं की, 'बाई आजपासून ही तुझी खोली.' तेव्हा तिच्या चेहऱ्यावरच्या प्रश्नचिन्हाला मी उत्तर देऊ शकले नाही. मी फक्त तिला एवढंच सांगितलं, "बाईच्या जन्माचे भोग आहेत हे. या ना त्या रूपानं भोगावेच लागतात. ते कधी चुकले आहेत का कोणत्या बाईला?

मी तिला धीर देत म्हणाले, "तू काळजी करू नकोस. कुलदेवतेच्या कृपेने सगळं काही ठीक होईल."

मी महादूला शारदेच्या संदुका तिच्या खोलीत नेऊन ठेवायला सांगितल्या. शारदा प्रचंड चिडली होती पण तिला काय करावं ते समजत नव्हतं. अचानक ती सखारामभाऊजींसमोर जाऊन उभी राहिली आणि म्हणाली, "आजपर्यंत आमच्या घरात मी म्हणेन ती पूर्वदिशा होती. मी कधीच कोणाचं ऐकून घेतलं नाही. मी आताही गप्प बसणार नाही. मी माझ्या बाबांना सांगेन, तुम्ही माझ्याशी कसे वागलात ते. मग माझे बाबा आहेत आणि तुम्ही आहात, एवढं ध्यानात ठेवा."

सखारामभाऊजींनी शारदेच्या श्रीमुखात भडकवली. ती भेलकांडून खाली पडली आणि तिला परत मूर्च्छा आली. मी धावत जाऊन तिची पुडी आणली आणि तिच्या तोंडात ओतली. तिथं हे सखारामभाऊजींना सांगत होते, "बरं झालं तिला तिची जागा दाखवून दिलीस. खूपच जीभ चुरुचुरु चालत होती तिची. शेवटी स्त्रिया म्हणजे पायातली वहाण. त्यांना कधीच वरचढ होऊ देता कामा नये."

यांच्या दुटप्पीपणाची खरंच हद्द झाली. एकतर पैशासाठी सखारामभाऊजींचं त्यांच्या

मनाविरुद्ध लग्न लावून दिलं आणि आता लग्नाला दोन दिवस नाही झाले तर समजवायचं सोडून भाऊजींना आणखीन चिथावत आहेत. शारदेला शुद्ध आली. मग तिला मी तिच्या खोलीत सोडून आले.

सखारामभाऊजी पाचपरतावण्यासाठी यायला अजिबात तयार नव्हते. त्यांना कसंतरी बाबापुता करून यायला तयार केलं. ह्यांनीपण त्यांना सांगितलं, की जर तू नाही आलास, तर उगीच त्यांना संशय यायचा. उगाच तमाशा नको. तेव्हा तू मुकाट्यानं चल. त्यांनी सांगितलं म्हटल्यावर भाऊजी यायला तयार झाले.

शारदेच्या माहेरच्यांनी बऱ्यापैकी बेत केला होता. पाचपरतावण्याला अनेक प्रकारची मिष्टान्न आणि नाना प्रकारचे खाद्यपदार्थ होते पण त्याचा मात्र काडीचा उपयोग नव्हता. शारदा काय किंवा सखारामभाऊजी काय, दोघांचेही चेहरे दुर्मुखलेले होते.

जेवण वगैरे आटोपल्यावर आम्ही बायका बायका निवांत बसलेलो. शारदेची आई मला सांगत होती. "आक्काबाई, शारदेची काळजी घ्या हो. पोर तुमच्या पदरात टाकली आहे असं समजा. काही चुकलंमाकलं तर संभाळून घ्या."

आता मी काय बोलणार यावर. शारदेनं लगेच बोलायला सुरुवात केली, "त्या काय संभाळून घेणार, घरात काय किंमत आहे त्यांची? आई तुम्ही माझं लग्न लावून देण्यापेक्षा विहिरीत ढकलून का नाही दिलंत मला? हे असं अपमानास्पद जगण्यापेक्षा एकदाची सुटले असते मी."

तिनं आपल्या आईला अथपासून इतिपर्यंत सगळं सांगितलं. सगळं ऐकल्यावर शारदेची आई बाहेर निघून गेली. तिनं तिच्या यजमानांना आत बोलावून बहुतेक सगळी हकिकत सांगितली. शारदेच्या वडिलांनी ह्यांना बोलवून घेतलं आणि म्हणाले, "माझ्या मुलीला नीट वागवा. हवं तर मी तुम्हाला दिलंय तेवढंच आणखीन देतो. मात्र माझ्या कानावर परत तिच्याकडून तक्रार आली नाही पाहिजे. नाहीतर माझी सरकारदरबारी चांगली ओळख आहे. तुमची काय गत होऊ शकते, हे ध्यानात घ्या.".

हे लगेच त्यांना वचन देऊन मोकळे झाले की, 'तुम्ही काही काळजी करू नका, आता तिला काही त्रास होणार नाही, याची मी हमी देतो.'

आम्ही घरी परतल्यावर ह्यांनी सखारामभाऊजींना चांगलीच समज दिली आणि शारदा परत सखारामभाऊजींच्या खोलीत परतली. त्यानंतर मग काय, शारदेचं वागणंच बदललं. ती टेचात राहायला लागली. आमच्याकडे असं आणि आमच्याकडे तसं अशी मिजास दाखवायला लागली. सखारामभाऊजींना तर तोंड दाबून बुक्क्यांचा मार सहन करायला लागत होता. आमचे हे सगळं माहीत असूनही तिकडे कानाडोळा करत होते. बरोबर आहे, त्याची किंमत त्यांनी पुरेपूर वसूल केली होती नं.

मंगलावन्स निनाद आणि विकाससोबत माहेरपणाला आल्या होत्या. निनाद अगदी लाघवी होता हो. आला की 'मामी मामी' म्हणून अगदी माझ्या पाठी असायचा. गप्पा मारायला फार आवडायचं त्याला. निनाद आणि विकास आले, की गोपाळभाऊजीही खूश व्हायचे. त्यांना सवंगडी मिळायचे. दिवसभर ते खेळत असायचे. जेवायला बोलावलं तरी तिघांना शुद्ध नसायची. मीही वन्स आल्या, की त्यांच्या आणि मुलांच्या आवडीचं जेवण आवर्जून करायचे. शारदेच्या लग्नानंतर वन्स प्रथमच आल्या होत्या. शारदा आधी तिच्या खोलीतून बाहेरच पडली नाही. मी तिला जाऊन सांगितलं की, 'असं बरं दिसत नाही. तू बाहेर यायला हवं.' तेव्हा ती तणतणतच बाहेर आली पण तिची धुसपूस सुरू झाली. मंगलावन्स शांतपणे शारदेचं वागणं बघत होत्या. थोड्या वेळानं शारदेनं तिच्या माहेरच्या गोष्टी सांगायला सुरुवात केली. 'आमच्याकडे नं लक्ष्मी पाणी भरते. माहितीच आहे तुम्हाला. प्रत्येकाच्या दिमतीला एक नोकर असतो. मला तर आई जमिनीवर पाय ठेवायला द्यायची नाही. अजूनपावेतो माझे केस सखू धुऊन द्यायची. माझा एकेक शब्द झेलायला सगळे तयार असायचे. माझ्या तोंडून शब्द बाहेर पडला, की ती वस्तू दिमतीला हजर असायची पण इथं मात्र कामाला एकच बाई आहे आणि तीही खूप आगाऊ आहे. वर तोंड करून मलाच शिकवत असते काहीबाही. आमच्याकडच्या नोकरांची तोंडातून ब्र काढायची हिंमत नव्हती. जाऊबाईंचं म्हणाल, तर त्या गरीब घरातून आल्या आहेत नं, त्यांना काय माहीत असणार मोठ्या घरातल्या रीतिभाती. आता मी आले आहे नं, मीच सगळ्या गोष्टी शिस्तीत आणेन.'

मंगलावन्स इतका वेळ सगळं ऐकून घेत होत्या पण आता मात्र त्यांना गप्प बसवेना. त्या म्हणाल्या, "खरं पाहता मी बोलू नये पण या घरातली माहेरवाशीण, मोठी वन्स या नात्यानं बोलते. आक्काबाईंनी या घरातल्या रीतिभाती अगदी नीट शिकून समजून घेतल्या आहेत. सगळे सणवार त्या उत्तमप्रकारे साजरे करतात. माझ्या मताप्रमाणे घरात सुख नांदतं आहे ते त्यांच्यामुळेच. आणि काशीमाईबद्दल बोलत असाल, तर आमच्या लहानपणापासून ती आमच्याकडे आहे. ती आम्हा सगळ्यांना अगदी घरातल्यासारखीच आहे. ती वयानं आणि अनुभवानं मोठी आहे. तिनं दोन-चार गोष्टी सांगितल्या, तर त्याचा आपल्यालाच फायदा होईल. तुम्ही लग्न करून या घरी आलेल्या आहात, तेव्हा तुम्ही माहेरच्या गोष्टी सोडून देऊन इथल्या रीतिभाती शिकून घ्यायला हव्यात आणि आनंदी चित्तानं संसार करायला हवा."

वन्सचं बोलणं ऐकून शारदा पाय आपटत तिच्या खोलीमध्ये निघून गेली. तेव्हा मंगलावन्स मला म्हणाल्या, "वय लहान आहे अजून त्यांचं शिवाय लाडाकोडात वाढलेल्या आहेत. शिकतील हळूहळू सगळं. आक्काबाई, तुम्ही मात्र मूग गिळून गप्प बसू नका. तुम्ही अशाच गप्प बसलात, तर एक दिवस तुमच्या डोक्यावर मिरे वाटतील

हो, तेव्हा आपला आब राखून वागावं माणसानं. बिचारे सखाराम, कसे दिवस काढत असतील, ते त्या परमेश्वरालाच ठाऊक.”

त्यानंतर तर शारदा मंगलावन्स जाईपर्यंत जेवढ्यास तेवढा वेळच खोलीतून बाहेर पडत होती. मंगलावन्सही यावेळेला एरवीसारख्या मोकळेपणानं वावरत नव्हत्या. एक प्रकारचं दडपण त्यांच्या चेहऱ्यावर दिसत होतं. दोन दिवस राहून मंगलावन्स त्यांच्या घरी परतल्या.

हल्ली आमच्याकडे वरचेवर ह्यांचे स्नेही यायचे. ह्यांच्या ओळखीतले तिघे-चौघेजण असायचे. नेहमी येणारे होते ते ह्यांच्या वडिलांचे स्नेही अण्णासाहेब. अण्णासाहेब त्यांच्यापेक्षा वयाने मोठे असले, तरी वडिलांच्या निधनानंतर अण्णासाहेबांकडेच हे एखाद्या गोष्टीबाबत सल्लामसलत करत असत. सगळेजण जमणार असले, की अगदी जय्यत तयारी असायची. हे मला अगदी साग्रसंगीत जेवण करायला सांगायचे. कधी पुरणपोळी, तर कधी मसालेभात, तर कधी भरली वांगी. जेवणं झाल्यावर मुखवास चघळत ही मंडळी निरनिराळ्या विषयांवर चर्चा करत असत. मी आजूबाजूला वावरत असल्यामुळे माझ्या कानावरही काहीबाही पडायचं.

एकदा अण्णासाहेब सांगत होते की, ‘ब्रिटिश सरकारने सतीविरोधी कायदा केला आहे. तरीही अजूनपावेतो काही स्त्रिया सती जात आहेत.’ त्यावर सगळ्यांचा ऊहापोह चालला होता. ह्यांचं म्हणणं पडलं की, ‘शेवटी ब्रिटिश ते परके. त्यांना काय माहिती आमच्या परंपरा आणि रीतिभाती. शेवटी नवऱ्याबरोबर सती जाणे हाच स्त्रियांचा परमधर्म आहे आणि तो त्यांनी पाळलाच पाहिजे. आता आमच्या आईसाहेब नाही का वडिलांबरोबर सती गेल्या. स्त्रियांनी पती निधनानंतर संसारमोह टाळावा, हेच त्यांच्यासाठी उत्तम.’

मला ह्यांचे उद्‌गार ऐकून भीतीच वाटत होती. कशा जात असतील स्त्रिया सती? हाच विचार माझ्या मनात येत होता. अण्णासाहेब सांगत होते, की त्यांचे चिरंजीव आप्पा हे सतीप्रथेविरोधात आहेत. या प्रथेविरोधात आवाज उठवायचा त्यांचा मानस असावा, अशी भीती अण्णासाहेबांना वाटत होती.

“बाकी काही नाही पण असा समाजविरोधी वागून आप्पा समाजाचा रोष ओढवून घेणार. कशाला हव्यात याला नसत्या उठाठेवी. आपण बरं नि आपलं काम बरं, असं राहावं की नाही माणसानं पण नाही. समाजप्रबोधनाचे वारे वाहतात यांच्या कानातून. एवढा लंडनला पाठवून बॅरिस्टर केला या आप्पाला आणि हा बरे पांग फेडतो आहे आमचे. जरासुद्धा आमचा विचार करावासा वाटत नाही याला.” अण्णासाहेब तावातावाने बोलत होते. इतर लोकही त्यांच्या मताशी सहमत होते आणि आपापले विचार मांडत होते.

माझ्या मनात विचार येत होते की, ‘पती निधनानंतर स्त्रियांनी सती जाणं हे त्यांचं

आद्यकर्तव्य आहे. ज्या घरांमध्ये सती जाण्याची प्रथा नाही, त्या घरातल्या स्त्रियांनाही डोकं बोडकं करून आळवण नेसावं लागतं. त्या स्त्रियांचं जीवन तर मृत्यूपेक्षाही भयाण असतं. मात्र जेव्हा पत्नीचं निधन होतं, तेव्हा मात्र हा नियम पुरुषांना का लागू होत नाही? पुरुष मात्र अगदी पत्नीचे दिवसकार्य संपताक्षणीच परत दुसऱ्या लग्नाचा घाट का घालत असावेत? पुरुषांना आणि स्त्रियांना असा वेगवेगळा न्याय का असावा?' माझ्या मनात असे भयाण विचार आले तरी कसे, असं वाटून उगाचच मला अपराधीपणाची टोचणी लागून राहिली.

प्रकरण : ६

एका सकाळी ह्यांना थंडी भरून ताप चढला. वैद्यांना बोलावलं तेव्हा त्यांनी काही चूर्णं दिली. आधी मला वाटलं औषधानं बरे होतील पण दिवसेंदिवस त्यांची प्रकृती खालावत गेली. त्यातच त्यांना अर्धांगवायूचा झटका आला. वैद्यबुवा प्रयत्न करत होते पण त्यांना गुण येत नव्हता. ह्यांच्या आजारपणाबद्दल सगळ्यांना कळलं. तशी लोकं भेटायला येऊ लागली.

ह्यांना बघायला मंगलावन्ससुद्धा आल्या होत्या. ह्यांच्याकडे बघून त्यांच्या डोळ्यात पाणी आलं. मला म्हणाल्या, "दादासाहेबांना अशा अवस्थेत बघणं फार कठीण जात आहे. नशिबात असतं ते भोगायलाच लागतं. तुम्ही त्यांची किती काळजी घेता ते बघितलं नं मी. काही काळजी करू नका. तुमच्या प्रयत्नांना यश येईल."

तेवढ्यात गोपाळभाऊजी समोर येऊन बसले. त्यांना बघून वन्स म्हणाल्या, "मी काय म्हणते, थोडे दिवस मी गोपाळला माझ्याकडे घेऊन जाते. त्यालापण तेवढीच हवापालट."

मी म्हटलं, "चालेल, तसंही इथं अगदी एकटे पडल्यासारखे झालेत ते. कितीही नाही म्हटलं तरी घरात आजारी माणूस असलं, की त्याचा परिणाम घरातल्या सगळ्यांवर होतोच नं. तुमच्याकडे विकासबरोबर तेवढाच त्यांचा जीव रमेल."

गोपाळभाऊजी आधी जायला तयार नव्हते पण मंगलावन्संनी त्यांची समजून घातली आणि गोपाळभाऊजी त्यांच्याबरोबर काही दिवसांसाठी जायला तयार झाले. दोन दिवसांनी मंगलावन्स गोपाळभाऊजींना घेऊन रवाना झाल्या. त्या आल्यावर घरामध्ये जरा चैतन्य भरल्यासारखं वाटतं होतं. मलाही जरा मन मोकळं करायला मिळतं होतं पण शेवटी त्यांनापण त्यांचा संसार होता. त्या इथं किती दिवस राहणार. जायच्या आधी कितीतरी वेळ मंगलावन्स आणि गोपाळभाऊजी ह्यांच्याबरोबर बसले होते. गोपाळभाऊजींनी ह्यांचा हात हातात घेतलेला आणि थोपटल्यासारखं करत होते. ह्यांना

गोपाळभाऊजी सांगत होते, “मी काही दिवसांसाठी ताईसाहेबांकडे जात आहे. मला तुम्हाला ठणठणीत बरं झालेलं बघायचं आहे. मी येईन तेव्हा तुम्ही बरे झालेले असाल नं?”

हे डोळ्यांची उघडझाप करून ‘होय’ म्हणाले. सखारामभाऊजींनी उगाच खर्च होतो असं सांगून बग्गी आणि ती चालवणाऱ्या महादूला काढून टाकलं. महादूचा नाही म्हटलं तरी ह्यांना उठवायला आधार मिळत होता.

एकदा ह्यांच्या औषधांसाठी मला पैसे हवे होते. मी सखारामभाऊजींकडे पैसे मागायला गेले. ते थोडे नशेत वाटत होते. ते मला म्हणाले, “पैसे तर मिळतील पण त्या बदल्यात तू मला काय देणार?”

त्यांचं बोलणं ऐकून मी स्तंभीत झाले. ते पुढे आले आणि त्यांनी माझा हात घट्ट धरला. मी शेजारच्या मेजवरची फुलदाणी उचलून त्यांच्या डोक्यात मारली आणि तिथून पळून गेले.

दुसऱ्या दिवशी सकाळी सखारामभाऊजी कपाळावरची जखम दाबत माझ्याकडे रागाने बघत होते. त्यानंतर मी त्यांच्यासमोर जायचं टाळायला लागले.

मी ह्यांना न्याहारी द्यायला गेले. बघते तर काय, यांच्या डोळ्यात ओळख दिसत नव्हती. अनोळखी नजरेनं ते कुठंतरी बघत बसलेले. मी हाक मारली, तरी त्यावर त्यांचा प्रतिसाद नव्हता. मी कशीबशी थोडी लापशी त्यांना भरवायला गेले, तर तीही त्यांच्या तोंडातून बाहेर पडत होती. मी घाबरले. त्यांना तसंच एका कुशीवर झोपवून मी तडक वैद्यबुवांकडे गेले. थोड्या वेळातच वैद्यबुवांना घेऊन आले, तर शारदा आणि सखारामभाऊजी जेवायला बसले होते. त्यांनी मला आणि वैद्यबुवांना बघून न बघितल्यासारखं केलं. वैद्यबुवांनी यांची नाडी तपासून काही काढे आणि चूर्णं दिली. ही औषधं त्यांना दुधात खलवून घालायची होती. त्यांच्या डोक्याला लावायला लेपही दिला होता. एक काढा त्यांनी त्यांच्यासमोरचं पाजायला सांगितला. मग ‘मी दोन दिवसांनी परत रावसाहेबांना बघायला येईन,’ असं म्हणून ते निघाले. सखारामभाऊजी तोपर्यंत पेढीवर निघून गेले. मी पूर्वी माझ्याकडे थोडे थोडे पैसे बचत करून ठेवत असे. त्यातली थोडीच शिल्लक आता उरली होती. शेवटी त्यातले पैसे काढून मी वैद्यांना दिले.

ह्यांच्या तोंडात मी इमानेइतबारे एक एक तासाने दुधात खलवलेले चूर्ण चमच्याने भरवत होते. त्या दुधासाठीही मला शारदेच्या तोंडचे बोल ऐकून घ्यायला लागले पण आताशा मी कोडगी म्हणतात तशी झाले होते.

त्या चूर्णामुळे म्हणा की आणि काही म्हणा, ह्यांच्या प्रकृतीत थोडीफार सुधारणा दिसून येत होती. ह्यांनी स्वतः माझ्याकडे पाहिलं आणि वाकड्या तोंडानं किंचितसे

हसल्यासारखे वाटले. हे पाहून मला कोण आनंद झाला. ह्यांची तब्येत अशीच सुधारेल अशी आशा माझ्या मनात निर्माण झाली. दुसऱ्या दिवशी वैद्यबुवा आले. त्यांनी यांची नाडी परीक्षा केली आणि म्हणाले, “यांच्या तब्येतीमध्ये सुधारणा दिसून येत आहे. हे चूर्ण घ्या आणि असेच तासातासाने त्यांना देत राहा. मात्र आक्काबाई, तुम्हाला रावसाहेबांना खूप जपावं लागेल. त्यांना अजिबात ताप येऊ देता कामा नये. चला मी निघतो. काही लागलं सवरलं तर मला सांगा.” असं सांगून वैद्यबुवा गेले.

मी ह्यांना वैद्यांनी जसं सांगितलेलं तसं चूर्ण देतच होते. त्यामुळे त्यांच्या डोळ्यात आता परत पहिल्यासारखी ओळख दिसत होती. फक्त ते काही बोलत नव्हते. यांच्या चूर्णाच्या पुड्या संपत आल्या होत्या आणि माझ्याकडचे पैसेदेखील संपले होते. शारदेला याबद्दल सांगून काही उपयोगच नव्हता. तिनं फक्त मला ऐकवलं असतं आणि पैसे मात्र दिले नसते. शेवटी नाईलाज म्हणून मला सखारामभाऊजींकडे विषय काढवाच लागला. शारदा त्यांच्या खोलीमध्ये निघून गेली होती. सखारामभाऊजी दिवाणखान्यात बसले होते. मी त्यांच्यासमोर दबकत जाऊन उभी राहिले आणि म्हणाले, “ह्यांचं चूर्ण संपत आलं आहे, तेव्हा ते आणण्यासाठी आणि हातखर्चासाठी थोडे पैसे हवे होते.”

सखारामभाऊजी माझ्याकडे एकटक बघत राहिले. मला कसंसंच वाटत होतं. ते म्हणाले, “हो देतो नं. चूर्णासाठीच काय आणि वर हवे तेवढे पैसे देतो. त्यात काय एवढं. पण... हा पण का आहे ते तुम्हाला माहिती असेलच. हे घ्या.” असं म्हणून त्यांनी मला थोडे पैसे दिले. पैसे देताना त्यांनी मुद्दामच माझ्या हाताला स्पर्श केला. मी झटकन हात मागे घेतला आणि तिथं न थांबता तडक आमच्या खोलीत गेले.

मग त्या पैशांनी मी त्यांच्यासाठी वैद्यबुवांकडून चूर्ण घेऊन आले. येताना दूधही घेऊन आले. घरी येऊन बघते तर काशीमाई ह्यांच्या डोक्यावर मिठाच्या पाण्याच्या पट्ट्या ठेवत होती. ते बघून मी घाबरले. हे ग्लानीमध्ये गेले होते. त्यांना ताप आला होता. मी यांच्या जवळ येऊन बसले आणि पट्ट्या बदलू लागले. काय करावं ते कळत नव्हतं. ताप काही उतरायचं नाव घेईना. शेवटी मी परत वैद्यबुवांकडे गेले. त्यांना जेव्हा सांगितलं की ह्यांना ताप आलाय, तेव्हाच त्यांच्या चेहऱ्याचा रंग उडल्यासारखा वाटला. ते लगोलग माझ्याबरोबर यायला निघाले.

मी आणि वैद्यबुवा जेव्हा घरी पोहोचलो, तेव्हा काशीमाई ह्यांच्या पलंगाच्या बाजूला उभी होती. आम्हाला बघितल्यावर ती खोलीच्या बाहेर निघून गेली. वैद्यबुवा पुढे झाले. त्यांनी ह्यांच्या कपाळाला हात लावला आणि झटकन मागे घेतला. मग त्यांनी ह्यांची नाडी तपासली आणि मान हलवत मला सांगितलं, “आक्काबाई, सगळं संपलं आहे. रावसाहेब हे जग सोडून गेले आहेत.”

मी ह्यांच्याकडे पाहिलं. असं वाटत होतं ते शांतपणे निजले आहेत. कितीतरी दिवसांनी

ह्यांना शांत झोप लागली होती. तीही कायमची. माझं सर्वस्व निघून गेलं होतं. मी ह्यांच्या पायांना हात लावला. त्यांचे पाय थंडगार लागत होते. मी तिथंच सुन्नपणे बसले. काय करावं काही सुचत नव्हतं.

वैद्यबुवा बाहेर निघून गेले. थोड्यावेळाने सखारामभाऊजी आणि शारदा आत आले. सखारामभाऊजींनी यांच्या डोक्याला हात लावला आणि म्हणाले, "सगळ्यांना कळवायला हवं."

का कोण जाणे पण मला त्यांच्या चेहऱ्यावर क्षणभर हसूच उमटल्यासारखं वाटलं. ते दोघे बाहेर निघून गेले. हळूहळू माणसं जमायला सुरुवात झाली. मंगलावन्स आणि गोपाळभाऊजीही आले. गोपाळभाऊजींनी ह्यांना मिठी मारली आणि हंबरडा फोडला. मंगलावन्संच्या डोळ्यालाही खळ नव्हता. त्या माझ्याकडे आल्या. त्यांनी मला हात देऊन उठवलं. माझा बांध फुटला आणि मला रडू कोसळलं. त्या मला दुसऱ्या खोलीत घेऊन गेल्या. लोकांनी ह्यांची पुढची तयारी करायला सुरुवात केली.

मंगलावन्संनी मला नवीन हिरवी साडी नेसायला दिली. मला सुरुवातीला काही समजलं नव्हतं, मग जाणवलं की आता मला सती जायला लागणार. माझ्या जिवाचा थरकाप उडाला. ज्या गोष्टीला मी इतकी वर्षं घाबरत होते, ते अचानक माझ्या पुढे येऊन ठाकलं होतं. मनात विचार आला, की आज माझं बाळ असतं, तर सती जाण्यापासून मी वाचले असते. मूल खूप लहान असेल, तर त्याच्या संगोपनासाठी त्या स्त्रीला सती जायला देत नाहीत नं.

मंगलावन्संनी आणि इतर बायकांनी माझी तयारी केली. मला नव्या नवरीप्रमाणे नटवलं. हातात हिरवा चुडा भरला. माझ्या कपाळावर कुंकवाचा मळवट भरला. केसात सुवर्णवेणी माळली. माझ्या अंगावर माझे लग्नातले लक्ष्मीहार, हिऱ्याची नथ, तन्मणी असे दागिने घातले. माझ्या गळ्यात फुलांचा जाडसर हार घातला. मला माझ्या लग्नाचा दिवस आठवत होता. एक तो दिवस होता, जेव्हा माझ्या डोळ्यात नवीन संसाराची स्वप्नं होती आणि एक आजचा दिवस, जिथं माझ्या संसाराची राखरांगोळी झाली होती. बळी द्यायच्या आधी बकऱ्यालाही असंच सजवतात नं. मला हे सगळं असह्य होत होतं पण मी तोंडातून चकार शब्द काढला नाही.

माझी आई आतमध्ये आली. मी आईच्या गळ्यात पडून रडायला लागले. ती माझ्या पाठीवर थोपटत होती. मी तिच्या कानात सांगितलं, "आई, हे सगळं थांबव. मला सती जायचं नाहीये. तुला माहीत आहे नं मला आगीची भीती वाटते. हे गेल्याचं दुःख मला आहे पण माझी सती जायची तयारी नाही. मला तुझ्याबरोबर घेऊन जा."

आईनं माझ्या तोंडावर हात ठेवला आणि म्हणाली, "ज्या प्रथा आहेत, त्या पाळायलाच लागतात. त्यापुढे कोणाचं काहीही चालत नाही. जर तू सती न जाता

माझ्याबरोबर आलीस तर आम्हाला समाजात कुठं तोंड दाखवायला जागा मिळणार नाही. तुझ्या बहिणींची लग्नं जमणार नाहीत. तुझ्या एका चुकीची शिक्षा पूर्ण कुटुंबाला भोगावी लागेल. तेव्हा वेडेपणा करू नकोस. सती जायला मिळणार हे तुझं भाग्य समज. सती गेल्यामुळे बाईचं भाग्य उजळतं. मोक्ष मिळतो."

मी मनात विचार करत होते, की माझी जन्मदात्री आई मला 'सती जा' असं सांगत होती. मला आठवलं, लहानपणी एकदा खेळता खेळता माझा पाय घसरला आणि पाठच्या पडवीमध्ये पेटत असलेल्या चुलीमध्ये माझा पाय पडला. त्या दिवसापासून माझ्या मनात आगीची भीती बसली होती. त्यावेळेला मी मोठ्यानं भोकाड पसरलं होतं. माझ्या पायाच्या तळव्याला तेव्हा जखम झाली होती. तेव्हा माझा आवाज ऐकून आई धावत आलेली. तिनं मला उचलून घेतलंलं आणि माझा पाय पाण्याखाली धरला होता. नंतर पायाला मध लावला. आमच्या वैद्यांनी दिलेला पाला वाटून ती माझ्या पायाला लावायची आणि वरून कपडा बांधायची. त्या जखमेमुळे मला खूप त्रास झाला होता. माझं हिंडण-फिरणं कमी झालेलं. त्यावेळेला आईनं माझी किती काळजी घेतली होती. माझ्याबरोबर तिच्याही डोळ्यात अश्रू असायचे. तिचे डोळे मी पुसायचे, तेव्हा ती मला हसून दाखवायची. आज मात्र तीच आई असं का वागत होती? पोटच्या पोरीच्या जिवापेक्षा तिला समाज मोठा वाटत होता. एकप्रकारे ती स्वार्थीपणेच वागत होती. आज कळलं मला, आईची माया वगैरे म्हणतात त्या गोष्टींना काही अर्थ नसतो. आता मला माहेरचाही आधार नव्हता. मी जरी सती गेले नसते, तरी मी कुठं जाणार होते? असं असूनदेखील मला सगळ्यांना ओरडून सांगावंसं वाटत होतं की, 'माझी सती जायची अजिबात इच्छा नाही. मला माझ्या हालावर सोडून द्या.'

बाबा बाहेर उभे होते. त्यांनी माझ्या डोक्यावरून हात फिरवला आणि मान वळवून ते निघून गेले. मंगलावन्संनी मला मिठी मारली आणि म्हणाल्या, "आक्काबाई, माझं काही चुकलंमाकलं असेल, तर माफ करा. पाठच्या बहिणीसारखी तुमच्यावर माया केली. तुमच्यामुळे मला माहेर होतं. आपल्या हातात काय आहे? दैवापुढं कोणाचं काही चालत नाही. दादासाहेब गेले. त्यांना संगत करायला तुम्हीही निघालात. दादासाहेबांना संभाळून घ्या."

गोपाळभाऊजी मला म्हणत होते, "आक्काबाई, मला आई सोडून गेली तेव्हा तुम्हीच माझ्या आई झालात. आता दादासाहेबही गेले. तुम्ही तरी मला सोडून जाऊ नका."

मंगलावन्स त्यांना शांत करायचा प्रयत्न करत होत्या. या सगळ्यात काशीमाई मात्र कुठंच दिसत नव्हती.

सगळी तयारी झाली. भोई मेणा घेऊन आले. मी त्यात बसले. सखारामभाऊजी पुढे घडा घेऊन चालत होते. चारजणांच्या खांद्यावर ह्यांची तिरडी होती. सगळे 'रामनामा'चा

जप करत चालले होते. त्यांच्या पाठी माझा मेणा होता.

ज्या ठिकाणी आमच्या घराण्याचे पूर्वज आणि सती चिरविश्रांती घेत होते, ते ठिकाण आलं. लोकांनी चिता रचली. मोठमोठ्याने नगारे आणि ढोल वाजायला लागले. तो आवाज माझ्या कानठळ्या बसवत होता. मी सभोवताली नजर टाकली. आमचे सगळे नातेवाईक आणि ह्यांचे स्नेही उभे होते. त्या गर्दीमध्ये माझे बाबा उभे होते. त्यांच्या चेहऱ्यावर हतबलता दिसत होती. भटजींनी मला चितेवर बसायला सांगितलं. मी तशीच ढिम्म उभी होते, तर सगळे ओरडायला लागले. मी माझ्या कानांवर हात ठेवले. सखारामभाऊजींनी माझा हात धरून मला खसकन चितेकडे ओढलं आणि म्हणाले, "आक्काबाई, वर चढा."

मी त्यांना सांगितलं, "हवं तर मी तुमच्या पाया पडते पण मला सती जायचं नाही हो. मला या सगळ्यापासून वाचवा."

सखारामभाऊजी भयंकर संतापले आणि ओरडून म्हणाले, "आमच्या घराण्याची परंपरा आहे ही. तुम्ही सती जाणार ही काळ्या दगडावरची रेघ आहे."

तेव्हा मी तिथून पळून जायचा प्रयत्न केला पण सखारामभाऊजींनी भोयांना मला अडवायला सांगितलं. त्या भोयांनी मला बखोटीला धरून उचललं आणि जबरदस्तीनं चितेवर बसवलं. चारी बाजूला चार भोई उभे राहिले, जेणेकरून मी परत पळून जायचा प्रयत्न करू नये. ह्यांचं डोकं माझ्या मांडीवर ठेवून त्यांना चितेवर झोपवलं गेलं. सखारामभाऊजींनी चितेला प्रदक्षिणा घातल्या आणि घडा पाठी फोडला. मग त्यांनी चितेला अग्नी दिला.

माझी काय चूक होती, म्हणून मला इतकी मोठी शिक्षा दिली जात होती? केवळ मी एक स्त्री आहे म्हणून? स्त्रियांनी का म्हणून तोंडातून ब्रही न काढता आयुष्यभर सोसत राहायचं. पतीला उदंड आयुष्य मिळावं म्हणून व्रतवैकल्यं करत राहायची. पतीसाठी, कुटुंबासाठी खस्ता खात राहायच्या? आणि एवढं करून जर पतीची जीवनयात्रा तिच्याआधी संपली, तर तिनं पतीच्या निष्प्राण देहाबरोबर कापरासारखं जळून जायचं. हा कुठला न्याय? देवाच्या दरबारामध्ये गेल्यावर तरी ह्या अन्यायाचं परिमार्जन होईल काय? द्रौपदीला वस्त्रहरणापासून वाचवायला तिचा कृष्णसखा धावून आला होता. माझ्यासारख्या अबलेला या क्रूर रूढीपासून वाचवायला कोणी येणं शक्य तरी होतं का?

हळूहळू चिता पेटू लागली. मला आगीची धग लागायला सुरुवात होत होती. माझे प्राण कंठाशी आले होते आणि सगळेजण हा प्रकार एखादा तमाशा बघितल्यासारखे खुल्या डोळ्यांनी बघत होते. त्यांच्यापैकी एकालाही दयेचा पाझर फुटू नये, हे माझं दुर्दैव होतं पण तेवढ्यात अचानक 'थांबा' असं कोणीतरी जोरात ओरडलं. सगळ्यांच्या माना त्या

व्यक्तीकडे वळल्या. उंचपुरे, गोरेगोमटे आणि शरीरयष्टीनं मजबूत असलेले एक गृहस्थ पुढे आले. मला त्यांना कुठंतरी बघितल्यासारखं वाटत होतं पण कुठं ते आठवत नव्हतं. शिवाय त्यावेळेला माझी तशी परिस्थितीही नव्हती, की मी माझ्या डोक्याला चालना देईन. मला एवढंच कळत होतं, की आता या सर्व गोष्टींपासून माझी सुटका होणार होती. माझ्या पायांना चटके बसत होते. आणखी थोडावेळ गेला असता, तर माझ्या जिवाचं काही खरं नव्हतं. त्या व्यक्तीच्या पाठी चार पोलीस शिपाई होते आणि एक व्यक्ती त्यांच्याबरोबर होती. तिला बघून माझ्या मनात आश्चर्य, आनंद, माया अशा अनेक भावना उचंबळून आल्या. होय, ती व्यक्ती दुसरी-तिसरी कोणी नसून माझ्यावर सतत मायेची पाखरण करणारी काशीमाई होती. जे करायला माझे सख्खे आई-वडील धजावत नव्हते, ते माझ्यासाठी काशीमाईनं केलं होतं. ऋणानुबंध म्हणतात ते हेच.

ते गृहस्थ पुढे आले आणि म्हणाले, "तुम्ही असं कोणाला सती जाण्यास प्रवृत्त करू शकत नाहीत. सतीविरोधी कायदा आला आहे. तुम्ही हे सगळं कायद्याविरोधात करत आहात. आधी हे सगळं थांबवा."

तेवढ्यात सखारामभाऊजी ओरडले, "अरे, बघता काय? धरा त्याला."

विरोध करायला आलेल्या त्या चार भोयांवर पोलिसांनी लाठ्या मारल्या. त्या गृहस्थांनी पाणी टाकून चिता विझवली. त्यांच्याबरोबर काशीमाई होती. काशीमाईनं मला चितेवरून खाली उतरवलं. तिच्याकडे एक लुगडं होतं, ते तिनं एका उंचवट्यावर अंथरलं आणि मला त्यावर झोपवलं. एक गडू घेऊन त्यातून मला पाणी पाजलं. माझे पाय खूप भाजले होते. त्यावर तिनं बरोबर आणलेला मध लावला आणि त्याच लुगड्यामध्ये मला तिनं लपेटलं.

सखारामभाऊजी खूप चिडले होते. ते जोरजोरात ओरडून बोलत होते, "ही आमची परंपरा आहे. आमच्या परंपरेला विरोध कसा करतोस तू आप्पा? तुला आमच्या व्यक्तिगत गोष्टींमध्ये नाक खुपसायची गरज नाही. आधी इथून निघून जा, नाहीतर त्याचे परिणाम वाईट होतील."

आता मला कळलं, की ते आप्पासाहेब होते. आमच्याकडे नेहमी येणाऱ्या अण्णासाहेबांचे चिरंजीव. त्यांचा ओझरता उल्लेख मी अण्णासाहेबांच्या तोंडून ऐकला होता. येता-जाता त्यांना पाहिलंही होतं कदाचित. एकदा अण्णासाहेब आमच्याकडे आलेले, तेव्हा ते सतीविरोधी काम करणाऱ्या आप्पासाहेबांबद्दल बोलले होते.

जेव्हा काशीमाईला ह्यांच्या निधनाबद्दल कळलं, तेव्हा ती तडक आप्पासाहेबांना जाऊन भेटली. म्हणूनच ती मला आमच्या खोलीतून बाहेर गेल्यावर कुठंच दिसली नव्हती. नशिबानं आप्पासाहेब तिला वाटेवरच भेटले आणि तिनं सगळी हकिकत त्यांना सांगितली. मग ते दोघे तडक पोलीस स्टेशनवर पोहोचले. आप्पासाहेब वकील असल्याने

त्यांची तिथं ओळख होती. त्यांनी सतीविरोधी कायदा यावर बोट ठेवून सगळी व्यवस्था करून घेतली होती. सगळं जमवेपर्यंत थोडा वेळ गेलाच होता पण त्यांनी शक्य तितक्या तत्परतेनं चार पोलीस शिपायांना बरोबर घेतलं आणि इथं पोचले.

आप्पासाहेब बोलत होते, "एका अबला स्त्रीला जिवंत जाळणं, ही कसली क्रूर परंपरा? तुम्हाला या गोष्टीचा अभिमान कसा काय वाटू शकतो? ही घृणास्पद गोष्ट व्यक्तिगत असूच शकत नाही. ब्रिटिश सरकारने सतीविरोधी कायदा केला आहे. आपला समाज त्या कायद्याला पायदळी तुडवत आहे."

सखारामभाऊजी आणि आप्पासाहेब दोघंही हमरीतुमरीवर आले होते. तेवढ्यात अण्णासाहेब पुढे झाले आणि आप्पासाहेबांना त्यांनीही समजवायचा प्रयत्न केला. आप्पासाहेब सखारामभाऊजींना म्हणाले, "या सतीविरोधी कायद्यानुसार तुम्हाला अटक होऊ शकते, हे लक्षात ठेवा."

आलेल्या सगळ्यांनी हळूहळू काढता पाय घ्यायला सुरुवात केली. पोलिसांच्या भानगडीत कोण पडेल, असं त्यांना वाटत असणार. पोलीस सखारामभाऊजींना घेऊन गेले.

या सर्व घडलेल्या प्रसंगाच्या साक्षीदार होत्या आमच्या कुळातल्या सती. सगळे निघून गेले आणि तिथं फक्त मी, आप्पासाहेब आणि काशीमाई आम्ही तिघंच राहिलो होतो. मी आता कुठं जाणार? हा प्रश्नच होता. माझ्या माहेरच्या माणसांनी तर माझ्याकडे केव्हाच पाठ फिरवली होती. काशीमाई मात्र डमगली नाही. ती आप्पासाहेबांना म्हणाली, "साहेब, माझं छोटंसं खोपट आहे गावच्या वेशीवर. आक्काबाईंनी खूप माया लावली मला. आता मला त्यांच्यासाठी काहीतरी करायची संधी मिळाली आहे. तुम्ही काही काळजी करू नका. फक्त आक्काबाईंना माझ्या खोपट्यापर्यंत सोडलं तर खूप उपकार होतील."

आप्पासाहेबांनी माझ्यासाठी बग्गीची व्यवस्था केली. ते स्वतः मात्र तिथंच थांबले होते, ह्यांना अग्नी देण्यासाठी.

काशीमाईचं खोपटं अगदी गावाच्या वेशीवर होतं. आजूबाजूला लांबच लांब शेतं होती. दूरवर काही घरं दिसत होती. काशीमाईनं कंदील पेटवला आणि तिथं असलेल्या धडुत्यावर मला झोपवलं. छोटंसंच पण नीटनेटकं घर होतं ते. तिथं जरुरीपुरत्याचं चीजवस्तू होत्या. थोड्यावेळानं आप्पासाहेब वैद्यबुवांना घेऊन आले. ते खरंतर नाराज दिसत होते पण आप्पासाहेबांच्या भीतीनं आले असावेत. त्यांनी माझ्या जखमेवर लावायला लेप दिला. काही पुड्या दिल्या. ज्या मधात खलवून द्यायच्या होत्या. आप्पासाहेब वैद्यबुवांबरोबरच घरातून बाहेर पडले. आमचा निरोप घेताना ते सांगून गेले, "तुम्हाला काहीही लागलं, तर मला कळवा. मी तुम्हाला नक्की मदत करेन."

ते गेल्यावर काशीमाईनं माझ्या अंगावरचा सगळा जामानिमा उतरवला. तो उतरवताना ती तोंडातल्या तोंडात शिव्याशाप देत होती. जणू ती या बेगडी समाजाचं झुल उतरवत होती. माझ्या अंगात तर उठून बसायचीसुद्धा ताकद नव्हती. तिनं जेव्हा मला स्वच्छ पुसून काढलं आणि साधं सुती नरमशा कपड्याचं लुगडं नेसवलं, तेव्हा मला जरा बरं वाटलं. तिनं चूल पेटवली. चुलीतल्या आगीच्या ज्वाळा पाहून मला कसंसंच झालं. मी डोळे मिटून मान पलीकडे वळवली. माझ्या जळालेल्या पायांना असह्य वेदना होत होत्या. अंगाची काहिली होत होती. जिवावरचं पायांवर निभावलं यातचं समाधान मानायचं आणि काय. मी क्षीण कण्हत होते. माझ्या कण्हण्याच्या आवाजानं काशीमाईचा जीव कासावीस होत होता.

काशीमाईनं रवा भाजून लापशी केली. मी नको म्हणत असताना तिनं जबरदस्तीनं चमचा चमचा लापशी मला भरवली. थोड्या वेळानं तिनं माझ्या पायाला लेप लावला. पुडीतलं चूर्ण मधात खलवून मला चाटवलं.

"आता कसलाही विचार नका करू आक्काबाई. शांत निजा," असं म्हणून तिनं माझ्या अंगावर लुगडं पांघरलं. कंदील विझवला आणि माझ्या शेजारी अंग टाकलं. तिची झोपही माझ्यासारखीच उडून गेली होती. आम्ही फक्त डोळे मिटून पडून होतो. काळोखात रातकिड्यांचा आवाज येत होता. दूर कुठूनतरी कोल्हेकुई ऐकू येत होती. माझ्या डोळ्यासमोर आजचा प्रसंग पुन्हा पुन्हा येत होता. धगधगत्या चितेवरून माझी सुटका झाली पण माझ्या आयुष्यात पुढे काय वाढून ठेवलं होतं, ते तो परमेश्वरच जाणे.

काही दिवस गेले. काशीमाई माझी काळजी घेत होती. ती काही दिवस माझ्याजवळ थांबली पण एक दिवस तिला घराबाहेर पडायलाच लागलं. बाहेर पडलं नाही, तर खाणार काय ही परिस्थिती होती. ती शेजारच्या गावात शेतमजूर म्हणून काम करायला जायची. तिथंपण महामुश्किलीनं तिला काम मिळालं. तसंही आता तिचं वय झालं होतं. तिला असली कामं झेपत नव्हती, तरीही ती माझ्यासाठी सगळं करत होती. माझी तब्येत हळूहळू सुधारत होती.

'मीपण तुझ्याबरोबर कामावर येते ग,' असं मी काशीमाईला म्हणायचे, तर ती 'नको' म्हणायची.

कठीण दिवस होते ते. घरात अन्नाचा कण शिल्लक नव्हता. मी काशीमाईला म्हटलंही, "खरंच काशीमाई, माझ्यामुळे तुला किती त्रास सहन करावा लागतोय ते मला माहीत आहे. तू बाहेर पडलीस की लोकं तुला नाही नाही ते बोलतात. सगळ्यांनी तुला वाळीत टाकलं आहे. साध्या पिठा-मिठासाठी तुला शेजारच्या गावात जायला लागतंय. आता तर काय, तेही संपलं आहे. घरात अन्नाचा कण नाही. तू स्वतः उपाशी राहून मला

जेव म्हणून सांगतेस होय ग? कशाला मला वाचवलंस? त्या चितेवर जळून जायला द्यायचं होतंस मला. निदान तुझ्या आयुष्याची तरी अशी फरपट झाली नसती.”

काशीमाईनं माझ्या तोंडावर हात ठेवला आणि म्हणाली, “आक्काबाई, असं बोलू नका. तुम्ही मला माझ्या सरितासारख्या आहात, म्हणून तर तुमच्यासाठी माझा जीव तुटतो.”

हे नाव मी काशीमाईच्या तोंडून पहिल्यांदाच ऐकलं होतं. मी कितीदातरी तिला विचारायचे की, ‘काशीमाई, तुझ्याबद्दल सांग नं काहीतरी.’ तेव्हा ती विषय टाळायची. आज मात्र काशीमाईनं सगळं सांगितलं. तिचं लग्न झालं तेव्हा तिचा नवरा वाड्यावर माळीकाम करायचा. काही वर्षांनी तिच्या पदरात सरितेचं दान पडलं. तिला खूप आनंद झाला पण नवऱ्याला मुलगा हवा होता. सरितेनंतर तिला मूल झालं नाही. नवरा रोज प्यायचा आणि मारहाण करायचा. नंतर त्याला कोणी नटमोगरी भेटली. तिच्याबरोबर तो कुठंतरी निघून गेला तो कायमचा. सासूबाईंनी काशीमाईला वाड्यावर काम दिलं. सरिता मोठी झाली, तसं तिचं लग्नही लावून दिलं. अचानक एक दिवस बातमी आली, की सरिताच्या नवऱ्याला शेतात काम करताना जनावर चावलं. तो गेला आणि त्याच्याबरोबर सरितालाही लोकांनी चितेवर चढवलं. तेव्हा काशीमाई तिला वाचवू शकली नाही.

एवढं सांगून काशीमाई म्हणाली, “तुम्ही आलात आणि मला वाटलं माझी सरूचं मला परत मिळाली. तुम्हीपण तिच्यासारख्या गुणांची खाण म्हणतात नं, तशा आहात. मला किती जीव लावला आक्काबाई तुम्ही. तुमच्या सुखदुःखातच मी माझं सुखदुःख पाहत होते. त्यादिवशी मालक गेल्यानंतर माझ्या डोक्यात विचार यायला लागले. मालक तर गेले. आता आक्काबाईंना सती जायला लागणार. माझ्या डोळ्यासमोर माझी सरू जळताना दिसू लागली. तेव्हाच मी ठाण मांडली की काहीही झालं, तरी मी तुम्हाला सती जाऊ देणार नाही. मी माझ्या सरूला नाही वाचवू शकले पण मी तुम्हाला वाचवणार. देवाची कृपाच म्हणायची, की तुम्ही आम्हाला सहीसलामत मिळाल्या.”

एकदा दिवस मावळतीला आलेला. मी बिछान्यावर पडून काशीमाईची वाट बघत होते. चांगली रात्र झाली, तरी तिचा पत्ता नव्हता. काय झालं असेल काशीमाईला? रात्र सरली तरी काशीमाई काही आली नाही. सकाळ झाली तसं मी घर झाडलं, न्हाऊन धुऊन तुळशीला पाणी घातलं. घरात अन्नाचा कण नव्हता. कालपासून मीही काही खाल्लं नव्हतं. पोटात भुकेचा आगडोंब उसळला होता. एकीकडे काशीमाईचा पत्ता नव्हता पण त्याचवेळी पोटातल्या भुकेचं काय करावं असा स्वार्थी विचार माझ्या डोक्यात येत होता. मी घराबाहेर पडले. शेवटी फिरता फिरता मला एके ठिकाणी रान माजलेलं दिसलं. त्यात केतीकुर्डूची पानं दिसली. मी ती भरभर तोडली. घरी आले. एका पातेल्यामध्ये

ती पानं घातली आणि चुलीवर रटारटा शिजवली. थाळीमध्ये न काढता मी ती तशीच पातेल्यामधून अधाशासरखी खाल्ली. वर तांब्याभर पाणी प्यायले. भूक शांत झाली आणि मनात परत त्याच विचाराने उचल खाल्ली. काशीमाईनं बिचारीनं काय खाल्लं असेल? कुठं असेल ती? तिला गावातही शोधून आले. गावातल्या लोकांनी मला चार बोल सुनावले पण मी काही न बोलता मान खाली घालून परत खोपटाकडे आले. म्हणता म्हणता दिवस मावळला.

खूप रात्र झाली होती. मी अजूनही काशीमाईची वाट बघत होते. अचानक दारावर थाप पडली. मला हायसं वाटलं. 'चला, काशीमाई आली शेवटी,' असं स्वत:लाच म्हणाले.

'काय हे काशीमाई? किती उशीर केलास यायला? कुठं होतीस इतकावेळ?' असं म्हणत मी दरवाजा उघडायला गेले तर मला दार उघडायच्या आधीच ओळखीच्या अत्तराचा वास आला. त्या वासामुळे मी परत मागे फिरले.

"कोण आहे?" मी विचारलं. पण काहीच उत्तर आलं नाही. मी तशीच उभी राहिले. काही क्षणांनंतर परत कोणीतरी दरवाजा वाजवला. यावेळेला दरवाजा जोरजोरात वाजत होता. बाहेर कोण आहे, याचा मला अंदाज आला होता. हो, ते सखारामभाऊजीच होते. एवढ्या रात्री हे इथं का आले आहेत? काशीमाई घरात नाही, हे ह्यांना माहीत असेल का? मुळात पूर्ण एक रात्र आणि एक दिवस उलटला, तरी काशीमाई परतली नाहीये. ती कुठं गेली असेल? अशा अनेक प्रश्नांचं काहूर माझ्या मनात उठलं होतं.

तेवढ्यात सखारामभाऊजींनी पुन्हा जोरजोरात दरवाजा वाजवायला सुरुवात केली. मी घरात जे मिळेल ते जड सामान, जसं की काशीमाईची मोठी ट्रंक, वाटण करायचा दगडी पाटा असं जमत नव्हतं तरी जोर लावून ढकलून दरवाजाला लावलं. एवढा वेळ झाला तरी दरवाजा उघडत नाही म्हटल्यावर मात्र सखरामभाऊजींचा संयम सुटला. त्यांनी बहुतेक मदिराप्राशनही केलं होतं. ते ओरडून बोलू लागले, "ए उमे, बऱ्याबोलानं दार उघड, नाहीतर दार तोडून आत येईन."

मी घाबरून दरवाजाच्या समोरच्या भिंतीला टेकून बसले. यांनी खरंच दरवाजा तोडला तर काय करायचं, असा प्रश्न मला पडला होता. काशीमाई तिचा कोयता घेऊन गेली होती, त्यामुळे कोयताही दाखवता येणार नव्हता. सखारामभाऊजी जोरजोरात बोलतच होते. "तू आमच्या घराण्याच्या परंपरेचा नाश केलास. तू एक कलंक आहेस. तुला फारच जगायची आस होती काय? तुझ्यासारखी कुलटा बाई या जगात नाही. तुझ्या नवऱ्यामुळे ती भयानक बाई शारदा माझ्या आयुष्यात आली. तिनं आणि तिच्या बापानं माझं जिणं हराम करून टाकलंय. याला जबाबदार तूपण आहेस. तुला सांगितलं, मला साथ दे तर ऐकली नाहीस तू. काय बिघडणार होतं तुझं? मी माशासारखा तडफडतोय, तुला

कळतंय का? अजूनपण वेळ गेली नाही, मला साथ दे. मी तुला माफ करेन. नाहीतरी तू काय जगते आहेस, त्याला काही अर्थ आहे काय? भुकेला कोंडा नि निजायला धोंडा. ऐक माझं. गप्प बाहेर ये, नाहीतर मी हा दरवाजा तोडतोच की नाही ते बघ."

त्यांनी आता दरवाजावर लाथा मारायला सुरुवात केली होती. मी माझं बळ एकवटलं आणि त्यांना सांगितलं, "मला माझ्या हालावर सोडून द्या भाऊजी. मी जशी आहे, तशी ठीक आहे. तुम्ही इथून निघून जा. तुमची इच्छा मी कधीच पूर्ण होऊ देणार नाही. काशीमाई माझी पूर्ण काळजी घेते."

सखारामभाऊजी जोरात थुंकले. एक घाणेरडी शिवीदेखील हासडली.

"कोण? ती थेरडी काशीमाई? तिच्या जिवावर उड्या मारतेयस? त्या म्हातारीनंच सगळं कुभांड रचलं. त्या अतिशहण्या आप्पाला बोलावलं. तो आप्पा पोलिसांना घेऊन आला. त्याच्यामुळे मला चांगले चार दिवस पोलीस कोठडीत काढायला लागले. कोठडीत किती डास आणि ढेकूण होते माहितेय का? रक्त पिऊन पिऊन सबंध फोडून काढलं होतं मला त्यांनी. माझ्या अंगावर फोड आले. तिथं खायला काय तर जाडीभरडी कोरडी भाकरी आणि कांदा. ती भाकरीपण इतकी कडक की माझे दात दुखायला लागले. बापजन्मात इतकं घाणेरडं जेवण जेवलो नव्हतो. हे सगळं कोणामुळे झालं, तर तुझ्यामुळे आणि त्या बदमाश म्हातारीमुळे. नंतर शारदेच्या बापानं दोनशे दिमड्या मोजल्या, तेव्हा कुठं माझी सुटका झाली. शारदेला माझ्यावर माज करून दाखवायला आणखीन एक कारण मिळालं."

मी मनात विचार केला. जरा कुठं फोड आले अंगावर तर किती बाऊ करतात आणि मला मात्र जिवंत जाळायला निघाले होते. कोरडी का होईना पण भाकरी तरी मिळाली होती ह्यांना. माझ्यासारखी पानं उकडून खायची वेळ तर नाही ना आली. नेहमी कोणालाही स्वतःचंच दुःख मोठं वाटतं.

सखारामभाऊजी बरळतच होते, "तुमचं दाणापाणी बंद झाल्यावर मला वाटलेलं तुम्ही माझ्या पायावर लोळण घ्यायला याल पण ती म्हातारी भलतीच खट निघाली. तुला माहीत नाही, माझं नावपण सखाराम आहे सखाराम. तिचा बदला घ्यायची मी संधीच शोधत होतो, ती मला काल मिळाली."

हे ऐकून माझ्या छातीत धस्स झालं. मी घाबरून विचारलं, "म्हणजे? काशीमाई कुठं आहे? काय झालं तिला?"

सखारामभाऊजी गडगडाटी हसले. त्यांचा आवाज ऐकूनच माझ्या काळजाचं पाणी पाणी झालं. काय केलं असेल यांनी काशीमाईला? असा प्रश्न माझ्या मनात आला. तेवढ्यात भाऊजी म्हणाले, "काल ती थेरडी मला दिसली. नदीच्या काठानं येत होती. आपल्याच तालात चालली होती. मी पाठीमागं आहे, हे तिला कळलंपण नाही. तिच्या

डोक्यात सोटा घातला आणि दिली ढकलून नदीत. पाणी कसं लाल लाल झालं होतं. बुडून मेली तुझी काशीमाई. माझा बदला पुरा झाला. आता तू दार उघड, नाहीतर हे दार तोडून आत येईन मी."

मला रडू फुटलं. 'माझी काशीमाई गेली. माझ्यावर मायेची पाखरण करणारी. मला प्रत्येक वेळेला सांभाळून घेणारी माझी काशीमाई आता या जगात नाहीये. सगळ्या समाजाच्या विरोधात उभं राहून जिनं मला वाचवलं, ती काशीमाई गेली. माझ्यामुळे तिनं आपला जीव गमावला. या हैवानानं तिला मारलं. आता माझ्या जगण्याला काय अर्थ राहिला? कोणासाठी जगू मी? माझा आधार तर गेला. आता तर हा राक्षस माझ्या शिलावर उठला आहे. माझ्याकडे आता एकच मार्ग उरला आहे, तो म्हणजे आत्महत्या. माझं दुसरं मन मला सांगत होतं, काशीमाईनं स्वतःचा जीव गमावून जे बलिदान दिलं आहे, ते याचसाठी का? आता ऊठ, हातपाय गाळून उपयोग नाही. तो दरवाजा किती वेळ तग धरून राहणार? स्वतःचं शील वाचवणं आता तुझ्याचं हातात आहे. तूच स्वतःचा आधार हो. काशीमाईसारखी कणखर हो.' हे सगळं माझ्या मनात सुरू असताना सखारामभाऊजी तिथं दरवाजावर धडका मारतच होते. मी इकडं-तिकडं पाहिलं. पाठीमागच्या बाजूला जी खिडकी होती, तिथं मी एक तपेलं उलटं घातलं आणि त्याच्यावर चढून खोपटाच्या पाठच्या बाजूला उडी मारली. मी धपकन खाली पडले. पायातून सणक गेली. तोंडात पदर धरून मी माझी किंकाळी दाबली. तसंच सावरत मी उभी राहिले आणि वाट फुटेल तिकडं पळत सुटले. माझ्या पायाच्या जखमेमुळे मला जोरात धावता येत नव्हतं. कुठल्याही क्षणी सखारामभाऊजी माझ्यापर्यंत पोहोचू शकणार होते. थोड्यावेळानं मला चाहूल लागली, की कोणीतरी माझ्या पाठून येतंय. ते नक्की सखारामभाऊजीच होते. ते मलाच हाका मारत होते. "ए उमे, कुठं पळते? तू कुठंही लपून बस, मी तुला शोधून काढेन. मग तू आहेस आणि मी आहे."

माझे पाय आता खूप दुखायला लागले होते. अचानक माझा पाय धसल्यासारखा वाटला. मी खाली पाहिलं, तेव्हा माझ्या लक्षात आलं, की मी ज्या झाडाखाली उभी होते, त्या झाडामध्ये खालच्या बाजूला ढोली होती. मी मागचापुढचा काहीही विचार केला नाही आणि सरपटत त्या ढोलीच्या आत शिरले. माझे पायही मी हळूहळू आत ओढून घेतले. हळूहळू सखारामभाऊजींचा आवाज मोठा मोठा होत गेला. ते अगदी काही अंतरावर उभे होते. मी श्वास रोखून घेतला. दगडासारखी निश्चल झाले. मला माहीत होतं, की मी जराही हालचाल केली असती, तर पालापाचोळा वाजून मी सखारामभाऊजींच्या तावडीत सापडले असते. सखारामभाऊजी अजूनही मोठमोठ्यानं मला हाका मारतच होते. एक क्षण मला वाटलं, त्यांना मी इथंच असल्याचं कळलं की काय. कारण ते येऊन समोरच्या झाडाखाली बसले. मला त्यांचे पाय आणि जोडे दिसत होते. असं अंगाचं

मुटकुळं करून बसल्यामुळे माझ्या पाठीलाही रग लागली होती पण काही इलाज नव्हता. थोड्यावेळानं सखारामभाऊजी तिथून उठले आणि पुढं निघून गेले. त्यांचा आवाज विरळ होत जाऊन अगदी ऐकू येईनासा झाला. तरी मी त्याच अवस्थेमध्ये होते. न जाणो मी बाहेर आले आणि त्याचवेळेला सखारामभाऊजी परतले तर? खूप वेळानंतर मी बाहेर निघाले. पायात आणि पाठीत नुसतं ठणकत होतं. मी तिथंच, त्या झाडाखाली जरा वेळ विसावले.

आता पुढं काय? काशीमाईच्या खोपटाकडे परतण्याची शक्यताच नव्हती. सखारामभाऊजी तिथं टक लावून बसले असणार. माझा भक्कम आधार गेला होता. काशीमाई, माझी माई. माझ्या डोळ्यातून अश्रू वाहायला लागले. मी कोणासाठी रडत होते? काशीमाईसाठी की माझ्या स्वतःसाठी? मला माझं लग्न झाल्यापासून काशीमाईनं माझ्यासाठी काय काय केलं होतं, ते सगळं आठवत होतं. तिचं शेवटचं रूप तर मला खूप भावलं होतं. कणखर काशीमाई. कुठच्याही गोष्टीला डगमगून न जाता त्याविरुद्ध लढा देणारी काशीमाई. 'ए काशीमाई, कुठं गेलीस ग मला सोडून?' माझ्या मनात भावना उचंबळून आल्या.

मी तशीच नदीच्या दिशेनं चालत सुटले. नदीच्या काठाकाठानं जात असताना एका ठिकाणी मला रक्ताचा सडा पडलेला दिसला. बाजूलाच एका झुडपामध्ये काशीमाईच्या लुगड्याच्या पदराचा तुकडा अडकला होता. मी तो तुकडा अलगद काढून घेतला आणि माझ्या कपाळाला लावला. नदीमधून काशीमाई कुठं वाहून गेली होती कोण जाणे. मी हंबरडा फोडला, 'काशीमाईऽऽऽ'.

झुंजूमुंजू झालं होतं. मला तिथून हलावंसं वाटत नव्हतं. शेवटी मी निर्धार केला, की मीही काशीमाईसारखी जलसमाधी घेणार. कारण पूर्ण जगच माझं वैरी झालं होतं. माझ्या जगण्याला आता काय अर्थ राहिला होता. तेव्हा जलसमाधी घेतली, तर निदान काशीमाई मला तिच्या पदरात घेईल. मी पदर खोचला आणि नदीच्या काठावर उभी राहिले. नदीला नमस्कार केला आणि उडी मारणार तेवढ्यात कोणीतरी माझा हात धरला आणि मला मागं खेचलं. कोणी मला उडी मारता मारता थांबवलं होतं? माझ्या मनात भीतीची लाट उमटली पण मी तसंच मागं वळून पाहिलं.

प्रकरण : ७

उडी मारता मारता कोणी मला थांबवलं होतं? तो बळकट हात होता आप्पासाहेबांचा. मी त्यांना विचारलं, "का वाचवलंत मला? कोणासाठी जगू मी? त्यादिवशी मला सती जाण्यापासून वाचवलंत. त्याचा परिणाम काय झाला, तर ते माझ्या काशीमाईच्या जिवावर बेतलं. ठार केलं तिला त्या सखारामभाऊजींनी. हेच होण्यापेक्षा मी त्यादिवशी सती गेले असते, तर निदान काशीमाईचा तरी जीव वाचला असता."

आप्पासाहेबांनी मला बोलू दिलं आणि मग म्हणाले, "आत्महत्या करणं हे पाप असतं. हे भ्याडपणाचं लक्षण आहे. तुमच्या काशीमाईची हत्या झालीये, तर तुम्ही त्याच्या विरोधात पेटून उठायला हवं, आवाज उठवायला हवा. गुन्हेगारांना शिक्षा दिली पाहिजे. हे सगळं सोडून तुम्ही उलट आत्महत्या करायचा प्रयत्न केलात. तुम्ही मला हरवलंत. माझ्या विचारसरणीला हरवलंत. मला वाटलेलं, एका स्त्रीला मी सती जाण्यापासून वाचवलं पण तो माझा भ्रम होता."

मी म्हटलं, "मी आत्महत्या नको करू तर काय करू? तुम्हीच सांगा कुठं जाऊ मी? माझ्या माहेरच्या माणसांनी कधीच हात झटकलेत. एक काशीमाई होती, तिचाही आधार संपला. परत तिच्या खोपटामध्ये जाऊन राहिले, तर हा समाज मला जगू देणार आहे का? सखारामभाऊजी तर माझं शील लुटण्यासाठी संधीची वाट बघत आहेत. तसा प्रयत्नही केला त्यांनी. आता तुम्हीच सांगा, मी काय करायला हवं होतं?"

माझ्या बोलण्यानं आप्पासाहेब हवालदिल झाल्यासारखे वाटले पण नंतर मात्र ते ठामपणे म्हणाले, "एक दरवाजा बंद झाला, तरी नेहमी दुसरा दरवाजा उघडतोच, फक्त तुम्ही संयम बाळगायला हवा. तुम्ही माझ्याबरोबर चला. तुमच्या केसालाही धक्का लागणार नाही, याची जबाबदारी माझी." मी त्यांच्याबरोबर जायला का कू केलं पण नंतर माझा नाईलाज झाला.

एव्हाना उजाडत होतं. आप्पासाहेब मला सर्वप्रथम पोलीस चौकीत घेऊन गेले. त्यांना बघून चौकीतले साहेब पुढे आले. आप्पासाहेबांनी माझी ओळख करून दिली, "या आक्काबाई, त्यादिवशी तुम्ही हवालदार पाठवले ते याच बाईंना सोडवण्यासाठी."

पोलीस साहेब म्हणाले, "अच्छा अच्छा. आप्पासाहेब तुम्ही खूप चांगलं काम करत आहात. आमचा तुम्हाला पूर्ण पाठिंबा आहे. आता काय तक्रार आहे या बाईंची?"

आप्पासाहेबांनी पोलीससाहेबांना सर्व सांगितलं आणि तक्रार नोंदवून घ्यायला लावली. त्या चौकीमध्ये मला खूप अवघडल्यासारखं झालं होतं. अशा ठिकाणी मी पहिल्यांदाच येत होते. तिकडचं वातावरण बघून माझ्या मनावर खूप दडपण आलं होतं. मी एका बाकड्यावर बसले होते. समोरच्या बाजूला अर्ध्या विजारीतले पोलीस हवालदार बसले होते. ते माझ्याकडे रोखून पाहत होते. त्यादिवशी माझी सोडवणूक करायला हे हवालदार आले होते, असं माझ्या लक्षात आलं. मी त्यांच्यापासून नजर चुकवून मान खाली घातली.

आप्पासाहेबांबरोबर असलेले पोलीससाहेब बोलता बोलता मधेच माझ्याकडे बघत होते, तेव्हा मला मेल्याहून मेल्यासारखं वाटत होतं. मी अंग चोरून बसले होते. थोड्यावेळानं त्या साहेबांनी मला बोलावलं. मी त्यांच्याकडे गेल्यावर त्यांनी त्यांच्याकडच्या वहीत लिहिलेलं मला वाचून दाखवलं. त्याचा एकूण सारांश असा होता की, 'सखारामभाऊजींनी काशीमाईला ठार मारलं आणि त्याची कबुली माझ्याकडे दिली. तसंच त्यांनी माझ्यावर अतिप्रसंग करायचा प्रयत्न केला.'

ते साहेब मला म्हणाले, "हे तुम्हाला मान्य आहे का?"

मी आप्पासाहेबांकडे पाहिलं. तेव्हा ते साहेब म्हणाले, "तुम्ही कुठल्याही दडपणाखाली न येता जे खरं आहे ते सांगा. आणखी काही असेल तर तेही सांगा."

मी होकारार्थी मान डोलावली. मी त्यांना जे काही घडलं ते बिचकत बिचकत थोडक्यात सांगितलं. काशीमाईच्या साडीचा तुकडाही मी त्यांना दिला. नदीकाठी सुकलेल्या रक्ताचे डाग पडलेले दिसत होते, तेही सांगितलं. आप्पासाहेबांनी सांगितलं की त्यांनीही तिथं रक्ताचे डाग पाहिले आहे. तेव्हा ते साहेब मला म्हणाले, "बाई, तुम्ही अजिबात घाबरू नका. तुम्हाला न्याय मिळवून द्यायचा आम्ही पुरेपूर प्रयत्न करू. आता तुम्ही जाऊ शकता. फक्त जेव्हा आम्ही तुम्हाला बोलावू, तेव्हा तुम्हाला यावं लागेल."

मी हळूच आप्पासाहेबांकडे पाहिलं. त्यांनी मान डोलावली, मग मीही 'हो' म्हणून सांगितलं. आम्ही तिथून बाहेर पडलो.

आता आप्पासाहेब मला कुठं घेऊन जाणार होते? मी त्यांच्याबरोबर आले ते बरोबर

केलं का? लोक काय विचार करतील माझ्याबद्दल? मला काय करावं ते कळत नव्हतं. मी अप्पासाहेबांमागून मान खाली घालून जात होते. माझ्याकडे दुसरा काही पर्यायही नव्हता म्हणा. एव्हाना सकाळ झाली होती. रस्त्यात आजूबाजूचे लोक आमच्याकडे विचित्र नजरेनं बघत होते. आम्ही एका वाड्यासमोर येऊन थांबलो. आप्पासाहेबांनी साखळी वाजवली आणि आतमधून कोणीतरी विचारलं, "कोण आहे?"

"मी आप्पा." आप्पासाहेब म्हणाले.

एका मध्यम वयाच्या माणसानं मुख्य दरवाजा उघडला. ते होते घरात वरकाम करणारे गणुकाका. पाठीमागं आप्पासाहेबांच्या आई उभ्या होत्या. त्यांनी मला आप्पासाहेबांच्या पाठीमागं उभं असलेलं बघितलं आणि त्यांच्या चेहऱ्यावरचा रंग उडाला. त्या म्हणाल्या, "अरे आप्पा, हे काय? या बाईंना तू घरी आणलंसं खरं पण ह्यांना ते अजिबात आवडणार नाही. कशाला भांडणाला काळ?"

आप्पासाहेब यावर काहीच बोलले नाहीत. ते शांतपणे आत गेले. त्यांनी मलाही आत यायला सांगितलं. मी त्यांना म्हणाले, "माझ्यामुळे तुमच्या घरामध्ये क्लेश नको. मी नाही येत आत."

त्यावर आप्पासाहेब म्हणाले, "तुम्ही नाही आलात तर मी तो माझा पराभव समजेन. माझ्यावर विश्वास ठेवा आणि आतमध्ये या."

एव्हाना घराभोवती लोक जमायला लागले होते. उगाच माझ्यामुळे घरासमोर तमाशा नको, म्हणून मी शेवटी आत पाऊल ठेवलं. गणुकाकांनी लगेच दार बंद करून घेतलं. आप्पासाहेबांच्या आईंनी गणुकाकांना आम्हाला पाणी द्यायला सांगितलं आणि त्या आत निघून गेल्या. पाणी पिऊन झालं. आप्पासाहेब मला तिथं थांबवून आत गेले. मी तिथंच पडवीमध्ये मान खाली घालून एकटीच उभी होते. काय करावं? इकडे आड आणि तिकडे विहीर असं झालं होतं. शिवाय आता पुढं काय होणार, या भीतीनं माझी गाळण उडाली होती. मनात चलबिचल होत होती. तेवढ्यात अण्णासाहेब बाहेर डोकावले. मला बघितल्यावर त्यांनी जोरात हाक मारली, "आप्पा, आधी बाहेर ये."

त्या आवाजनंच माझी बोबडी वळली होती. पुढच्या महाभारताचा मला आधीच अंदाज आला होता. आप्पासाहेब बाहेर आले. अण्णासाहेब कडाडले, "तुला साधी गोष्ट कळत नाही का रे आप्पा? ही ब्याद का मागं लावून घेतली आहेस? सुखानं चार घास खायला मिळतात तर तेही नको झाले की काय तुला? शिव शिव शिव. आमचं सगळं घर बाटवलं ह्या बाईनं. हिचं तोंड बघितलं सकाळी सकाळी, आता परत अंघोळ करावी लागणार. आप्पा, हिला जिथून आणलं असशील, तिथं परत सोडून ये. आमचं पवित्र घराणं आहे. त्याला धर्मभ्रष्ट करू नकोस."

मी मनात म्हटलं, म्हणजे इथंही घराण्याचा जाज्वल्य का काय म्हणतात तसा अभिमान आहेच. बरोबरच आहे. हे अण्णासाहेब आमच्या ह्यांच्या उठण्याबसण्यातले. ते म्हणतात ना, समान शील व्यसनेषु सख्यम्, तसा काहीसा प्रकार आहे हा. हेच अण्णासाहेब मला बघायला यांच्याबरोबर आमच्या घरी आले होते, तेव्हा किती मनमिळाऊ आणि दयाळू वाटत होते? आज त्यांचं खरं भेसूर रूप बघायला मिळालं. माणसाचे खायचे आणि दाखवायचे दात वेगळे असतात, असं म्हणतात ना ते काही खोटं नाही.

आप्पासाहेब अण्णासाहेबांच्या समोर जाऊन उभे राहिले आणि म्हणाले, "हेच तर मी तुम्हाला कधीपासून सांगतोय. डोळ्यांवरची झापडं दूर करा. जरा स्वच्छ नजरेनं एकदा या जगाकडे बघा. मला तुमचं हे वागणं अजिबात पटत नाही. आपला धर्म इतका का तकलादू आहे, की एका अजाण अबला स्त्रीच्या येण्यानं भ्रष्ट होईल? एखाद्या जिवाला हाल हाल करून त्याचा बळी द्या, असं कुठलाच धर्म सांगत असेल असं मला अजिबात वाटत नाही. जर खरंच असा कुठला धर्म सांगत असेल, तर मी त्या धर्माला मानत नाही."

अण्णासाहेब हवालदिल झाले. ते एका कोपऱ्यात ठेवलेल्या खुर्चीवर शांतपणे बसले. आईंनी दिलेल्या तांब्यातून चार घोट पाणी प्यायले. "हे बघ आप्पा, आपण ज्या समाजात राहतो, त्या समाजात वावरण्यासाठी काही समाजमान्य गोष्टींचं पालन करायलाच लागतं. तू या बाईला घरात आणून ठेवलंस तर आपला समाज काय म्हणेल? आपल्यावर बहिष्कार टाकला जाईल. आपल्याबरोबर कुठलेच व्यवहार केले जाणार नाहीत. एका क्षुल्लक बाईसाठी तू हे सगळं आपल्यावर का ओढवून घेतो आहेस? माझं ऐक, हट्ट करू नकोस लहान मुलासारखा. त्यापायी आपल्याला सगळ्यांनाचं खूप मोठी शिक्षा भोगावी लागेल."

आप्पासाहेब चिडले आणि म्हणाले, "कुठल्या समाजाची गोष्ट करताय तुम्ही अण्णा? तो समाज ज्यानं रूढींच्या नावाखाली असंख्य निष्पाप स्त्रियांवर अत्याचार केला आहे? एकदा तुम्ही एक माणूस म्हणून माणुसकीच्या दृष्टीनं विचार करा. एखाद्या स्त्रीला सती जायला भाग पाडणं ही मानवजातीला काळिमा फासणारी गोष्ट आहे. हिंदू धर्मात मेल्यानंतर चित्रगुप्ताच्या दरबारात पाप-पुण्याचा हिशोब द्यायला लागतो नं. मला तर असं वाटतं, जेव्हा हे लोक चित्रगुप्ताच्या दरबारी जात असतील, तेव्हा नक्कीच त्यांना या अघोरी कृत्याचा जबाब द्यायला लागत असेल."

अण्णासाहेब उठून उभे राहिले आणि म्हणाले, "हे बघ आप्पा, मी तुला एवढं शिकवलं सवरलं, पुढची पदवी घ्यायला लंडनला पाठवलं. तुला बॅरिस्टर केलं, ते हा दिवस दाखवण्यासाठी नव्हे. माझंच चुकलं. तुला परदेशी पाठवलं तीच मोठी चूक

केली. तिकडचे वारे तुझ्यावरून वाहिले. चांगले पांग फेडतोयस तीर्थरूपांच्या कष्टाचे. आत्तापर्यंत तू बाहेर समाजसुधारणा करत फिरत होतास, तेव्हा आम्ही तुला मनाला पटत नसूनही जास्त आडकाठी केली नाही. आज मात्र तू हद्द केलीस. सरळ एका सती न गेलेल्या विधवेला घरात घेऊन आलास आणि तिच्यासाठी आमच्याशी वाद घालतोयस? तुला आम्ही निक्षून सांगतो, हे घर आमचं आहे. इथं आम्ही म्हणू ती पूर्वदिशा. ही बाई या घरात राहिलेली आम्हाला अजिबात खपणार नाही."

आप्पासाहेब यावर काहीच बोलले नाही. अण्णासाहेबांनी गणुकाकांना हाक मारली आणि सांगितलं, "या बाईला हात धरून बाहेर काढा."

मला रडू यायला लागलं. मनात विचार आला, उगाचच आप्पासाहेबांचं ऐकून त्यांच्या घराची पायरी चढले. माझ्यामुळे पितापुत्रांमध्ये बेबनाव झाला. मी आप्पासाहेबांना हात जोडून नमस्कार केला आणि जायला निघाले. आप्पासाहेब म्हणाले, "थांबा, तुमची जबाबदारी माझ्यावर आहे. तुम्ही माझ्या सांगण्यावरून या घरामध्ये आलात. तुमचा झालेला अपमान मला सहन होत नाही. माझ्या वडिलांनी केलेल्या अपमानासाठी मी तुमची माफी मागतो. हे घर या अण्णांचं आहे. त्यामुळे मी त्यांना जबरदस्ती करू शकत नाही पण माझ्या तत्त्वासाठी मी हे घर नक्कीच सोडू शकतो. चला, आपण दोघंही दूर कुठंतरी निघून जाऊ. या घरात एक क्षणही थांबायची माझी इच्छा नाही."

मी आप्पासाहेबांना समजावत होते, की माझ्यासाठी इतकं मोठं पाऊल उचलू नका. त्यांनी आयुष्यभर तुमच्यासाठी इतकं काही केलं आहे. माझ्यासारख्या बाहेरच्या स्त्रीसाठी त्यांना दुखवू नका. तेवढ्यात आप्पासाहेबांच्या आई त्यांच्या समोर येऊन उभ्या ठाकल्या. त्यांनी आपला पदर पसरला आणि म्हणाल्या, "आप्पा, उगाच डोक्यात राग घालून नको ते पाऊल उचलू नकोस. त्याचा तुला आणि ह्यांना किती त्रास होईल, तुला कळतंय का? यांचा किती जीव आहे तुझ्यावर. तू असा रुसून गेलास तर आम्ही कोणाच्या तोंडाकडे बघायचं रे? पदर पसरते तुझ्यासमोर, अशी घोडचूक करू नकोस."

तेवढ्यात अण्णासाहेब कडाडले, "जाऊ दे त्याला, जिथं जायचं असेल तिथं. तुम्ही मधे खोडता घालू नकात. अक्कल ठिकाणावर आली, की आपसूकच परत येईल तो. नाही आला तरी काही हरकत नाही. आम्हाला आप्पा नावाचा एक पुत्र होता, हेच आम्ही विसरून जाऊ."

आप्पासाहेबांच्या डोळ्यात मात्र अंगार फुलला होता. ते कोणाचंही ऐकून घ्यायच्या मनःस्थितीमध्ये नव्हते. ते सरळ घराच्या बाहेर पडले. मी त्यांच्या पाठोपाठ बाहेर आले. आप्पासाहेब आणि मी गावच्या वेशीवर आलो. वाटेत काशीमाईचं खोपटं दिसलं. कोणीतरी त्याला आग लावली होती. सगळं जळून खाक झालेलं. माझ्या काशीमाईची

शेवटची आठवणही कोणीतरी नष्ट केली होती आणि ती कोणी केली होती, हे आम्हाला नक्कीच माहीत होतं.

वेशीवर आल्यावर आम्हाला एक टांगा दिसला. आप्पासाहेबांनी त्या टांगेवाल्याला पत्ता सांगितला आणि आम्ही त्या टांग्यात बसलो. मी मागे बसले आणि आप्पासाहेब टांगेवाल्याच्या बाजूला बसले. टांगेवाला घोड्याच्या पाठीवर आसूड ओढत होता पण मला वाटत होतं, की नियतीनंच आमच्यावर आसूड उगारला आहे. काय भविष्य होत माझं आणि आप्पासाहेबांचंही? मला तर आता सगळं सहन करणं सवयीचं झालं होतं पण माझ्यामुळे आता आप्पासाहेबांनाही भोगावं लागलं होतं. कुठं जात होतो आम्ही? तिथं तरी सुख मिळणार होतं का? की भूतकाळाच्या सावल्या मला भिववणार होत्या? मनात अनेक प्रश्नं घेऊन मी टांग्यामध्ये बसले होते आणि अधांतरी भविष्याचा विचार करत होते.

आप्पासाहेब आणि मी टांग्यात बसलो, तेव्हाच माझ्या नवीन आयुष्याची सुरुवात झाली होती. टांग्यानं मोठ्या शहरामध्ये प्रवेश केला. मी आत्तापर्यंत कधीच शहरात गेले नव्हते. इकडच्या घरांची धाटणी वेगळी होती. घरं आटोपशीर होती. मी आजूबाजूच्या परिसराचं निरीक्षण करत होते. आमचा टांगा एका वाड्यासमोर येऊन उभा राहिला. आम्ही टांग्यामधून उतरतो न उतरतो, तोपर्यंत त्या वाड्यातून एक गृहस्थ बाहेर आले. त्यांनी कोट, टोपी आणि धोतर असा पेहराव केला होता. आप्पासाहेबांनी टांग्याचे पैसे चुकते केले. टांगा निघून गेला. त्या गृहस्थांनी आप्पासाहेबांना गळामिठी मारली आणि म्हणाले, "अरे आप्पा, किती दिवसांनी भेटतो आहेस रे."

मग त्यांचं लक्ष माझ्याकडे गेलं पण ते काहीच बोलले नाही. ते आम्हाला त्यांच्या घरात घेऊन गेले.

आटोपशीर, पण नीटनेटकं घर होतं. एक हसतमुख बाई तिथं उभ्या होत्या. मला बघितल्यावर त्या इतकं छान प्रसन्न हसल्या, की मला वाटलं जणू काही आमची जन्मजन्मांतरीची ओळख होती. आप्पासाहेब पुढे आले आणि त्यांनी ओळख करून दिली. ते म्हणाले, "हा माझा परममित्र बॅरिस्टर गंगाधर. आम्ही दोघं लंडनला एकाच महाविद्यालयामध्ये होतो. आणि या इंदुमती वहिनी. या आक्काबाई." त्यांनी माझीही ओळख करून दिली. त्या गृहस्थांनी आम्हाला समोरच्या खुर्च्यांवर बसायला सांगितलं. इंदू वहिनी लगेच आत गेल्या. आप्पासाहेबांनी गंगाधरभाऊंना माझ्याबद्दल सगळं सांगितलं. त्यांनी हेही सांगितलं की ते आता त्यांच्या घरात परत पाऊलही टाकणार नाहीत. आता इथंच या शहरात नवीन बस्तान बसवायची त्यांची इच्छा आहे. मला वाटलं माझ्याबद्दल ऐकल्यावर गंगाधरभाऊ चिडतील आणि आम्हाला तिथून निघून

जायला सांगतील पण तसं काही झालं नाही. उलट ते प्रसन्न हसले आणि मला म्हणाले, "आक्काबाई, तुम्ही काही काळजी करू नका. आजपासून तुम्ही माझ्या बहीण झालात असं समजा आणि हा भाऊ आपल्या बहिणीसाठी काहीही करायला तयार आहे."

आप्पासाहेबांना आनंद झाला. ते म्हणाले, "मला खात्री होती, तूच मला समजू शकतोस गंगाधर. म्हणूनच मी मागचा पुढचा काहीही विचार न करता ह्यांना घेऊन तडक तुझ्याकडे निघून आलो. तरीही एकदा वहिनींना विचारलं तर बरं होईल."

"मला काय विचारायचं त्यात भाऊजी? ह्यांचे आणि माझे विचार कधी वेगळे असूच शकत नाहीत. मी ऐकलंय सगळं. तुम्ही निश्चिंत राहा. आक्काबाईंना आणि तुम्हाला इथं काही कमी पडणार नाही. हवे तितके दिवस तुम्ही इथं राहू शकता." इंदू वहिनी फराळाची ताटं बाहेर घेऊन येताना म्हणाल्या.

"घ्या आक्काबाई, संकोच करू नका." इंदू वहिनी म्हणाल्या. आप्पासाहेबांनी खायला सुरुवात केली पण मला धीर होईना. इंदू वहिनींनी सरळ रव्याचा लाडू घेतला आणि माझ्या हातावर ठेवला.

"हे तुझं माहेर आहे, असं समज ग आक्का." त्या म्हणाल्या. मला एकदम काशीमाईची आठवण झाली. तीही अशीच मला बळंबळं खाऊ घालायची. मी लाडू तोंडात टाकला. अप्रतिम चव होती लाडवाची. त्या पुढं म्हणाल्या, "मी एकेरी नावानं हाक मारली तर चालेल ना तुला?"

इंदू वहिनींची सलगी बघून मला एकदम भरूनच आलं. एक चुकार अश्रू माझ्या डोळ्यातून ओघळला. तो हळूच पुसत मी वहिनींना म्हटलं, "हो चालेल की."

मी कितीही लपवलं तरी त्यांच्या लक्षात आलं. त्या म्हणाल्या, "हे शेवटचे अश्रू हं तुझ्या डोळ्यातले. तू काही काळजी करू नकोस. सगळं ठीक होईल."

मी त्यांना हसून दाखवलं. तेवढ्यात एक छोटासा मुलगा धावत बाहेर आला. माझा गजानन असता, तर याच्यापेक्षा थोडासाच लहान असता असा विचार माझ्या मनामध्ये आला. तो आधी आम्हाला बघून बिचकला. मग तो दाराच्या पाठीमागे उभा राहिला आणि लपून आम्हाला बघायला लागला. गंगाधरभाऊंनी दाराकडे जाऊन त्याला उचलून घेतलं आणि म्हणाले, "अरे जयंता, असा लाजू नकोस. हे बघ हे आप्पा काका आणि ह्या आक्का आत्या. आणि बरं का, हा आहे आमचा छोटासा जयंता. नमस्कार कर जयंता."

तो गंगाधरभाऊंच्या कडेवरून खाली उतरला आणि म्हणाला, "नमस्ते आप्पा काका आणि आक्का आत्या पण तुमचं खरं नाव काय आहे?"

मी सांगितलं, "उमा."

त्यानं टाळ्या पिटत उड्या मारल्या आणि म्हणाला, "मग मी तुम्हाला उमात्या

म्हणणार."

"ऐकलं का ग आक्का, मीपण तुला उमाक्का म्हणत जाईन." इंदू वहिनी म्हणाल्या.

जयंताशी गप्पा मारता मारता वेळ कसा गेला ते कळलंच नाही. इंदू वहिनी म्हणाल्या, "चला आता दिवस मावळेल लवकरच. गरम गरम पाण्यानं न्हाऊन घ्या. मी शामाताईला सांगून पाणी काढून देते तुम्हाला बंबातलं."

इंदू वहिनींनी मला त्यांच्याकडच्या नवीन लुगड्याची घडी मोडायला दिली. स्वच्छ न्हाऊन आल्यावर बराचसा शीण निघून गेला. नंतर मी त्यांच्या स्वयंपाकखोलीत गेले. इंदू वहिनींनी मला त्यांच्याबद्दल सांगितलं. त्यांचं लग्न झालं आणि गंगाधरभाऊ शिकायला शहरात आले. इकडचं शिक्षण पूर्ण झाल्यावर वकिली शिकायला ते परदेशी गेले. त्यांचे सासू, सासरे आणि दीर गावाला होते. सर्व शिक्षण संपल्यावर जेव्हा ते परत आले, तेव्हा गावापेक्षा शहरात वकिली चांगली चालेल या विचाराने गंगाधरभाऊ या शहरात आले होते. इंदू वहिनी आधीपासून गावालाच होत्या. गंगाधरभाऊंचा या शहरात जरा जम बसल्यावर मात्र ते इंदू वहिनींना इथं घेऊन आले. एकूणच इंदू वहिनी बरीच वर्षं गंगाधरभाऊंपासून दूर राहिल्या होत्या. आताशा या काही वर्षांपासून त्यांचा खरा संसार सुरू झाला होता आणि आता तर त्यांच्या या संसाररूपी वेलीवर जयंता नावाचं छोटंसं गोड फूल उमललं होतं.

इंदू वहिनींनी बोलता बोलता मला आप्पासाहेबांबद्दलही सांगितलं, की तेही शिक्षणासाठी शहरातच होते. त्यांच्या पत्नी तापाचं निमित्त झालं आणि त्यातच गेल्या. त्यानंतर आप्पासाहेबांनी त्यांचं पूर्ण लक्ष शिक्षणावर केंद्रित केलं. ते वकिली अव्वल अंकांनी पास झाले होते. इथं परत आल्यावर मात्र त्यांनी गावाकडे आपल्या आईवडिलांबरोबर राहणं पसंत केलं. आई-वडील किती वर्षं त्यांच्या मागं लागले आहेत लग्न कर म्हणून पण त्यांनी ते अजून मनावर घेतलेलं नाही. मी मनात विचार करत होते, की त्यांनी वकील झाल्यावरही आपल्या आईवडिलांची साथ सोडली नाही आणि आज केवळ माझ्यामुळे त्यांना त्यांचा निर्णय बदलावा लागला. मला खूप वाईट वाटलं.

स्वयंपाक झाल्यावर पहिली पुरुषांची पंगत बसली. तोपर्यंत मी जयंताला भरवलं. जयंतानं मला गळ्यात मिठी मारली. माझ्या गळ्याभोवती असलेल्या त्याच्या त्या कोवळ्या हातांचा तो मुलायम स्पर्श जाणवून मला एकदम गलबलून आलं. मी मनात विचार केला, मनानं किती चांगली माणसं आहेत ही. अशी देवमाणसं या जगात आहेत, यावर विश्वासच बसत नाही.

दिवस भरभर निघून गेले. आप्पासाहेब आणि गंगाधरभाऊ सकाळीच कामावर निघून जात. जाताना न्याहारी करत आणि डबा घेऊन जात. ते परत येत तेव्हा संध्याकाळ

झालेली असे. काम मिळवण्यासाठी आप्पासाहेब झटत होते आणि शेवटी त्यांना इथला पहिला खटला मिळाला. त्या खटल्याचे आगाऊ पैसेही आप्पासाहेबांना मिळाले. आणखी काही खटले मिळाल्यावर आप्पासाहेब लागलीच कामाला लागले. त्यांनी स्वतःसाठी भाड्यानं का होईना पण घर बघितलं. एका वाड्यामधली खोली होती ती. जरुरीपुरतं सामानही त्यांनी घेतलं. स्वयंपाक ते स्वतःच करणार होते. असं आप्पासाहेबांचं नवीन आयुष्य सुरू झालं.

माझ्या मनात मात्र एक हुरहूर लागून राहिली होती. गंगाधरभाऊंनी मला त्यांची बहीण मानलं असलं, तरीही शेवटी ते मानलेलं नातं होतं. इंदू वहिनी जातीनं मला हवं नको ते बघत होत्या. माझं मन जपत होत्या. जयंतानं तर इतका लळा लावला होता, की त्याला कुठं ठेवू नि कुठं नको असं मला वाटायचं. हे सगळं खरं असलं, तरी किती दिवस मी असं त्यांच्या चांगुलपणाचा गैरफायदा घेऊन त्यांच्याकडे राहणार होते?

आप्पासाहेब वरचेवर येत असत. सगळ्यांबरोबर माझीही ख्याली खुशाली विचारत असत. असेच एके दिवशी ते आले आणि त्यांनी मला बोलावणं पाठवलं. एवढं काय बोलायचं असेल त्यांना, असा विचार करत मी दिवाणखान्यात येऊन बसले. समोर गंगाधरभाऊ आणि इंदू वहिनीही बसलेले होते.

आप्पासाहेब बोलू लागले, "आक्काबाई, तुम्हाला मी इथं घेऊन आलो. कोणत्या परिस्थितीत घेऊन आलो, हे आठवलं तर अजूनही जीव जळतो. तुम्हाला सुरक्षित ठिकाण मिळावं म्हणून मी इथं घेऊन आलो कारण माझा माझ्या स्वतःपेक्षाही या दोघांवर जास्त विश्वास आहे. हे सगळं जरी मान्य असलं, तरी तुम्ही माझी जबाबदारी आहात आणि ती मी टाळू नये आणि टाळणारही नाही. इतके दिवस माझाच ठावठिकाणा नसल्यामुळे मी काही बोलत नव्हतो पण आज मात्र मी एक निर्णय घेतला आहे. तो तुमच्या अनुमतीशिवाय पूर्ण होणार नाही. तेव्हा मी काय सांगतो ते लक्षपूर्वक ऐका."

माझ्या मनात अनेक विचार यायला लागले. 'एवढा काय बरं निर्णय घेतला असेल आप्पासाहेबांनी? तो निर्णय मला मान्य करता येईल का? त्यांनी एवढं स्वतःची पर्वा न करता मला एवढ्या सगळ्यातून बाहेर काढलं. मला मदत करण्यासाठी स्वतःचं घरदेखील सोडलं. आता आणखीन काय नवीन बदल होणार आहे माझ्या आयुष्यात?' आप्पासाहेबही मला थोडेसे कचरल्यासारखे वाटत होते पण नंतर त्यांनी परत बोलायला सुरुवात केली, "मी तुमची जबाबदारी घेतली, तरी त्यादिवशी तुम्ही पाहिलंच होतं की किती लोकं आपल्यावर लांछन लावायचा प्रयत्न करत होते. लोक काय वाटच बघत असतात कोणाच्या वर्मावर कधी बोट ठेवायला मिळतंय याची. म्हणून मी तुमच्याशी पुनर्विवाह करायचा निर्णय घेतला आहे. माझी तुमच्यावर कसलीही जबरदस्ती नाही पण

परिस्थितीच अशी निर्माण झाली आहे, तेव्हा हा निर्णय योग्य आहे असं मला वाटतं."

त्यांचा हा निर्णय ऐकून मला धक्काच बसला. मी गोरीमोरी झाले. सगळ्यात पहिला प्रश्न माझ्या मनात आला, की मी एक विधवा आहे. मला परत लग्न करायचा अधिकार आहे का? लहानपणापासून पती हाच आपला परमेश्वर असतो, असं ऐकत आले होते मी. ह्यांच्या निधनानंतर सती जाणं हा खरंतर माझा धर्म होता पण मी हा धर्म पाळला नाही. उलटपक्षी माझ्या दिरावर माझ्यामुळे तुरुंगात जायची पाळी आली. यासाठी आधीच माझ्यावर समाजाचा रोष आहे. त्यात जर मी परत लग्न केलं, तर समाज त्याला मान्यता देईल का? माझ्या डोळ्यात पाणी आलं. मी आप्पासाहेबांना म्हणाले, "आप्पासाहेब, स्त्रीनं दुसरा विवाह करणं हे पाप आहे. मी जर लग्न केलं, तर मी नरकात जाईन. मला मोक्षप्राप्ती होणार नाही."

आप्पासाहेब हसले आणि म्हणाले, "तुम्ही कुठल्या भाकडकथांवर विश्वास ठेवताहात? ही सर्व अंधश्रद्धा आहे. गेल्या काही दिवसांमध्ये काही स्त्रियांचा पुनर्विवाह झाला आहे आणि त्या स्त्रिया सुखानं संसार करत आहेत. ईश्वरचंद्र विद्यासागर नावाचे एक भले गृहस्थ होते. त्यांनी विधवा स्त्रियांच्या पुनर्विवाहासाठी कोर्टात याचिका दाखल केली होती. त्याला समाजातून विरोधही झाला होता पण लॉर्ड डलहौसी यांनी १८५६मध्ये 'हिंदू विधवा पुनर्विवाह कायदा' केला. म्हणजेच स्त्रियांचा पुनर्विवाह हा सरकारदरबारीपण मान्य आहे. ईश्वरचंद्र यांचा दिनमणी देवी या विधवा स्त्रीशी विवाह झाला. आपल्याकडे विष्णुशास्त्री पंडित यांनीही विधवा स्त्रीशी विवाह केला आहे. त्यांची पुण्यामध्ये 'पुनर्विवाहत्तोजक मंडळ' नावाची संस्था आहे. याचाच अर्थ असा होतो, की स्त्रीनं दुसरा विवाह केला, तरी तिला काहीच पाप लागत नाही. उलट झालंच तर थोडंफार पुण्याचं काम त्यांच्या हातून होण्याची शक्यता जास्त असते."

मग मी आप्पासाहेबांना म्हटलं, "आप्पासाहेब, तुमचं घराणं मोठं. तुम्ही एवढे परदेशी जाऊन शिकून आलात. मोठे वकील झालात. तुम्ही नुसतं हो म्हणालात तर कितीतरी चांगल्या आणि तुम्हाला योग्य अशा मुलीशी तुमचं लग्न होऊ शकतं. मी एक अत्यंत क्षुल्लक बाई आहे. माझ्या माहेरी गरिबी पाचवीला पुजलेली. माझ्या माहेरच्यांनी मला कधीच नाकारलं आहे. मी एक विधवा स्त्री आहे, त्यात नवऱ्याच्या मागून सती न गेलेली. तुम्ही माझ्याशी लग्न केलं तर माझ्याबरोबर तुम्हालाही समाजाचा रोष पत्करावा लागेल. माझ्याबरोबर तुमचंही आयुष्य होरपळून निघेल. माझ्यामुळे तुमच्यासारख्या सज्जन माणसाचं आयुष्य बरबाद व्हावं, असं मला अजिबात वाटत नाही. तेव्हा तुम्ही हा वेडेपणा सोडून द्या."

त्यावर आप्पासाहेब म्हणाले, "मला योग्य अशी मुलगी म्हणजे नेमकी कशी मुलगी, हे कोण ठरवणार? माझ्या भावी पत्नीचं जे चित्र माझ्या डोळ्यासमोर आहे, खरं सांगतो

तुम्ही अगदी तशाच आहात. मला फक्त माझा घरसंसार चालवायचा नाहीये. मला स्त्रियांसाठी काहीतरी ठोस असं करायचं आहे. त्या स्त्रियांच्या जखमेवर फुंकर मारायची आहे पण शेवटी मी एक पुरुष असल्यामुळे माझ्या काही करण्याला एक मर्यादा येते. मनात कितीही असलं तरी मी त्या मर्यादेच्या पलीकडे जाऊन काहीही करू शकत नाही. तुम्हाला आत्तापर्यंत मी जेवढं ओळखतो, त्यावरून मी या निष्कर्षावर आलो आहे, की तुम्ही दुसऱ्यावर अगदी आपल्या माणसासारखी माया करता. तुमची सेवाभावी वृत्ती मला भावली. माझ्या जीवनाच्या ध्येयामध्ये तुम्ही मला पूरक ठराल, अशी माझी खात्री आहे म्हणूनच मी तुम्हाला लग्नाची मागणी घालतो. ती तुम्ही अव्हेरू नये, अशी माझी मनापासून इच्छा आहे."

मला काय बोलावं तेच कळतं नव्हतं. तेवढ्यात गंगाधरभाऊ म्हणाले, "उमाक्का, आप्पानं तुम्हाला लग्नासाठी विचारलं याचा मला कोण आनंद झाला आहे. माझ्या मतानुसार तुम्ही आणि आप्पा एकमेकांस अगदी अनुरूप आहात. जेव्हा तुम्ही प्रथमच आमच्या घरी आला होतात, तेव्हाच हा विचार माझ्या मनात चमकून गेला होता पण तुमच्या दोघांच्याही वागण्यावरून मला तसं काही जाणवलं नाही. त्यामुळे मी काही बोललो नाही. तुम्ही माझ्याकडे अगदी तुम्हाला हवे तेवढे दिवस राहू शकता. माझी त्याला काहीच हरकत नाही. उलट तुम्ही माझ्याकडे राहायला आल्यापासून माझ्या घराचं वातावरण आणखीन आनंदी झालं आहे. जयंताला तर तुम्ही किती लळा लावला आहे. मला सख्खी बहीण नव्हती. तुमच्या रूपाने मला ती मिळाली. कुठल्याही भावाला नेहमीच वाटत असतं, की आपल्या बहिणीला चांगले यजमान मिळावेत. तिचा संसार सुखाचा व्हावा. माझीही हीच इच्छा आहे आणि मी अगदी डोळे झाकून या माझ्या बहिणीचं लग्न आप्पाशी लावून देऊ शकतो. त्याच्याबद्दल मला खात्री आहे, की तो तुम्हाला अगदी सुखात ठेवेल."

नंतर इंदू वहिनीही म्हणाल्या, "उमाक्का, आता अधिक विचार करू नकोस. आप्पासाहेबांची मागणी मान्य कर. तुमचा भरला संसार आम्हाला बघायचा आहे. शेवटी कितीही नाही म्हटलं, तरी पुरुषाला एका बाईचा आधार आणि बाईला एका पुरुषाचा आधार हा लागतोच. अजून तर तुझं पूर्ण आयुष्य पडलं आहे."

शेवटी मी त्यांना सांगितलं, "मी लगेच निर्णय घेऊ शकत नाही. मला विचार करायला थोडा वेळ हवा आहे."

आप्पासाहेबांनी मान डोलावली आणि म्हणाले, "काहीच हरकत नाही. तुम्हाला हवा तेवढा वेळ तुम्ही घेऊ शकता. तुमचा जो काही निर्णय असेल, तो मला मान्य असेल. त्या निर्णयाचा मी आदर करेन."

त्यानंतर आप्पासाहेब निघून गेले. मला मात्र मोठं धर्मसंकट आल्यासारखं वाटत

होतं. सगळे सांगत होते ते खरंतर मनापासून पटत होतं पण लहानपणापासून मनावर जे बिंबवलं गेलं होतं, त्यामुळे मनाची तयारी मात्र होत नव्हती. खरंतर पुढच्या परिणामांना सामोरं जायला माझं मन कचरत होतं. विचार करून करून डोकं फुटायची पाळी आली होती. मला रात्रभर झोपही आली नाही. मी नुसती तळमळत होते. काय करावं, काही समजत नव्हतं. पहाटे पहाटे माझा डोळा लागला. तेव्हा मला एक स्वप्नं पडलं. स्वप्नात काशीमाई आली. हसत होती माझ्याकडे बघून. मी पटकन तिला नमस्कार केला. तिनं मला तिच्या कवेत घेतलं आणि माझ्या डोक्यावरून मायेनं हात फिरवला. ती मंद हसली आणि म्हणाली, 'आक्काबाई, मला तुमच्या मनाची अवस्था माहीत आहे. माझं एक म्हणणं ऐकाल? आप्पासाहेबांना लग्नासाठी हो म्हणून टाका. त्यातच तुमचं भलं आहे.' एवढं काशीमाई बोलतच होती अन् मला जाग आली. मी कुठं आहे याचं मला हळूहळू भान आलं. पहाटेची स्वप्न खरी असतात म्हणे. काशीमाईचा आशीर्वाद होता माझ्यापाठी.

मी परत विचार करायला लागले. आप्पासाहेबांनी मला आत्तापर्यंत किती मदत केली होती. मीही त्यांच्या विश्वासावर इथपर्यंत आले, कारण ते खूप सज्जन आहेत याची मला खात्री पटलेली होती. त्यांच्या जीवनाचं ध्येय हे स्त्रियांसाठी काहीतरी करण्याचं आहे. त्यांच्या या कार्यात माझा खारीचा वाटा उचलायला मला नक्कीच आवडेल. आता माझा निर्णय पक्का झाला होता. मी आप्पासाहेबांना लग्नासाठी हो म्हणणार होते. त्यासाठी कितीही संकटं आली, तरी त्यांना सामोरं जायची माझी तयारी होती.

मी सकाळी उठले. तोंड धुऊन स्वयंपाकखोलीमध्ये गेले. इंदू वहिनींनी माझ्याकडे बघितलं आणि विचारलं, "उमाक्का, काय झालं? जास्त विचार नको करूस. जे होईल ते होईल. तुझा काहीही निर्णय असला तरी आम्ही दोघंही तुझ्या पाठीमागे खंबीरपणे उभे आहोत."

मला एकदम गलबलून आलं. कोण कुठली माणसं आणि आता त्यांच्याशी एवढं दृढ नातं तयार झालं आहे. अगदी माझी स्वतःची माहेरची माणसं वाटतात. मी मान खाली घालून इंदू वहिनींना सांगितलं, "मी रात्रभर विचार केला आणि मला तुमचं म्हणणं पटलं. मी आप्पासाहेबांना होकार द्यायचा विचार करत आहे."

इंदू वहिनींनी आनंदानं मला जवळ घेतलं आणि म्हणाल्या, "तुझं हे उत्तर ऐकून माझ्या आनंदाला पारावार राहिला नाही. अत्यंत योग्य निर्णय घेतला आहेस तू उमाक्का."

त्यांनी लगेच गोडाचा शिरा करायला घेतला. आम्ही न्हातो धुतो तोपर्यंत गंगाधरभाऊ दिवाणखान्यात आले. इंदू वहिनींनी त्यांच्या हातात शिऱ्याची ताटली दिली आणि म्हणाल्या, "तुमच्या एकुलत्या एक बहिणीनं आलेल्या प्रस्तावाला मान्यता दिली आहे. आता तुम्ही तिचं कन्यादान करू शकता, यापेक्षा भाग्य ते काय?"

गंगाधरभाऊंनी मला आशीर्वाद दिले आणि शिरा खाता खाता म्हणाले, "चला आता एवढा शिरा खातो आणि लगोलग आप्पाला ही बातमी देतो. त्याला ही बातमी लवकरात लवकर दिल्याशिवाय मला चैन पडणार नाही."

मग त्यांनी जयंताकडे मोर्चा वळवला आणि त्याला म्हणाले, "अरे जयंता, तुझी उमात्या आता तुला सोडून जाणार बघ. आप्पा काका घेऊन जाणार हो तिला आपल्याकडे."

जयंताचं बिचाऱ्याचं तोंड एवढुसं झालं. तो म्हणाला, "मी कोणालाच नेऊ देणार नाही माझ्या उमात्याला. ते आप्पा काका दुष्ट आहेत अगदी."

एवढं बोलून तो निघून गेला. मी धावत त्याच्या पाठी गेले आणि त्याला माझ्या कवेत घेतलं. तर तो मला म्हणाला, "तू मला सोडून नाही ना जाणार?"

त्याला काय उत्तर द्यावं तेच मला कळेना. इंदू वहिनींनी कसंबसं त्याला समजावलं. तो गंगाधरभाऊंना म्हणाला, "मीपण येणार तुमच्याबरोबर आप्पा काकांकडे."

थोड्यावेळानं ते दोघं आप्पासाहेबांकडे गेले.

परत येताना त्यांच्याबरोबर आप्पासाहेबही होते आणि जयंता त्यांच्या कडेवर होता. म्हणजे दोघांची परत गट्टी जमली होती तर. आज मला आप्पासाहेब एकदम वेगळेच भासले. आप्पासाहेब म्हणाले, "तुमचा निर्णय मला कळला आहे. अगदी योग्य निर्णय घेतला आहे तुम्ही. आता मी न्यायालयामध्ये नोटीस देतो आणि विवाहाची तारीख काढतो. ठरलेल्या तारखेला आपला विवाह पार पडेल. आपला विवाह जास्त काही गाजावाजा न करता व्हावा, अशी माझी इच्छा आहे. तुम्हाला हे मान्य आहे का?"

मी होकारार्थी मान हलवली. आप्पासाहेब त्यादिवशी जेवायला थांबले होते. इंदू वहिनींनी पुरणपोळीचा घाट घातला होता. यथेच्छ तृप्त होऊन मंडळींनी आमच्या निर्णयाचं स्वागत केलं.

दुसऱ्या दिवशी गंगाधरभाऊ आप्पासाहेबांना घेऊन आले. येताना ते वाङ्‌निश्चयाच्या अंगठ्या घेऊन आले होते. इंदू वहिनींनी मला बाहेर बोलावलं आणि म्हणाल्या, "ये ग उमाक्का. अशी बस आप्पासाहेबांच्या बाजूला."

मला मेल्याहून मेल्यासारखं वाटायला लागलं. अजून माझी भीड चेपली नव्हती. मला तशीच उभी बघून इंदू वहिनी माझ्याकडे आल्या आणि त्यांनी मला आप्पासाहेबांच्या बाजूच्या खुर्चीवर बसवलं. आप्पासाहेबांनी माझ्या बोटात अंगठी घातली. मग इंदू वहिनींनी मला अंगठी दिली, ती मी आप्पासाहेबांच्या बोटात घातली. मी आधी बिचकत होते पण त्यांच्या आश्वासक स्पर्शानं माझं मन शांत झालं. मी स्वःलाच समजावत होते, की मी आता आप्पासाहेबांचा पती म्हणून स्वीकार केला आहे. आम्ही दोघांनी गंगाधरभाऊ आणि इंदू वहिनींना नमस्कार केला. त्या दोघांनी

आम्हाला भरभरून आशीर्वाद दिले.

हळूहळू लग्नाची तारीख जवळ येत होती. आमच्या लग्नाची फारशी अशी काही तयारी करायची नव्हती. तरी आप्पासाहेबांनी लग्नाच्या खरेदीसाठी थोडे पैसे माझ्याकडे दिले आणि म्हणाले, "थोडेच आहेत पण तुम्हाला पसंत पडेल अशी साडी आणि मंगळसूत्र करून घ्या."

इंदू वहिनींनी त्यांच्या घरी बस्त्यासाठी साड्या मागवल्या. मला मात्र त्यातलं काही नको असं वाटत होतं. असं वाटत होतं कशाला हे सगळं. मी इंदू वहिनींना शेवटी सांगितलं, "असू दे वहिनी, तुम्ही तुमच्या पसंतीनं एखादी साडी निवडा लग्नासाठी."

इंदूवहिनी लगेच माझ्या जवळ आल्या. त्यांनी माझ्या डोक्यावरून हात फिरवला आणि म्हणाल्या, "उमाक्का, मला माहीत आहे तू खूप सोसलं आहेस. हे खरं असलं तरी आता तुझ्या नवीन आयुष्याला सुरुवात होत आहे. तुझ्या भूतकाळाचं सावट या नवीन आयुष्यावर पडू देऊ नकोस. जे हातातून निसटलं, त्याचा तू किती वेळ विचार करत बसणार? त्यापेक्षा जे आता तुझं स्वतःचं होणार आहे, त्याचा समरसून स्वीकार कर. आयुष्य भरभरून जगायचा प्रयत्न कर."

मी त्यांना हसून दाखवलं आणि त्यांनी दाखवलेल्या साड्यांमधली एक साडी निवडली. इंदू वहिनी पुन्हा म्हणाल्या, " एक काय, पाच साड्या काढायच्या आहेत तुला."

मी नको म्हणत असतानादेखील त्यांनी मला पाच साड्या काढायला लावल्या.

दुसऱ्या दिवशी घरी सोनार आला. मी साधंसं मंगळसूत्र निवडलं. उगाच जास्त खर्च करू नये असं माझं मत होतं. इंदू वहिनींनी मला एक हार निवडायला सांगितला. मी त्यांना नको म्हणून सांगितलं तर म्हणाल्या, "ह्यांची एकुलती एक बहीण तू. आम्हालापण आमच्या मनासारखं थोडं करू दे."

इंदू वहिनी हसत म्हणाल्या पण मी मात्र माझ्या मतावर ठाम राहिले. शेवटी इंदू वहिनींचा नाईलाज झाला. मी इंदू वहिनींना सांगितलं, की मला त्यांना दुखवायचं नव्हतं पण इतकी वर्षं जड दागिने लेवून मला त्यांचा तिटकारा वाटायला लागला होता. तेव्हा इंदू वहिनींनी मला समजून घेतलं.

लग्नात रुखवत वगैरे काही नसलं तरीही एकीकडे इंदू वहिनींनी चिवडा, लाडू, शेव, चकली असं काहीबाही करायला सुरुवात केली. गंगाधरभाऊ एक दिवस एक ट्रंक घेऊन आले. इंदू वहिनींनी मला ती ट्रंक दिली आणि म्हणाल्या, "ही तुझी ट्रंक. आता तू जाणार, तर तुझं सगळं सामान यामध्ये भर."

मी इथं आले होते तेव्हा काय होतं माझ्याकडे? काहीच नाही. अंगावरच्या जुनाट

साडीव्यतिरिक्त माझं असं काहीच सामान नव्हतं आणि आता बघते तर खरंच की किती सामान जमलं होतं माझ्याकडे.

लग्नाचा दिवस उजाडला. इंदू वहिनींनी मला पिवळी साडी नेसवली. केसाचा सैलसर आंबाडा बांधून दिला. त्यावर वेणी माळली. सगळी तयारी झाल्यावर माझ्याकडे बघून म्हणाल्या, "उमाक्का, किती सुंदर दिसत आहेस तू. जात्याच सुंदर स्त्रीला काहीही शोभून दिसतं."

त्यांनी माझ्या कानाच्या पाठी काळी तीट लावली. मी बाहेरच्या खोलीत आले, तेवढ्यात टांग्याचा आवाज आला. आप्पासाहेब आले होते. ते होतेच रुबाबदार आणि आज ते आणखीनच साजिरे दिसत होते. शुभ्र सदरा आणि त्यावर त्यांनी धोतर परिधान केलं होतं. डोक्यावरची टोपी अगदी शोभून दिसत होती त्यांना. ते घरासमोर टांग्यातून उतरलेच होते आणि तेवढ्यात चार-पाच लोकांचा घोळका त्यांच्यासमोर येऊन उभा राहिला. ते आप्पासाहेबांना अडवत होते. मोठमोठ्यानं त्यांच्यावर ओरडत होते, "अनाचार माजवला आहे तुमच्यासारख्या लोकांनी. एका विधवेशी लग्न करत आहात तुम्ही. अशानं आपला धर्म भ्रष्ट होईल. हे सगळं आत्ताच्या आत्ता थांबवा."

आप्पासाहेबा त्यांना म्हणाले, "मी माझ्या निर्णयावर ठाम आहे. तुम्ही कितीही विरोध केला, तरी मी बधणार नाही."

त्यांनी आप्पासाहेबांना धक्काबुक्की करायला सुरुवात केली. हे बघून गंगाधरभाऊ पुढे झाले. त्यांनी आप्पासाहेबांना वाचवायचा प्रयत्न केला. अचानक तिथं दोन-तीन माणसं जमा झाली आणि त्यांनी त्या विरोधकांना चांगलाच इंगा दाखवायला सुरुवात केली. इकडं माझा आणि इंदू वहिनींचा जीव वरखाली होत होता. आम्ही हे सगळं खिडकीतून बघत होतो. मधेच पोलिसांच्या शिट्टीचा आवाज आला आणि सगळे सैरावैरा पळू लागले. गंगाधरभाऊ पटकन आप्पासाहेबांना घरात घेऊन आले. ते दोन गृहस्थही त्यांच्याबरोबर घरात शिरले. गंगाधरभाऊंनी पटकन दरवाजा लावून घेतला.

आप्पासाहेबांचा सदरा फाटला होता. गंगाधरभाऊंनी त्यांना आपला सदरा घालायला दिला. आप्पासाहेबांच्या ओठातून रक्त येत होतं. मी पटकन जाऊन त्यांना हळदीची वाटी नेऊन दिली. इंदू वहिनी माझ्याकडे बघून गालातल्या गालात हसल्या. त्यांच्याकडे बघून मी बावचळून गेले. गंगाधरभाऊंनी आप्पासाहेबांच्या ओठावर हळद लावली.

"खूप दुखत नाही ना रे आप्पा?" गंगाधरभाऊ म्हणाले.

"नाही, तसं विशेष काही नाही." आप्पासाहेब म्हणाले.

"विशेष कसं नाही? नको म्हणता म्हणता हळद लागली ना रे तुझ्या अंगाला. तीपण अगदी प्रेमानं दिलेली." गंगाधरभाऊंनी असं म्हटल्यावर सगळे जोरजोरात हसू लागले.

मी अगदी गोरीमोरी झाले.

तेवढ्यात शामाताई फराळ घेऊन बाहेर आली. सगळ्यांनी त्यावर यथेच्छ ताव मारला. आप्पासाहेब म्हणाले, "या दोघांची ओळख करून देतो. हे रमणराव आणि हे शरदराव. हे दोघंही आमचे जवळचे मित्र आहेत."

मी त्यांना नमस्कार केला. त्यांनीही केला. गंगाधरभाऊ म्हणाले, "चला चला, आता आणखीन उशीर नको."

शरदरावांनी त्यांच्याकडे असलेले कागद आमच्यासमोर धरले. आप्पासाहेबांनी झोकदार स्वाक्षरी केली. साक्षीदार म्हणून गंगाधरभाऊ आणि इंदू वहिनींनी स्वाक्षरी केली. त्यावेळी मला काही लिहिता वाचता येत नव्हतं पण त्यांनी जे काही लिहिलेलं ते खूप सुंदर वाटत होतं. माझा अंगठा शरदरावांनी मला शाईत बुडवायला सांगितला. मी अंगठ्याचा छाप त्या कागदावर उमटवला. नंतर गंगाधरभाऊंनी माझ्या आणि आप्पासाहेबांच्या हातात हार दिले. का कोण जाणे पण मला त्यावेळेला माझ्या पहिल्या लग्नाची आठवण झाली. मी अंतरपाटामागे अशीच हार हातात घेऊन उभी होते. इंदू वहिनींनी मला हलकेच हात लावला आणि 'कुठं हरवलीस' असं खुणेनंच विचारलं. मी भानावर आले आणि हलकेच मान 'काही नाही' म्हणून हलवली. आप्पासाहेब माझ्याकडेच बघत होते. मी मान खाली घातली आणि त्यांच्या गळ्यात हार घातला. आप्पासाहेबांनीही माझ्या गळ्यात हार घातला. इंदू वहिनी पेढे घेऊन आल्या. त्यांनी मला एक पेढा भरवला. मी उगाच त्याला दात लावल्यासारखं केलं आणि तोच पेढा इंदू वहिनींनी गंगाधरभाऊंकडे दिला. त्यांनी तो पेढा अप्पासाहेबांना भरवला. आप्पासाहेबांनी मात्र तो अख्खा पेढा खाल्ला. गंगाधरभाऊ म्हणाले, "कसं आहे, अशानं माया वाढते असं म्हणतात. तर अशा प्रकारे आमच्या बहिणाबाई उमाक्का आणि माझा परममित्र आप्पा या दोघांचा विवाहसोहळा पार पडला आहे, असं मी जाहीर करतो."

मंडळी थोडावेळ बसली आणि विविध विषयांवर चर्चा करायला लागली. आम्ही बायका मात्र आत निघून आलो.

इंदू वहिनींनी मला स्वयंपाकघरात जायची सरळ बंदीच घातली होती. सगळी तयारी झाल्यावर इंदू वहिनींनी सगळ्यांना जेवायला बोलावलं. केळीच्या पानांभोवती सुंदर रांगोळी काढली होती. आम्ही पानं वाढायला घेतली. इंदू वहिनी मला नको म्हणून सांगत होत्या पण मी काही त्यांचं ऐकलं नाही. खरंतर मला आप्पासाहेबांच्या बाजूला जेवायला बसायला सांगत होते पण मला पुरुषांच्या पंगतीला जेवायला बसणं प्रशस्त वाटलं नाही. शेवटी त्यांनी मला आग्रह करायचं थांबवलं. जेवण खूपच रुचकर झालं होतं. सगळी मंडळी अगदी तृप्त झाली.

बाकीची मंडळी गेल्यानंतर आप्पासाहेब म्हणाले, "आता आम्हालाही निघायला

हवं.”

गंगाधरभाऊंनी माझी ट्रंक बाहेर आणली. इंदू वहिनींनी माझी ओटी भरली. आम्ही दोघं गंगाधरभाऊ आणि इंदू वहिनींच्या पाया पडलो. जयंता मला येऊन चिकटला आणि मुसमुसू लागला. गंगाधरभाऊंनी त्याला उचलून घेतलं. इंदू वहिनींनी मला मिठी मारली. मलाही भरून आलं. काही दिवसांपूर्वी साधी ओळखही नव्हती यांच्याबरोबर आणि आता मात्र अगदी जिवाभावाची झाली होती.

आता आयुष्यातल्या नवीन पर्वाला सुरुवात होणार होती पण यावेळेला मात्र आप्पासाहेबांची भक्कम साथ होती.

प्रकरण : ८

आम्ही टांग्यात बसलो आणि टांगा निघाला, आमच्या नवीन घरी. घर म्हणजे काय एक वाडा होता. त्या वाड्याच्या मालकीणबाई, म्हणजे माई समोरच्या खोलीत राहत. त्यांचे यजमान, म्हणजे तात्या नेहमी मधल्या जागेमध्ये बाजेवर पडून असत. काही खोल्या बंद होत्या आणि तीन खोल्या त्यांनी भाड्यानं दिल्या होत्या. एका कोपऱ्यात विहीर होती आणि तिच्यावर रहाट होता.

आम्ही वाड्यात प्रवेश केला, तेव्हा समोर काही मुलं खेळत होती. तात्या त्यांचा खेळ बघत बसले होते. एका बिऱ्हाडाच्या समोर एक बाई खाली पाय सोडून बसली होती. ती आमच्याकडे कुतूहलानं बघत होती. माई समोरच्या तुळशीकडे दिवा लावत होत्या. आम्हाला बघितल्यावर त्या लगबगीनं पुढे आल्या. त्यांनी माझ्यावर भाकरतुकडा ओवाळून टाकला आणि माझ्या पायावर पाणी ओतलं. मग आप्पासाहेबांना म्हणाल्या, "बायको अगदी नक्षत्रासारखी आहे हो आप्पासाहेब पण पाय असे काय दिसतात हिचे भाजल्यासारखे?"

आप्पासाहेब त्यांना काहीच बोलले नाहीत. आम्ही त्यांना नमस्कार केला. त्यांनी आशीर्वाद दिला, 'अष्टपुत्र सौभाग्यवती भव!' हा आशीर्वाद ऐकून आज काही वेगळंच वाटत होतं.

माई म्हणाल्या, "आज तुमचा लग्नानंतरचा पहिला दिवस. असं करा, आज रात्री आमच्याकडेच या जेवायला."

मी लगेच म्हटलं, "तुम्हाला कशाला उगीच त्रास. मी करेन ना काहीतरी साधंसं."

तेव्हा माई दुखावल्यासारख्या वाटल्या. मग मीच म्हटलं, "काही चुकलं असेल तर माफ करा. आम्ही येऊ."

बोलून गेल्यानंतर माझ्या लक्षात आलं, की मी अप्पासाहेबांना तर विचारलंच नाही. मला वाटलं की आता ते रागावतील पण बाई झालं उलटंच. आप्पासाहेब हसत म्हणाले,

"हो येऊ की. तेवढीच तुमच्या हातची चव चाखायला मिळेल. इतक्या दिवसांत चुकूनही मला जेवायला म्हणून बोलावलं नव्हतं. आज तो योग आला."

मी आप्पासाहेबांकडे बघतच राहिले. कारण मी त्यांना असं बोलताना कधीच पाहिलं नव्हतं. आज त्यांचा नवीनच पैलू बघायला मिळाला. माई म्हणाल्या, "तर तर, त्यासाठी सूनबाई येण्यासारखं काहीतरी निमित्त लागतं. ऊठसूठ कोणालाही जेवायला बोलवायला आम्ही इथं काय अन्नछत्र नाही उघडलेलं." हा माझ्यासाठी दुसरा धक्का होता. आमंत्रण देण्याची अशी पद्धत मी प्रथमच पाहत होते. आप्पासाहेब आणि माई दोघंही हसत होते.

आप्पासाहेब माझी ट्रंक घेऊन आले आणि त्यांनी आमच्या खोलीच्या दरवाजाला लावलेलं कुलूप काढलं.

एकच खोली होती पण बऱ्यापैकी ऐसपैस होती. आप्पासाहेबांचा एकट्याचा संसार, तो जसा असणं अपेक्षित होतं, तसाच होता. आत गेल्यावर मी सभोवताली नजर फिरवली. एका कोपऱ्यात जुजबी सामान होतं. बाकी पूर्ण खोली रिकामीच होती. एका बाजूला छोटीशी न्हाणी होती. तिच्या कडेला दोन पाण्याचे हंडे ठेवलेले होते. न्हाणीच्या समोर एक आडवा दांडा बांधून त्यावर एक पडदा घातला होता. सध्या तो पडदा वर टाकलेला होता. एका बाजूला चूल होती. तिच्या बाजूला दोन टोप आणि गरजेपुरती दोन ताटं आणि दोन पेले एवढंच होतं. आप्पासाहेबांनी ट्रंक एका ठिकाणी भिंतीला लागून ठेवली. थोड्यावेळानं आम्ही माईंकडे जायला निघालो. जोड्यानं प्रथमच जात होतो. माझ्या मनात धाकधूक होती. या माई कशा असतील? माझ्याबद्दल कळल्यावर त्या कशी प्रतिक्रिया देतील, असं काहीबाही.

आम्ही त्यांच्या घरी गेलो. पलंगावर तात्या पाय सोडून बसलेले. माईंनी आम्हाला बघितलं आणि म्हणाल्या, "या या. बसा इथं." त्या आमच्या बाजूला बसल्या.

"नाव काय सूनबाई तुझं?" त्यांनी मला विचारलं.

"मी उमा."

"आप्पासाहेब, नाव बरीक छान ठेवलं हो." त्या म्हणाल्या.

आप्पासाहेब म्हणाले, "नाही, मी नाही ठेवलं हे नाव. आधीपासून हेच आहे."

"म्हणजे काय? लग्नानंतर नाव बदलायची पद्धत आहे." माई म्हणाल्या.

"अहो माई, लग्नानंतर नाव बदललं आहे त्यांचं."

माईंना काही कळेना. मग आप्पासाहेबांनी त्यांना सरळ सांगून टाकलं, की हे नाव पहिल्या लग्नानंतरचं आहे. हे आम्हा दोघांचंही दुसरं लग्न आहे. तुम्ही मघाशी जे विचारत होतात, की ह्यांचे पाय भाजल्यासारखे का आहेत, तर ते सती जाताना भाजले होते. माई अवाक होऊन आमच्या दोघांकडे बघतच राहिल्या.

आप्पासाहेब पुढे म्हणाले, "आता आम्हाला जेवायला वाढायचं की नाही, तुमच्या

वाड्यामध्ये आम्हाला राहू द्यायचं की नाही, हे तुम्ही ठरवा. तुमचा निर्णय आम्हाला मान्य आहे. हो ना हो?" यांनी माझ्याकडे प्रश्नार्थक नजरेनं पाहिलं. मी होकारार्थी मान हलवली.

माई काहीही बोलल्या नाहीत. त्यांनी माझा हात धरून मला तिथं मांडलेल्या पाटावर बसवलं. त्या आप्पासाहेबांकडे बघून म्हणाल्या, "आता तुम्हाला काय चांदीच्या वाटीतून अक्षता देऊ का आप्पासाहेब?"

आप्पासाहेब पाटावर येऊन बसले. माईंनी वाढायला सुरुवात केली. साधंच, पण रुचकर जेवण होतं.

"जेवा रे मुलांनो पोटभर. संकोच करू नका." माई म्हणाल्या. त्यांनी एका ताटात वाढून घेतलं आणि तात्यांना पाटावर आणून बसवलं. मग त्या तात्यांना भरवू लागल्या. मी माईंना म्हटलं, "आता तुम्हीही जेवा."

तर त्या म्हणाल्या, "मी रात्रीचं जेवत नाही."

आमचं जेवण झाल्यावर माईंनी मला हळदीकुंकू लावलं आणि माझी ओटी भरली. त्या आमच्याबरोबर बसल्या आणि बोलू लागल्या. त्या सांगत होत्या, "बायकांना भोग भोगावेच लागतात, असे नाहीतर तसे. तू मात्र भाग्यवान हो सूनबाई. आप्पासाहेबांसारखे पती तुला लाभले. नाहीतर आमचे भोग हे मेल्यावर संपणार बहुतेक. बरं सुखानं मरताही येत नाही. मी गेले तर यांचं काय होईल, हीच चिंता लागून राहते. नकळत्या वयात लग्न झालं. पती हे असे. जाताना हा वाडा सासरेबुवांनी ह्यांच्या नावावर केला. ह्यांचे भाऊ तोही लाटायला बघत होते पण तुमचे गंगाधरपंत आहेत ना, त्यांच्या वडिलांनी खूप मदत केली आणि हा वाडा आम्हाला मिळाला. लग्न न झालेल्या लोकांना खोली खरंतर देत नाही मी पण हे आप्पासाहेब गंगाधररावांचे मित्र निघाले, म्हणून मी त्यांना राहायला खोली दिली. आज यांचेही दोनाचे चार हात झाले. बरं वाटलं.

"चला आता तुम्हाला काय इथंच चटई अंथरूण देऊ काय? की जाता आपल्या खोलीत. या म्हातारीला पाठ टेकू द्या थोडी. दमले ग बाई आज फारच."

आम्ही त्यांना नमस्कार केला आणि तिथून बाहेर पडलो. किती भोगलं असेल ना माईंनी पण डगमगल्या नाहीत. समोरच्या परिस्थितीला सामोरं गेल्या. मला एकदम काशीमाईची आठवण झाली.

आम्ही घरी आलो, तेव्हा बराच उशीर झाला होता. आजचा दिवस कसा वेगवेगळ्या घटनांनी भरला होता. आता पुढे काय, असा विचार माझ्या डोक्यात आला. यांनी जाजम अंथरलं आणि आम्ही दोघांनी त्यावर अंग टाकलं. स्त्रीचा विचार करून हळुवारपणे आस्वाद घेता येतो, हे मला प्रथमच कळलं. मोठ्या घरामध्ये उंची पलंगावर येत नव्हती,

तेवढी शांत झोप मला त्या जाजमावर लागली.

पहाटेच जाग आली. मी लगबगीनं उठले. भरभर सगळं आटपलं. न्याहारी करताना आप्पासाहेब म्हणाले, "तुमच्या हाताला चव आहे." मी त्यांना हसून दाखवलं. डबा घेऊन आप्पासाहेब कचेरीत निघून गेले. जाताना मला सांगून गेले, की आपल्याला आईला नमस्कार करायला जायचयं, तेव्हा जायची तयारी करा. मी 'बरं' म्हणाले.

चार घास खाऊन मी थोडी सामानाची बांधाबांध केली. दुपारी जरा लवंडले. डोळा काही लागला नाही. मनात विचार यायला लागले. आयुष्यही किती चढउतारांनी भरलेलं असतं. आप्पासाहेब मला पती म्हणून लाभले, हे खरंच किती माझं भाग्य. नकळत माझ्या मनात हे आणि आप्पासाहेब यांच्यात तुलना सुरू झाली. प्रत्येक गोष्टीत आप्पासाहेब सरस होते.

सांज झाली तशी मी बाहेरच्या पायरीवर येऊन बसले. मुलं लंगडी खेळत होती, तर मुली सागरगोटे खेळण्यात दंग झाल्या होत्या. त्यांचा खेळ पाहता पाहता मला माझं बालपण आठवलं. समोरून आप्पासाहेब आले तशी मी आत गेले. आप्पासाहेबांना गूळपाणी दिलं. आप्पासाहेबांनी विचारलं, "झाली का तयारी?" मी 'हो' म्हणून सांगितलं.

"उद्या पहाटेच निघू." असं त्यांनी मला सांगितलं, तेव्हा मी होकारार्थी मान डोलावली.

तेवढ्यात बाहेरच्या बाजूला काहीबाही आवाज यायला लागले. आम्ही दोघंही बाहेर गेलो. बघतो तर तिथले एक भाडेकरू माईंशी हुज्जत घालत होते. त्यांच्या पाठी त्यांची पत्नी कौसल्या उभी होती. माईंच्या बाजूच्या खोलीतले लोकही दारात उभे होते. मी त्यांना प्रथमच पाहत होते. बहुतेक ते खोलीच्या बाहेर जास्त पडत नसतील. मुलं तात्यांच्या बाजेच्या बाजूला भेदरून बसली होती. तात्या नेहमीप्रमाणे त्यांच्या तंद्रीत होते. ते गृहस्थ तावातावाने माईंना बोलत होते, "तुम्ही एका सती न गेलेल्या आणि दुसरं लग्न केलेल्या बाईला इथं राहायला दिलंत. धर्मभ्रष्ट लोकांना थारा दिलात. हे आम्ही कदापि खपवून घेणार नाही. उद्या त्यांच्यामुळे या वाड्यावर हल्ला झाला, तर याला कोण जबाबदार? तुम्ही ताबडतोब त्या लोकांना इथून हाकलून द्या."

माई ठामपणे म्हणाल्या, "माझ्या वाड्यात कोणाला ठेवायचं आणि कोणाला नाही हे सांगणारे तुम्ही कोण? मी माझ्या जबाबदारीवर त्यांना इथं राहायला दिलं आहे. एका क्रूर रूढीला त्यांनी तिलांजली दिली, याचं खरंच मला कौतुक आहे. त्यात धर्मभ्रष्ट होण्याचं कारणच नाही."

आप्पासाहेबही लगेच पुढे झाले आणि म्हणाले, "माई, काही हरकत नाही. आम्ही निघून जातो इथून."

माई म्हणाल्या, "आप्पासाहेब, तुम्ही इथून अजिबात जायचं नाही. जे होईल ते

होईल. येणाऱ्या परिस्थितीला तोंड द्यायला मी समर्थ आहे. आणि तुम्ही हो त्र्यंबकराव, तुम्हाला त्यांचा एवढाच त्रास होत असेल ना, तर तुमचा मार्ग मोकळा आहे. तुम्ही खोली सोडून जाऊ शकता. मी तर म्हणते आत्ताच्या आत्ता माझी खोली सोडून जा."

कौसल्या लगेच मधे पडली. "मी काय म्हणते माई, कशाला उगाच वाद घालायचा? असू दे राहू दे त्यांना. यांच्या वतीनं मी माफी मागते." तिनं तिच्या यजमानांच्या पायावर डोकं ठेवलं आणि म्हणाली, "आमच्यावर कृपा करा. छोटंसं का होईना, आमच्या डोक्यावर जे छप्पर आहे ते हिरावून घेऊ नका. तुमच्या तुटपुंज्या पगारात कुठं नवीन घर मिळणंही महामुश्कील. तेव्हा तुम्ही आपले आत चला." त्र्यंबकराव जळफळत आत निघून गेले.

माईंनी मला जवळ बोलावलं आणि म्हणाल्या, "मुली, तू अजिबात काळजी करू नकोस. ही माई खमकी आहे असे वार परतवून लावायला. तू मला मुलीसारखी आहेस. काहीही अडचण आली, तर निर्धास्तपणे माझ्याकडे ये. मी आहे." माझ्या डोळ्यातून अश्रू व्हायला लागले.

"आणि हो आप्पासाहेब, आजपासून तुम्ही माझे जावई झालात. खबरदार माझ्या मुलीला जरा जरी त्रास झाला, तर गाठ माझ्याशी आहे म्हटलं." आप्पासाहेबांनी घाबरल्याचा आविर्भाव केला. माई खो खो हसायला लागल्या. हसता हसता त्यांच्या डोळ्यातून पाणी आलं.

दुसऱ्या दिवशी पहाटेच आम्ही गावी जायला निघालो. जाताना मनात धाकधूक होती, की यांच्या घरचे माझा स्वीकार करतील की नाही. घरी पोहोचलो, तेव्हा घराचा बाहेरचा दरवाजा उघडाच होता. आप्पासाहेबांनी उंबरठ्यावरून आत पाय टाकताच कडाडती गर्जना कानी आली, "माझ्या घरात पाय ठेवाल तर बघा, त्याचे परिणाम वाईट होतील. ज्याक्षणी तुम्ही ह्या बाईचा स्वीकार केला, त्याक्षणी तुम्ही आम्हाला मेलात. आता तुमचं इथं कोणी राहात नाही. निघून जा इथून." ते अण्णासाहेब होते.

आप्पासाहेबांनी उचललेलं पाऊल परत मागं घेतलं आणि म्हणाले, "मी फक्त माझ्या आईला भेटायला आलो आहे. तिला बोलवा. आम्ही तिचे आशीर्वाद घेऊन निघून जाऊ."

"इथं तुमची आई वगैरे कोणी राहत नाही. इथं राहतात त्या माझ्या पत्नी आहेत आणि मी जे सांगतो, त्याचं पालन करणं हाच त्यांचा धर्म आहे. तेव्हा आल्या पावली परत जा." अण्णासाहेब म्हणाले.

त्यांच्या पाठीमागे घरात आम्हाला आई दिसत होत्या. त्यांनी अगतिकपणे हात जोडून आम्हाला तिथून निघून जायची खूण केली. आप्पासाहेबांच्या चेहऱ्यावर निराशा

पसरली पण ती तेवढ्या एका क्षणापुरतीच आणि त्यानंतर निर्धार होता. ती करारी मुद्रा मला अजूनही आठवते. त्यांनी घराकडे पाठ वळवली आणि मला म्हणाले, "चला, आपण ज्या वाटेवर पाऊल ठेवलं आहे, त्या वाटेवर असे अनुभव क्षणोक्षणी येणार. अशाच वेळेला आपल्या निर्धाराचा कस लागणार आहे."

आम्ही आल्या पावली मागं फिरलो. माझं मन जरा खट्टू झालं पण असं होणार हे खरंतर अपेक्षितच होतं.

आम्ही थोडाच रस्ता कापला असेल आणि पाठीमागून हाक ऐकू आली, 'आप्पाऽऽ' आम्ही मागे वळून पाहिलं. हो, त्या आईच होत्या. कितीही नाही म्हटलं, तरी आईचं काळीज ते. आपल्या मुलासाठी तीळतीळ तुटणारच. त्या नेसत्या वस्त्रानिशी आमच्या मागे धावत आल्या होत्या. त्यांना पायात पादत्राणं घालायचं भानही राहिलं नव्हतं. आईंनी स्मितहास्य केलं आणि म्हणाल्या, "तू आत्ता नाराज होऊन गेला असतास, तर परत कधीच तुझ्या या आईला भेटायला आला नसतास, माहीत आहे मला. तू एखादी गोष्ट मनाला लावून घेतलीस, की तीच धरून बसतोस, हे कोणी सांगायला हवं का मला? इतके दिवस मी तुझ्या वाटेकडे डोळे लावून बसले होते. मला खात्री होती, एक ना एक दिवस तू मला भेटायला येणार आणि आज तसंच झालं. आता ही उमा माझी सूनबाई झालेली आहे. तिला आशीर्वाद नकोत का द्यायला? सूनबाई, ये अशी समोर."

मी आणि आप्पासाहेबांनी त्यांना नमस्कार केला. आईंनी आमच्या दोघांच्या डोक्यावर हात ठेवला आणि आम्हाला दोघांनाही गळामिठी मारली. त्यांच्या डोळ्यातून घळाघळा अश्रू येत होते. त्यांनी आपल्या हातातलं कंकण काढून माझ्या हातात घातलं आणि म्हणाल्या, "हा माझा आशीर्वाद समज आणि लवकरात लवकर मला नातवंडाची बातमी द्यायला ये, काय?" असं म्हणून त्या हसल्या. मी मान खाली घातली.

"बरं, ही कुलदेवतेची मूर्ती. तुमच्या देव्हाऱ्यात ठेव. तिची मनोभावे पूजा कर. ती तुम्हाला काही कमी पडू देणार नाही." एवढं बोलून त्या परत जायला निघाल्या. वळणावर गेल्यावर त्यांनी मागं वळून बघितलं, त्यांचे हात उंचावले आणि निघून गेल्या. त्या दिसेनाशा होईपर्यंत आप्पा भरल्या डोळ्यांनी त्यांच्याकडे बघत होते.

मी आप्पासाहेबांना सांगितलं, की मला काशीमाईच्या खोपटाकडे जायचं आहे. मग आम्ही तिथं जायला निघालो. वाटेत नदी लागली. या नदीवर किती आठवणी होत्या माझ्या. याच नदीमध्ये काशीमाईनं शेवटचा श्वास घेतला होता. इथंच आप्पासाहेबांनी माझा हात धरून मला आत्महत्या करण्यापासून रोखलं होतं आणि आता त्यांनी जो माझा हात धरला होता, तो कधीच न सोडण्यासाठी. मी नदीला नमस्कार केला.

आम्ही काशीमाईचं खोपटं जिथं होतं, तिथं आलो. आता तिथं त्या खोपटाचं नामोनिशाणही नव्हतं. इतर जमिनीचं होतं, तेचं काशीमाईच्या खोपटाच्या जमिनीचं

झालेलं होतं. कोणीतरी ती जमीन स्वतःच्या मालकीची असल्यासारखी वापरायला सुरुवात केली होती. ते सगळं बघून माझं मन व्यथित झालं पण मग मी विचार केला, तसंही काशीमाईचा कोणी वारस नव्हता. जमीन पडीकच राहण्यापेक्षा निदान शेती करून कोणाच्यातरी तोंडाला अन्न तरी लागणार होतं. मी तिथली माती माझ्या कपाळाला लावली. तेव्हा असं वाटलं जणूकाही मला माझी काशीमाईच भेटली.

आप्पासाहेब मला म्हणाले, "चला, पोलीस चौकीमध्ये जाऊ. आपण जी तक्रार नोंदवली होती, त्याची प्रगती बघायला जायला हवं."

माझ्या डोळ्यासमोर सखारामभाऊजी तरळून गेले. खरंच काय झालं असेल पुढे? पोलिसांना काशीमाईबद्दल आणि तिच्या खुनाबद्दल काही कळलं असेल का? त्यांनी काय कारवाई केली असेल?

प्रकरण : ९

आम्ही पोलीस चौकीत पोहोचलो. आप्पासाहेबांना बघून पोलीस निरीक्षकसाहेबांनी पुढे येऊन आप्पासाहेबांबरोबर हस्तांदोलन केलं आणि म्हणाले, “अभिनंदन आप्पासाहेब. खूप चांगला निर्णय घेतलाय तुम्ही.”

आप्पासाहेबांनी स्मितहास्य केलं. निरीक्षकांनी आम्हाला समोरच्या खुर्चीवर बसायची खूण केली. आम्ही बसलो. त्यांनी बोलायला सुरुवात केली, “तुमच्या केसचा तपास आम्ही करत आहोत. आम्ही नदीवर अधिक तपास केला, तेव्हा आम्हाला तिथं झाडीमध्ये सोटा मिळाला. त्यावर सुकलेल्या रक्ताचे डाग होते. तुमच्या तक्रारीमध्ये या सोट्याबद्दल तुम्ही आधीच नमूद केलं होतं. त्या आधारावर आम्ही सखाराम यांचं अटकपत्र तयार केलं आणि त्यांना अटक करायला गेलो पण ते फरार झाले होते.”

हे ऐकून माझ्या काळजाचं पाणीपाणी झालं. कुठं लपले असतील सखारामभाऊजी? त्यांच्या मनामध्ये मी आणि आप्पासाहेब आमच्या दोघांबद्दल खूप राग भरलेला आहे. त्यांनी सूडबुद्धीनं वाकडं पाऊल उचललं तर? मी आप्पासाहेबांनापण गमावून नाही ना बसणार. म्हणतात ना मन चिंती ते वैरी न चिंती.

माझ्या चेहऱ्यावरचे भाव आप्पासाहेबांनी पाहिले आणि माझ्या मनातलं लगेच ताडलं. माझ्याकडे बघून स्मितहास्य करून ते म्हणाले, “तुम्ही काही काळजी करू नका. त्यांचे हात आपल्यापर्यंत पोहोचू शकत नाहीत. आपल्याबद्दलची काहीही माहिती कोणाला नसल्यामुळे तुम्ही निश्चिंत राहा.” मी मान डोलावली.

निरीक्षक साहेबही म्हणाले, “हो बरोबर आहे. तुम्हाला त्यांच्याबद्दल काहीही माहिती कळली, तर ताबडतोब ती माहिती आम्हाला कळवा. आणि आम्हाला काही साक्षीदार मिळालेत, ज्यांनी तो सोटा सखाराम यांचा असल्याची साक्ष दिली आहे.”

त्यांनी पोलीस हवालदारांना सोटा आणायला सांगितलं. पोलीस हवालदारांनी सोटा आमच्या समोरच्या मेजावर आणून ठेवला. मी तो सोटा लगेच ओळखला. तो

सखारामभाऊजींचाच होता. मी तसं त्यांना सांगितलं. त्यांनी लगेच पोलीस हवालदारांना तसं लिहून घ्यायला सांगितलं. त्यांनी लिहून घेतलं आणि त्याखाली माझा अंगठा घेतला. पुढे ते म्हणाले, "दुसरी महत्त्वाची गोष्ट म्हणजे आम्ही नदीच्या काठावर वसलेल्या काही गावांमध्ये चौकशी केली, तेव्हा कळलं की बाजूच्या गावामध्ये भिकू ह्यांना काशीमाई यांचा मृतदेह सापडला होता. त्यांनी इतर गावकऱ्यांच्या मदतीनं तो मृतदेह नदीच्या काठीच दफन केला. आम्ही त्यांना तुम्ही दिलेला लुगड्याचा तुकडा दाखवला, तेव्हा त्यांनी तो ओळखला. त्यावरून मयत काशीमाई यांची ओळख पटली. ज्याठिकाणी काशीमाईंना दफन केलं होतं, त्या ठिकाणाची आम्ही तपासणी केली आणि काही पुरावे गोळा केलेत."

ते आप्पासाहेबांना म्हणाले, "आप्पासाहेब, सखाराम ह्यांना आम्ही शोधत आहोत. ते सापडल्यावर त्यांच्यावरचा खटला उभा राहील. तुम्ही योग्य ती तयारी करालच."

"हो, हो. नक्कीच." आप्पासाहेब म्हणाले.

निरीक्षकसाहेबांनी विचारलं, "आक्काबाई, तुमच्या मते ते कुठं लपले असतील? त्यांचा काही ठावठिकाणा तुम्ही सांगू शकाल का?"

मी या प्रश्नानं गोंधळले. मग सावरून त्यांना सांगितलं, "कदाचित ते त्यांच्या सासरी, शारदेच्या माहेरच्या वाड्यात असू शकतात किंवा गावामध्ये त्यांचे जवळचे मित्र होते वसंत म्हणून, त्यांना काही माहिती असू शकतं."

हवालदारांनी हे नमूद करून घेतलं. निरीक्षकसाहेबांनी पुढं आप्पासाहेबांना सांगितलं, "तुम्ही तुमच्या सध्याच्या वास्तव्याच्या ठिकाणाचा पत्ता इथं नमूद करा आणि मधूनमधून इथं या. जेणेकरून खटल्याबद्दल पुढची प्रगती तुम्हाला कळवता येईल." आप्पासाहेब 'हो' म्हणाले.

आम्ही दोघंही तिथून निघालो. वाटेवर आमचा पूर्वीचा वाडा दिसला. त्याची रया गेली होती. आता तो बंद होता. बऱ्याच दिवसांत तिथं कोणाचा वावर नसावा. बहुतेक सखारामभाऊजी फरार झाल्यामुळे शारदा परत तिच्या माहेरी गेली असेल. गोपाळभाऊजींची मला प्रकर्षानं आठवण झाली. ते नक्कीच मंगलावन्सांकडे असणार. हे माहेर असल्यामुळे मंगलावन्संना किती मनस्ताप भोगावा लागत असणार कोण जाणे. त्यामुळे त्याही इथं फिरकल्या नसणार. मंगलावन्स माझ्याबद्दल काय विचार करत असतील? माझी बाजू समजून घेतील, की माझ्यामुळे घराची वाताहत झाली अशी मला दुषणं देत असतील? मला गोपाळभाऊजी आणि मंगलावन्संना भेटावंसं वाटत होतं पण ही ती वेळ नव्हे, असा विचार करून मी ती इच्छा मनातल्या मनात दाबली. भरल्या घराची ही अवस्था पाहून मला खूप वाईट वाटलं. खरंतर आता माझा त्या घराशी काहीही संबंध राहिला नव्हता पण सगळे पाश असे झटक्यात नाही ना तोडता येत. कितीही नाही

म्हटलं तरी मी इतकी वर्षं या घरामध्ये काढली होती. जिवंत माणसांसारखं वास्तूशीही आपलं जिव्हाळ्याचं नातं तयार होतंच नं. रस्त्यावरून जाताना मी तिथंच थबकले. आप्पासाहेबही माझ्याबरोबर थांबले. मी तिथूनच वाड्याला आणि वाड्यासमोरच्या सुकलेल्या तुळशीला नमस्कार केला. नंतर माझ्या मनात विचार आला की माझ्या अशा वागण्यामुळे आप्पासाहेबांना काय वाटेल? मी त्यांच्याकडे पाहिलं. ते मला म्हणाले, "नका अपराधी वाटून घेऊ. मी तुमच्या मनातल्या भावना समजू शकतो. या घरातले लोक तुमच्याशी कसेही वागले असले, तरी कधीकाळी हे तुमचं घर होतं. तुम्हाला त्याच्याबद्दल आपुलकी वाटणारच."

मी काहीच बोलले नाही. आम्ही परत चालायला सुरुवात केली. आता माझ्या मनात आप्पासाहेबांचेच विचार सुरू होते. जर आप्पासाहेबांच्या जागी दुसरं कोणी असतं, तर त्यांनी गैरसमज करून घेऊन किती आकांडतांडव केला असता? मी मनाशी खूणगाठ बांधली की, आप्पासाहेबांना शेवटच्या श्वासापर्यंत साथ द्यायची. त्यांचा एकेक शब्द माझ्यासाठी प्रमाण असणार आहे यापुढे. त्यांच्या चेहऱ्यावर नेहमी हसू दिसेल, याची पुरेपूर काळजी मी घेईन. मला अगदी मनापासून वाटत होतं, की माझ्या वाटची जी काही सुखं असतील, ती त्यांना मिळावीत आणि त्यांची सगळी दु:खं मी भोगायला तयार असेन. आम्ही थोडावेळ चालतच होतो. आप्पासाहेब माझ्या किंचित पुढे होते. अचानक मला आमच्या पाठी कोणीतरी चालत आहे असं वाटलं. मी मागं वळून पाहिलं तर कोणीच नव्हतं. मग मला कदाचित भास झाला असेल असं वाटलं. आप्पासाहेबांनीही मला 'काय झालं?' असं विचारलं. मी 'काही नाही' अशा अर्थानं मान हलवली. थोड्यावेळानं मला आप्पासाहेबांच्या पाठीवर सावली दिसली. कोणीतरी कुऱ्हाड उगारली होती आणि ती सावली वार करणारच होती, इतक्यात मी जोरात किंचाळले, 'आप्पासाहेब'.

आप्पासाहेब पटकन बाजूला झाले आणि मागं वळले. ती कुऱ्हाड खाली आली. आप्पासाहेबांनी पटकन कुऱ्हाडीचा दांडा धरला आणि त्या मारेकऱ्याला पकडायचा प्रयत्न केला. ते सखारामभाऊजीच होते. घराप्रमाणे त्यांचीही रया गेली होती. चेहऱ्यावरचं तेज हरवलं होतं. कपडेही मळलेले होते. केस, दाढी, मिशा वाढल्या होत्या. सखारामभाऊजी आणि आप्पासाहेब यांच्यामध्ये झटापट सुरू झाली. माझ्या जिवाचा थरकाप उडाला. सखारामभाऊजी जोरजोरात ओरडून म्हणत होते, "आप्पा, मी तुला आणि या अवदसेला सोडणार नाही. तुमच्यामुळे आज माझी ही अवस्था झाली आहे. एकेक करून मी माझा बदला पूर्ण करेन. तुला मारून टाकेन. या कुलटेचा उपभोग घेईन आणि तिलाही मारून टाकेन. हिला मी सांगत होतो, तेव्हा हिने ऐकलं नाही. तेव्हा ही म्हणे शील जपत होती स्वत:चं. राणीसारखं ठेवलं असतं मी हिला पण हिनं ऐकलं नाही माझं आणि आता तुझ्याशी लग्न करताना कुठं गेलं ते शील?"

मधेच ती कुऱ्हाड आप्पासाहेबांच्या दंडाला चाटून जाणार होती पण ते थोडक्यात बचावले. माझा जीव वरखाली झाला. शेवटी आप्पासाहेबांनी सखारामभाऊजींना पकडलं. कुऱ्हाड माझ्या हाती दिली. आप्पासाहेब, सखारामभाऊजी आणि मी परत पोलीस चौकीकडे निघालो. सखारामभाऊजी सुटून पळून जायचा प्रयत्न करत होते पण आप्पासाहेबांच्या मजबूत पकडीतून ते सुटू शकले नाहीत. आम्हाला येताना पाहूनच हवालदार पुढे आले आणि त्यांनी सखारामभाऊजींना ताब्यात घेतलं आणि घेऊन गेले. पोलीस निरीक्षक आप्पासाहेबांना म्हणाले, “वा! हेही काम तुमच्याच शुभहस्ते पार पडले तर. आता लवकरच खटला सुरू होईल.” आप्पासाहेबांनी मान डोलावली. आम्ही आता परत आमच्या परतीच्या प्रवासाला निघालो. आजच्या दिवसभरात किती घडामोडी घडल्या होत्या. असो, जे काही होतं ते चांगल्यासाठीच असा विचार करायचा आणि आपली मार्गक्रमणा करायची.

आम्ही घरी परतलो तेव्हा बराच उशीर झाला होता. दिवसभर दगदग झाल्यामुळे जाजमावर अंग टाकलं आणि लगेच झोप लागली. रात्री यांच्या तोंडून कण्हण्याचा आवाज आला. मी पटकन उठून बसले आणि ह्यांना विचारलं, “तुम्हाला काही होतंय का आप्पासाहेब?”

आप्पासाहेबांनी पाय ओढून मागं घेतले आणि म्हणाले, “विशेष असं काही नाही. थोडे पाय दुखत होते. तुम्ही झोपा. होतील ठीक.”

मला चैन पडेना. मग मी जरा तीळ तेलात सैंधव, ठेचलेली लसूण घालून ते गरम केलं आणि त्यात कापूर खलला. मग ते तेल त्यांच्या पायांना लावायला घेतलं. आप्पासाहेब मला म्हणाले, “यासाठी नाही हो मी लग्न केलं तुमच्याबरोबर. राहू द्या.”

मी त्यांना म्हणाले, “आपलं लग्न झालं म्हणजेच आता आपली सुखं आणि दुःखंही एकच झाली नं? आता तुमची काळजी मी नाही घेणार तर कोण घेणार? तुम्ही वेदनेनं तळमळत असताना मला झोप लागेल का? तुम्ही माझ्यासाठी किती केलंत. मी तुमच्यासाठी एवढं तरी करूच शकते नं.”

आप्पासाहेब यावर काहीच बोलले नाहीत. मी हळूहळू त्यांच्या पायाला तेल चोळलं. थोड्यावेळानं ते म्हणाले, “आता मला बरं वाटत आहे. आता बास.” मी त्यांच्या चेहऱ्याकडे पाहिलं. वेदना कमी झाल्याचं दिसत होतं. मग मीही तेलाची वाटी ठेवून दिली. आम्ही दोघंही शांत झोपलो.

दुसऱ्या दिवशी सकाळी आप्पासाहेब कचेरीत गेल्यावर मी आमच्या देव्हाऱ्यात आईंनी दिलेली कुलदेवतेची मूर्ती ठेवली. किती प्रसन्न चेहरा होता त्या मूर्तीचा. त्या मूर्तीला नमस्कार केल्यावर अगदी आईच आहेत आमच्याबरोबर असं वाटलं.

संध्याकाळी कचेरीतून आल्यावर आप्पासाहेब मला म्हणाले, “मी आज तुमच्यासाठी काहीतरी खास भेटवस्तू घेऊन आलो आहे.”

त्यांनी त्यांच्या हातातल्या पिशवीतून एक दगडी पाटी काढली आणि बरोबर खडू. ती भेटवस्तू बघून मला हसूच आलं. त्यांनी ती पाटी माझ्या हातात दिली आणि म्हणाले, “तुम्ही एका वकिलाच्या पत्नी आहात. तुम्ही निरक्षर राहून कसं चालेल? स्त्रियांनी शिकलं पाहिजे, तरच त्यांना आपल्यावर होणाऱ्या अन्यायाची जाणीव होईल, अशा मताचा मी आहे. आता रोज मी तुम्हाला शिकवणार आणि जेवढं मी तुम्हाला ओळखतो त्यावरून तुम्ही एक हुशार विद्यार्थिनी असाल अशी माझी खात्री आहे.”

मला यावर काय उत्तर द्यावं ते कळतच नव्हतं. मी एक स्त्री असूनही मला शिकायला मिळणार याचं मला अप्रूप वाटलं. मी ती पाटी देवासमोर ठेवली. तिच्यावर गंधफूल वाहिलं. देवाला गुळाचा खडा प्रसाद म्हणून दाखवला आणि नमस्कार केला. तसंच जाऊन आप्पासाहेबांच्या पाया पडले. ते दोन पाऊल मागं सरकले आणि म्हणाले, “अहो हे काय करताय?”

मी त्यांना सांगितलं, “आजपासून तुम्ही माझे गुरू. गुरूंच्या पाया पडले तर विद्या लवकर मिळेल मला.”

आप्पासाहेब हसून म्हणाले, “नुसतं पाया पडून विद्या मिळत नसते. त्यासाठी खूप अभ्यास करावा लागतो.”

“हो, हो. माझी तयारी आहे ना अभ्यास करायची.” मी मान डोलवत म्हणाले.

जेवण आटोपल्यावर आप्पासाहेबांनी खडूनं पाटीवर ‘श्री’ काढला आणि मला म्हणाले, “आज तुमच्या शिक्षणाचा श्रीगणेशा करत आहोत ना मग सर्वप्रथम आपण 'श्री' काढू या.”

त्यांनी माझ्या हातात खडू दिला आणि मला श्री काढायला सांगितला. आप्पासाहेबांचं अक्षर किती वळणदार होतं. मी दोन क्षण नुसतं त्या श्रीकडे बघतच राहिले. मग श्री काढायचा प्रयत्न करू लागले. किती वेळा प्रयत्न केला पण मला काही तो काढायला जमेना. कधी वेलांटी येत नव्हती, तर कधी त्या श्रीचे पाय वाकडे येत होते. आप्पासाहेब माझ्याकडे बघून हसत होते. शेवटी त्यांना माझी फजिती बघून बहुतेक दया आली. ते म्हणाले, “थांबा मी परत दाखवतो.”

त्यांनी माझा हात धरला आणि श्री काढला. आता मात्र मला नीटच समजलं ‘श्री’ कसा काढायचा ते. मी दोन-तीनदा त्याच्यावर गिरवलं मग बाजूला परत श्री काढला. यावेळेला मला तो बऱ्यापैकी जमला. तेव्हा आप्पासाहेब म्हणाले, “चला, म्हणजे तुमचा श्रीगणेशा झाला तर. आता एक काम करा, उद्या याची उजळणी करा.”

मी 'हो' म्हटलं.

दुसऱ्या दिवशी मी पूर्णवेळ श्री गिरवत होते. पूजा करताना मुद्दाम देवासमोर श्रीची रांगोळी घातली. भांडी घासताना राखेनं परत श्री काढून पाहिला. 'वा, आता डोक्यात एकदम बसला बरं श्री,' असं म्हणून मी स्वतःलाच शाबासकी दिली.

माझं मुळाक्षरं गिरवणं सुरू झालं. आप्पासाहेब मला रोज रात्री एक अक्षर काढून देत होते आणि मी दिवसभर त्याची उजळणी करत होते. स्वर, व्यंजनं दोन्ही शिकून झाल्यावर त्यांनी मला शब्द कसे लिहायचे ते शिकवलं. जोडाक्षरं लिहिताना मात्र माझी खूप गडबड उडाली. कुठलं अक्षर आधी येणार आणि कुठलं नंतर तेच कळेना. आप्पासाहेबांनी समजवायचा प्रयत्न केला पण ते काही माझ्या डोक्यात शिरत नव्हतं. खरं कारण वेगळंच होतं. मला झोप येत होती. एरवी शांत असलेले आप्पासाहेब त्यावेळेला मात्र खूप चिडले. त्यांच्या नाकाचा शेंडा लाल झाला. त्यांच्याकडे बघून मला हसूच आलं. मी हसू दाबायचा प्रयत्न केला, तरी ते त्यांना कळलं. मग काय, त्यांनी अगदी जमदग्नीचा अवतारच धारण केला आणि आवाज चढवून म्हणाले, "मी तुम्हाला इथं शिकवायचा प्रयत्न करतोय आणि तुम्हाला त्याचं काही गांभीर्यच नाही. तुमच्या चुका होत आहेत आणि वरून तुम्हाला हसू येतंय? माझा अपेक्षाभंग केलात तुम्ही."

मी म्हटलं, "एवढं काय चिडायचं ते? मी माझी चूक सुधारते ना. त्यासाठी एवढं बोलणार आहात का तुम्ही मला?"

ते तिथून उठले आणि सरळ बाहेर निघून गेले. मी त्यांच्या पाठोपाठ गेले पण ते लांब लांब ढांगा टाकत वाड्याच्या बाहेर निघून गेले आणि क्षणात दिसेनासे झाले. मी दारातच उभी राहिले. माझ्या डोळ्यातून पाणी आलं. माझं मलाच अपराधी वाटायला लागलं. एरवी मी कधी तोंडातून ब्रदेखील काढत नव्हते. मग आप्पासाहेबांनाच कसं काय मनाला लागेल असं बोलले. मी स्वतःला दोष देत होते, तेवढ्यात माई पाठीमागून आल्या. त्यांनी माझ्या डोक्यावरून हात फिरवला आणि मला विचारलं, "काय गं, काय झालं?"

मी त्यांना सगळं सांगितलं. त्यावर त्या मला म्हणाल्या, "काही काळजी करू नको. डोकं शांत झालं की येतील परत."

त्यांच्या चेहऱ्यावर मला हसू दिसलं. मी गोंधळून गेले. मग त्याच म्हणाल्या, "अभिनंदन. आज पहिल्यांदा तुमच्यामध्ये बेबनाव झाला. संसारात सगळं गोड असून कसं चालेल? थोडं चिमूटभर भांडणरूपी मीठही हवं ना, तरच संसार रंगतो." तेवढ्यात माईंना तात्यांनी हाक मारली. त्या मला धीर देऊन निघून गेल्या.

थोड्यावेळानं आप्पासाहेब परत आले. मी दारातच उभी होते. मला बघितल्यावर त्यांनी स्वतःचे कान पकडले. मी कावरीबावरी होऊन आजूबाजूला बघितलं, कोणी बघत तर नाही ना. मी त्यांना म्हटलं, "आत चला बघू आधी."

ते हसत म्हणाले, "जोपर्यंत तुम्ही मला माफ करत नाही, तोपर्यंत मी इथंच धरणं देऊन बसणार आहे."

मी त्यांच्याकडे अश्रूभरल्या नजरेनं पाहिलं आणि म्हटलं, "हे काय बोलताय तुम्ही आप्पासाहेब? पती कधी पत्नीची माफी मागतात का?"

आप्पासाहेब म्हणाले, "का? पती चूक करू शकत नाही का? चूक झाली तर माफी मागायलाच हवी, नाही का?"

"तसं नाही हो आप्पासाहेब. तुम्ही बरोबरच होता. मी हसायला आणि तुम्हाला उलटून बोलायला नको होतं. चला, आता इथंच उभे राहणार आहात की जाऊ या आपल्या खोलीमध्ये?"

आम्ही दोघंही आमच्या खोलीत गेलो. दार लावताना मला माई त्यांच्या ओसरीवर दिसल्या. त्या माझ्याकडे बघून हसल्या.

आप्पासाहेब जाजमावर पडून बोलत होते, "आज कचेरीमध्ये एकाबरोबर थोडीशी कुरबुर झाली. त्याचा राग तुमच्यावर निघाला. तुमची चूक एकदम क्षुल्लक होती पण माझ्या रागाचा एकदम भडका उडाला आणि वड्याचं तेल वांग्यावर निघालं. यापुढे असं होणार नाही, याची मी पुरेपूर काळजी घेईन."

आप्पासाहेब झोपले पण मी कितीतरी वेळ टक्क जागी होते. मनात विचार येत होते, आप्पासाहेब किती मोठ्या मनाचे आहेत. अहंकार बाजूला ठेवून आपली चूक कबूल करणं भल्याभल्यांना जमत नाही. हे माझी पटकन माफी मागून मोकळे झाले. किती निर्मळ मन आहे त्यांचं. आप्पासाहेब माझ्या मनात खूप मोठ्या स्थानावर विराजमान झाले होते.

दुसऱ्या दिवशी संध्याकाळी आप्पासाहेब आल्या आल्या सांगायला लागले, "अहो तुम्हाला मी लग्नापूर्वीच माझ्या जीवनाचं ध्येय सांगितलं होतं. तुम्हाला आठवत असेल. मी पूर्ण आयुष्यभर विधवा स्त्रियांसाठी आणि सती जाणाऱ्या स्त्रियांना वाचवण्यासाठी प्रयत्न करणार आहे. तुमच्या वेळेला जो प्रश्न पडला होता, तोच प्रश्न परत पडू शकतो. सती जाण्यापासून स्त्रियांना वाचवलं तरी त्यांची माणसं त्यांचा स्वीकार करतीलच असं नाही. अशा वेळेला त्या स्त्रीच्या उपजीविकेचा आणि राहण्याचा प्रश्न उद्‌भवू शकतो. मी यावर खूप दिवस विचार करत होतो आणि आज मला या प्रश्नाचं उत्तर मिळालं आहे. माझे एक अशील आहेत बाटलीवाला म्हणून. खूप उमदं व्यक्तिमत्त्व आहे. आज त्यांच्या खटल्याचा निकाल त्यांच्या बाजूनं लागला. खूप खूश होते ते. मागं असंच बोलता बोलता मी माझ्या ध्येयाबद्दल आणि त्यात येऊ शकणाऱ्या अडचणींबद्दल त्यांच्याशी बोललो होतो. त्यांनी स्वतःहून त्यांचा एक बंगला आणि त्याच्या आजूबाजूची थोडीफार

जमीन आपल्याला या कार्यासाठी देण्याचं कबूल केलं आहे. त्यांनी मला तसं बक्षीसपत्र करायला सांगितलं आहे. माझ्या मनातलं स्वप्न साकार होण्याची वेळ आलेली आहे. यामध्ये मला तुमची साथ असेल ना?"

"हे काय विचारणं झालं? मी सदैव तुमची साथ देईन. तुम्ही माझा जीव वाचवला. माझ्यासारख्या किती अभागी स्त्रिया असतील, ज्या अनिष्ट प्रथांमुळे होरपळून निघाल्या असतील. आता हे कुठंतरी थांबवायला हवं. त्यासाठी आप्पासाहेब, तुम्ही जे म्हणाल ते करायला मी तयार आहे."

आप्पासाहेब सांगायला लागले, "विल्यम कॅरे नावाचे ख्रिस्ती मिशनरी होते, ते सती प्रथेविरुद्ध होते. ही प्रथा बंद व्हावी, यासाठी त्यांनी प्रयत्न केले. राजा राममोहन राय नावाचे एक समाजसुधारक आहेत. त्यांनीही सतीची प्रथा बंद व्हावी, यासाठी आटोकाट प्रयत्न केला. शेवटी त्यांच्या प्रयत्नांना यश आलं. गव्हर्नर जनरल लॉर्ड विल्यम बेंटिक यांनी सतीविरोधी कायदा केला. या कायद्यानुसार भारतामध्ये कोणत्याही स्त्रीला सती जाण्यासाठी जबरदस्ती करणं हा गुन्हा आहे. या कार्यात मला तुमची साथ मिळणार, ही खरंच खूप चांगली गोष्ट आहे."

आम्ही बोलत बसलो होतो, तेवढ्यात कौसल्येच्या किंचाळीचा आवाज आला. आम्ही दोघं धावतच बाहेर गेलो. बघतो तर काय, माई वाड्याचा मुख्य लोखंडी दरवाजा बंद करत होत्या. बाहेरून कोणीतरी तो ढकलायचा प्रयत्न करत होतं. बरेच लोक असावेत. ते माईंना दरडावत होते. आप्पासाहेब पुढे झाले आणि त्यांनी माईंना दरवाजा बंद करायला मदत केली आणि माईंना विचारलं, "काय झालं माई?"

माई काहीच बोलल्या नाहीत. तेवढ्यात बाहेरून एक आवाज आला, "आम्ही गप्प बसणार नाही. त्या दोघांना आमच्या हवाली करा, नाहीतर परिणाम वाईट होतील. धर्मभ्रष्ट लोकांना तुम्ही थारा दिलातच कसा?"

ते आमच्याबद्दल बोलत आहेत, याचा मला अंदाज आला. माझी तर भीतीनं गाळण उडाली. त्या लोकांनी दरवाजा तोडला तर? आमचं पुढं काय होणार? आमच्यामुळे या वाड्यातल्या लोकांनाही भोगावं लागणार. त्र्यंबकरावांची भीती रास्त होती. आता पुढं काय होईल? आम्ही आणि हा वाडा या संकटातून वाचू शकू का?

माई मुख्य दरवाजाच्या समोर उभ्या होत्या. बाहेरचे लोक आता दरवाजा जोरजोरात वाजवत होते. 'दार उघडा, नाहीतर तोडू' असं म्हणत होते. माईंनी आप्पासाहेबांना सांगितलं, "तुम्ही ताबडतोब इथून निघून जा. उमाचा जीव वाचवणं हे आत्ता तरी सगळ्यात महत्त्वाचं आहे. खूप भोगलं आहे पोरीनं. आता तिला आणखी संकटात टाकू नका. तुम्ही इथं नाही म्हटल्यावर आमच्या वाट्याला ते जाणार नाहीत. तुम्ही निघा इथून लगेच."

मी माईंना नको म्हणत होते पण त्यांनी ऐकलं नाही. म्हणाल्या, “माझी शपथ आहे तुला पोरी. जा इथून. इथं काय करायचं ते मी बरोबर बघते.”

माईंच्या शपथेपुढं मला हार मानावी लागली. मी ताबडतोब जेवढं सामान घेता येईल तेवढं घेतलं. देव्हाऱ्यातली आईंनी दिलेली कुलदेवतेची मूर्ती डोक्याला लावली आणि पिशवीत ठेवली. माई आम्हाला म्हणाल्या, “या माझ्यामागे.”

आम्ही दोघं माईंच्या पाठी निघालो. त्यांनी आम्हाला त्यांच्या खोलीच्या मागच्या दारी नेलं. तिथं भिंतीला छोटंसं भगदाड पडलं होतं आणि बाजूला हातात पहार घेऊन त्र्यंबकराव उभे होते. त्यांना तिथं बघून मी दचकले. ते माईंना म्हणाले, “माई, तुम्ही काही काळजी करू नका. मी ह्यांना सुखरूप बाहेर सोडतो.”

मी माईंच्या पाया पडले. त्यांनी मला आशीर्वाद दिला आणि लवकर निघायला सांगितलं. आम्ही त्या भगदाडातून बाहेर पडलो. मी आप्पासाहेबांना खुणा करत होते पण ते माझ्याकडे दुर्लक्ष करून शांतपणे त्र्यंबकरावांच्या मागं जात होते. मग मलाही त्यांच्या पाठोपाठ जायला लागलं. त्या भिंतीला लागून पाठी काही चाळी होत्या. त्यांच्या मधल्या बोळकांड्यांतून जात जात शेवटी आम्ही हमरस्त्यावर आलो. त्र्यंबकराव म्हणाले, “आता मी मागे फिरतो. कौसल्या माझी वाट बघत असेल.”

ते गेले आणि आम्ही तिथून चालतच पुढं निघालो. मग आम्ही गंगाधरभाऊंच्या घरी गेलो. आम्हाला बघून गंगाधरभाऊंना खूप आनंद झाला पण आमचे चेहरे बघितल्यावर त्यांनी विचारलं, “काय रे आप्पा, काय झालं?”

आप्पासाहेब म्हणाले, “तू आधी चल माझ्याबरोबर. काय झालं ते सांगतो तुला वाटेत.”

गंगाधरभाऊ आणि आप्पासाहेब गेले. माझ्या मनात धाकधूक होती. इंदू वहिनींनी मला प्यायला पाणी दिलं. मी त्यांना माझ्या मनातलं सांगितलं, “मला भीती वाटते इंदू वहिनी. काही अघटीत तर नाही ना होणार? का लोक आमच्या पाठी पडले आहेत? का नाही जगू देत आम्हाला शांतपणे? त्यांनी माईंच्या वाड्यावर हल्ला केला. कितीतरी लोक असणार ते. माई आणि वाड्यातल्या लोकांना काही होणार तर नाही ना?”

इंदू वहिनी म्हणाल्या, “शांत हो उमाक्का, काळजी करू नकोस. देव पाठीशी आहे. काही होणार नाही.”

मला एकदम रडूच फुटलं. त्यांनी मला जवळ घेतलं आणि पाठीवरून थोपटू लागल्या. तेवढ्यात जयंता डोळे चोळत बाहेर आला. मला बघून त्यानं उड्या मारायला सुरुवात केली. तो माझ्या मांडीवर झोपला. मी त्याला हळुवारपणे थोपटायला सुरुवात केली. मुलांचं जग किती निरागस असतं नं. असं निर्मळ जग असतं तर किती बरं झालं असतं, असा विचार माझ्या मनात येऊन गेला.

मध्यरात्र सरत आली होती. आम्हा दोघींच्या डोळ्याला डोळा नव्हता. शेवटी गंगाधरभाऊंचा आवाज आला आणि त्यांनी दार ठोठावलं, तेव्हा कुठं आमच्या जिवात जीव आला. इंदू वहिनींनी दार उघडलं. गंगाधरभाऊ आणि आप्पासाहेब आत आले. दोघांच्याही चेहऱ्यावर जखमा होत्या. त्या बघून आम्ही काळजीत पडलो पण आप्पासाहेब म्हणाले, "काळजी करू नका. इतक्या खोलही नाहीत जखमा. जरा वरवर खरचटलंय इतकंच."

इंदू वहिनींनी हळदीचा लेप आणला. मी तो आप्पासाहेबांच्या आणि इंदू वहिनींनी गंगाधरभाऊंच्या चेहऱ्यावर लावला. मी आप्पासाहेबांना विचारलं, "काय झालं तिथं?"

आप्पासाहेब म्हणाले, "विशेष असं काही नाही. आम्ही पोलीस चौकीत गेलो आणि पोलिसांना घेऊन वाड्यावर गेलो. तिथं बरेच लोक होते. मला बघितल्यावर त्यांचा पारा चढला. ते माझ्यावर हल्ला करायला बघत होते. हा गंगाधर माझ्याबरोबर असल्यामुळे त्यालाही थोडाफार प्रसाद मिळाला. पोलिसांनी हल्लेखोरांवर लाठ्या मारल्या. बरेचसे हल्लेखोर त्यादरम्यान पळून गेले. काहींना पोलिसांनी पकडलं आणि घेऊन गेले. सगळं निस्तरल्यावर मी माईंना हाक मारली. त्यांनी दार उघडलं. मी त्यांना सांगितलं की आता काळजी करण्याची गरज नाही. उमा गंगाधराच्या घरी सुखरूप आहे. परिस्थिती आटोक्यात आलेली आहे. मात्र आम्ही परत इथं येऊ शकत नाही. आता ही जागा आमच्यासाठी सुरक्षित नाही. त्यांचा हिशोब मी नंतर येऊन पुरा करेन असंही मी त्यांना सांगितलं. माईंच्या डोळ्यात पाणी होतं. त्या मला म्हणाल्या की, 'माझ्या पोरीची काळजी घे. हिशोब करायची गरज नाही. माझी मुलगी काही दिवस माझ्याकडे राहिली तर त्याचे पैसे घेईन का मी?' माईपण कशा आहेत ना?"

इंदू वहिनींनी तेवढ्यात मसाले दूध करून आणलं आणि म्हणाल्या, "जागरण झालं आहे सगळ्यांनाच. आता एक काम करा, सगळे जण दूध प्या आणि निवांत निजा."

निजानीज झाली. आप्पासाहेब निवांत झोपलेही. मला मात्र अजिबात झोप लागली नाही. केवढ्या मोठ्या संकटात सापडलो होतो आम्ही? खरंच कुलदेवतेची कृपाच म्हणायची, आम्ही सुखरूप या सगळ्यातून बाहेर पडलो. 'देव तारी त्याला कोण मारी' म्हणतात ना, ते काही खोटं नाही. मी मनोमन कुलदेवतेला नमस्कार केला आणि 'अशीच आमच्या पाठीशी उभी राहा' अशी तिला प्रार्थना केली.

मला माईंची आठवण येत होती. किती धीराच्या आहेत त्या! एवढा मोठा प्रसंग आला पण अजिबात डगमगल्या नाहीत. आम्हाला पळून जायला मदत केली आणि स्वतः पहाडासारख्या उभ्या राहिल्या. अगदी माझ्या काशीमाईसारख्या. नवल होतं ते त्र्यंबकरावांचं. त्यादिवशी ते आमच्यावरून केवढे भांडले होते माईंशी आणि त्यांनीच

आम्हाला वाट दाखवली. एक क्षण मला वाटलेलं, की ते आम्हाला परत जर त्या हल्लेखोरांकडे घेऊन गेले तर? पण नाही. माणसं बदलतात यावर आज माझा विश्वास बसला होता. आपल्या पत्नीला आणि मुलांना वाड्यावर सोडून ते आम्हाला वाट दाखवायला आले आणि मी मात्र त्यांच्यावरच संशय घेत होते. मी माझ्या तोंडात मारून घेतलं. चुकलेच मी त्यांच्यावर अविश्वास दाखवून. आप्पासाहेबांना मात्र मानायला हवं. त्यांना माणसांची पारख आहे. आज पुन्हा एकदा आप्पासाहेब थोर असल्याची प्रचिती मला आली. माझ्यासाठी त्यांनी पुन्हा एकदा मोठं दिव्य पार पाडलं होतं. माझ्यासारख्या क्षुल्लक स्त्रीसाठी किती लोकांनी आज आपला जीव धोक्यात घातला होता. खरंच माझी तेवढी लायकी आहे का? असं मला वाटायला लागलं.

दुसऱ्या दिवशी मी आणि इंदू वहिनींनी गंगाधरभाऊ आणि आप्पासाहेब दोघांनाही किती विनवण्या केल्या, की आजच्या दिवस कचेरीत नका जाऊ. जागरण झालेलं आहे आणि चेहऱ्यावर जखमाही आहेत पण दोघांनीही ऐकलं नाही.

प्रकरण : १०

चार दिवस झाले असतील आम्हाला गंगाधरभाऊंकडे येऊन. आप्पासाहेब संध्याकाळी आले आणि म्हणाले, "अहो, चांगली बातमी आहे आपल्यासाठी. मी तुम्हाला म्हणालो होतो ना, ते बाटलीवाला साहेब आपल्याला त्यांचा बंगला देणार आहेत. तर माझं बोलणं झालं त्यांच्याशी. आज ते म्हणाले की बक्षीसपत्र काय होत राहील. बंगला तयार आहे. तुम्ही हवं तेव्हा तिथं राहायला जाऊ शकता. तेव्हा उद्याच आपण तिथं जाणार आहोत. त्यांनी आपल्याला एवढी मदत केलीय, तर मी ठरवलं आहे की त्यांच्या यापुढच्या केसची फी मी घेणार नाही. अशा प्रकारे फूल न फुलाची पाकळी म्हणून त्यांच्या उपकाराची परतफेड करायला मिळेल."

हे ऐकून मला आश्चर्य वाटलं. आप्पासाहेबांनी मागं सांगितलं होतं खरंतर पण मी तेव्हा विचार केलेला जेव्हा देतील तेव्हा खरे. आज मात्र त्यांनी खरंच आम्हाला त्यांचा बंगला दिला होता. खरंच या जगात चांगल्या माणसांची वानवा नाही. मी देवाला नमस्कार केला आणि इंदू वहिनींनी दिलेली खडीसाखर देवाला प्रसाद म्हणून दाखवली.

दुसऱ्या दिवशी आम्ही त्या बंगल्यात राहायला गेलो. बंगला प्रशस्त दुमजली होता आणि त्यात अनेक खोल्या होत्या. त्यांनी आतल्या सामानासकट आम्हाला बंगला दिला होता. शिवाय बंगला कोणाकडून तरी स्वच्छ करून घेतलेला दिसत होता पण तो बहुतेक बरेच दिवस बंद असावा, असं एकूण वाटत होतं. आजूबाजूला असलेली जमीन रखरखीत होती. मी ठरवलं, तिथं छोटीशी बाग करायची. आप्पासाहेब माईंकडे जाऊन आमचं सामान घेऊन आले. मी आमचं जे काही थोडंसं सामान होतं, ते समोरच्या एका खोलीमध्ये ठेवलं. एका भिंतीला टेकून देव्हारा ठेवला आणि त्यातल्या कुलदेवतेला नमस्कार केला. आप्पासाहेबांनी जाऊन जवळच्याच दुकानातून थोडंसं किरणासामान आणलं. मी स्वयंपाकघरात गेले. बऱ्यापैकी प्रशस्त स्वयंपाकघर होतं. स्वयंपाकघराला

लागून जेवणाची खोली होती. तिथं खूप मोठं मेज होतं. त्याला लागून बारा खुर्च्या लावलेल्या. मी स्वयंपाकघरात पहिल्यांदा दूध उतवलं. असं केल्याने घरात सुखसमृद्धी वसते, असं म्हणतात. मग स्वयंपाक करायला घेतला.

पुन्हा एकदा नवीन सुरुवात झाली होती. पुढे आमच्या नशिबात काय असेल? आता तरी चांगले दिवस पाहायला मिळतील ना? असा मी विचार करत होते.

आम्ही नवीन घरामध्ये स्थिरस्थावर होत होतो. आप्पासाहेबांनी चार लोकांना सांगून ठेवलं होतं, की कोणी स्त्री सती जात आहे असं कळलं, तर ताबडतोब त्यांना येऊन सांगायचं. कोणी लोक नाक मुरडत होते, विरोध करत होते तर कोणी त्यांना पाठिंबा दर्शवत होते. या प्रथेबद्दल चीड असणारेही बरेच लोक होते, फक्त पुढे यायला कचरत होते.

एका सकाळी एक वयस्कर बाई आमच्या घरी आल्या. आप्पासाहेब तेव्हा कचेरीत जाण्यासाठी आवरत होते. मी त्या बाईंना बसायला सांगितलं. त्या खूप घाबरलेल्या दिसत होत्या. मी त्यांना धीर दिला. त्या डोळ्यातलं पाणी पुसत म्हणाल्या, "माझ्या मुलीला, जानकीला वाचवा हो. तिच्या पतीचं निधन झालं आहे आणि तिच्या सासरचे लोक तिला सती जायला भाग पाडणार आहेत. आमच्या ह्यांना ही गोष्ट मान्य आहे. मी त्यांना किती सांगितलं, की आपण जानकीला आपल्या घरी घेऊन येऊ या पण त्यांना ते मान्य नाही. आमच्या शेजारच्या मालतीताईंकडून मला आप्पासाहेबांबद्दल कळलं. मी त्यांना शोधत शोधत इथं आले आहे. माझ्या मुलीला वाचवा."

तेवढ्यात आप्पासाहेब बाहेर आले. त्या बाईंनी आम्हाला पत्ता दिला आणि आम्ही ताबडतोब निघालो. मी निघताना बरोबर एक रग घेतला. पहिल्यांदा आम्ही त्या गावातल्या पोलीस चौकीमध्ये गेलो. तिथं सगळं सविस्तर सांगून दोन पोलीस हवालदारांना सोबत घेऊन निघालो. वाटेत आम्हाला एक बैलगाडी दिसली. आम्ही सगळे त्या बैलगाडीत बसलो.

आम्ही स्मशानात लवकरात लवकर पोहोचायचा प्रयत्न केला. दुरूनच कानठळ्या बसतील अशा आवाजात ढोल आणि नगाऱ्यांचा आवाज येत होता. तो आवाज ऐकून मला मी सती जात होते, तो दिवस आठवला. गाडीवान दादांनी बैलगाडी जोरात पळवली आणि आम्ही स्मशानात पोहोचलो. आप्पासाहेब दादांना म्हणाले, "तुम्ही आम्हाला बाजूच्या शहरात सोडाल का? तुम्हाला योग्य तो मोबदला द्यायला मी तयार आहे." गाडीवान दादा तयार झाले.

आम्ही आतमध्ये गेलो. समोरचं दृश्य हृदय पिळवटून टाकणारं होतं. चिता पेटली होती. त्यात ती तरुण मुलगी, जानकी, जिवंत जळत होती. लोकांचा विरोध पत्करून

आम्ही जानकीला वाचवलं. जमावाला थोपवण्यात पोलिसांचीही मदत झाली. मग आम्ही जानकीला दवाखान्यात घेऊन गेलो.

आम्ही जानकीला बैलगाडीतून खाली उतरवलं. दोन लोक धावत आले. त्यांनी जानकीला हातातल्या बिछान्यावर झोपवलं आणि आत घेऊन गेले. मीही त्यांच्याबरोबर गेले. आप्पासाहेबांनी गाडीवान दादांचा निरोप घेतला आणि ते आत आले. तेव्हा एक गोरेसे साहेब तिथं आले. आप्पासाहेबांनी मला नंतर सांगितलं, की ते गोऱ्यांचे वैद्य होते. त्यांना त्यांच्या भाषेत 'डॉक्टर' म्हणतात. तर आप्पासाहेबांनी त्यांना इंग्रजीतून काय घडलं ते सांगितलं. त्यांनी जानकीला तपासलं. तिच्या जखमा धुऊन काढल्या. तिच्या अंगाला चिकटलेलं लुगडं त्वचेतून सोडवलं. तिच्या जखमांवर मलमपट्टी केली. त्यांनी आप्पासाहेबांना काहीतरी सांगितलं. मग आप्पासाहेब मला म्हणाले, "ते सांगतायत की या स्त्रीची खूप काळजी घ्यावी लागणार आहे. तिला शुद्ध येईपर्यंत इथंच ठेवावं लागणार. तुम्ही थांबाल ना इथं? घाबरू नका. मी इथंच आहे पण मला बाहेर बसावं लागणार."

मी 'हो' म्हणून मान डोलावली. मग ते जानकीला दुसऱ्या खोलीत घेऊन गेले.

मी किती तरी वेळ तिच्या बाजूला बसून होते. रात्री कधीतरी मला जानकीच्या कण्हण्याचा आवाज आला. तिला बहुतेक पाणी हवं होतं. मी तिला चमच्यानं थोडं थोडं पाणी पाजलं. तिला आपण कुठं आहोत, हे कळलं नाही. तिच्या चेहऱ्यावर वेदना आणि भीती दिसत होती. मी हलकेच तिच्या डोक्यावर हात ठेवला आणि म्हणाले, "जानकी, तू घाबरू नकोस. त्या सगळ्यातून तू वाचली आहेस. आता कोणी तुला त्रास देणार नाही. आता झोप शांतपणे. आपण सकाळी बोलू."

तिनं डोळे मिटले. मी बाहेर आप्पासाहेबांकडे गेले. त्यांना जानकीला शुद्ध आल्याची बातमी दिली. आप्पासाहेब तडक उठले आणि डॉक्टरांकडे गेले. रात्रपाळीत असलेल्या डॉक्टरांनी जानकीला तपासलं. आता जानकी जिवाच्या धोक्यापासून वाचली असल्याचं ते म्हणाले. सकाळी आप्पासाहेब दुसऱ्या डॉक्टरांशी बोलले आणि त्यांनी जायची परवानगी दिली. डॉक्टरांनी जानकीसाठी काही गोळ्या दिल्या आणि त्या कशा घ्यायच्या, तेही मला सांगितलं. आम्ही जानकीला आमच्या घरी घेऊन आलो.

आम्ही राहात होतो त्या खोलीच्या बाजूच्याच खोलीमध्ये मी जानकीच्या राहण्याची व्यवस्था केली. तिचं अंथरूण तयार करून तिला झोपवलं. बिचारी वेदना कशा सहन करत होती, ते तो परमेश्वरच जाणे. ती खूप घाबरलेली होती. त्या धक्क्यामधून अजून बाहेर आली नव्हती. मी पातळशी लापशी करून तिला भरवू लागले, तर ती रडायलाच लागली. तिला बोलायला त्रास होत होता, तरीही थोडं थोडं थांबत ती मला म्हणाली,

"ताई, तुम्ही कोण आहात आणि माझ्यासाठी एवढं का करत आहात?"

मी तिला सांगितलं, "मला तू उमाक्का म्हणू शकतेस. बाकी कसलाही विचार तू आत्ता या घडीला करू नकोस. तू फक्त एवढाच विचार कर, की तुला लवकरात लवकर बरं व्हायचं आहे."

तिला आणखीन बोलायचं होतं पण तिला ते जमलं नाही. मी तिला लापशी भरवली. पाणी पाजलं. तिच्या गोळ्या पाण्यात विरघळवून दिल्या आणि तिचं तोंड पुसून तिला परत झोपवलं. एका पातेल्यात पाणी घेऊन अगदी हळुवारपणे तिला पुसून काढलं. तिच्या जखमांवर मलम लावलं आणि मऊ साडी तिच्याभोवती गुंडाळली. तिच्या अंगावर पातळसं पांघरूण घातलं आणि तिला झोपायला सांगून मी बाहेर आले.

आप्पासाहेब बाहेरच्या खुर्चीवर बसले होते. बसल्या बसल्या त्यांचा डोळा लागला होता. मी पटकन भाकऱ्या आणि चटणी केली. मग त्यांना उठवलं आणि म्हटलं, "खाऊन घ्या आणि आत जाऊन पडा ना तुम्ही आप्पासाहेब."

ते म्हणाले, "नको. कचेरीत जातो. आज जानकीबाईंच्या गावीपण जावं लागेल ना."

ते सगळं आवरून कचेरीत गेले. मी माझी कामं आटोपली. मग पटकन गुरगुट्या भात केला. त्यावर तूप घातलं आणि जानकीला देण्यासाठी तिच्या खोलीत गेले. ती आढ्याकडे नजर लावून बसली होती. माझी चाहूल लागल्यावर तिनं माझ्याकडे वळून पाहिलं. मी तिला भात भरवायला सुरुवात केली. भरवताना मी तिला आमच्याबद्दल सांगितलं. हेही सांगितलं, की तिचा जीव खरंतर तिच्या आईनं वाचवला आहे. ते ऐकून जानकीला आश्चर्य वाटलं.

"हो, ती आमच्याकडे आली होती आणि तिनंच आम्हाला तू सती जाणार असल्याचं सांगितलं. ती मनात असूनही तुला प्रत्यक्ष वाचवू शकत नव्हती, म्हणून ती आमच्याकडे आली मात्र हे कोणालाही कळता कामा नये, नाहीतर गहजब होईल असं तिनं निक्षून सांगितलं. याचा दुसरा अर्थ असा होतो, की तुझ्या माहेरी तुझी जबाबदारी कदाचित नाही स्वीकारली जाणार. जानकी, तू आता आमच्या परिवाराची सदस्य झाली आहेस. कसलाही संकोच मानू नकोस. आप्पासाहेब तुला तुझ्या मोठ्या भावासारखे आहेत आणि हे तुझं माहेर आहे असं समज." जानकी यावर काहीच बोलली नाही.

मी मला जमेल तसं जानकीचं करत होते. आम्ही तिला मधूनमधून दवाखान्यात दाखवण्यासाठी नेत होतो. हळूहळू जानकीमध्ये सुधारणा झाली. आता ती मला घरकामामध्ये मदतही करायला लागली होती. त्यामुळे आमचं काम लवकर आटपायला लागलं. मी जानकीला लिहायला-वाचायला शिकवायला सुरुवात केली. जानकी हुशार विद्यार्थिनी होती. तिनं शिकवलेलं खूप लवकर आत्मसात केलं.

आम्हाला फावला वेळ मिळायला लागला. तो कसा घालवायचा असा मला प्रश्न पडला, तेव्हा जानकीनं मला एक कल्पना सुचवली. तिला भरतकामामध्ये गती होती. सुरुवातीला तिनं मला हातरुमालावर भरतकाम करून दाखवलं. मला ते खूप आवडलं. ती भरतकाम करताना एकदम तल्लीन होऊन जायची. तिचे हात अगदी लयीमध्ये फिरायचे. मी तिला म्हणाले, “मलापण शिकव ना ग जानकी.” तर तिनं मला काही टाके शिकवले. गहू टाका, मोती टाका, गाठीचा टाका, अगदी काश्मिरी टाकाही. मीही तिच्यासारखं थोडं थोडं का होईना भरतकाम करायला सुरुवात केली. आम्ही ताटावर झाकायचे रुमाल, पडदे, चादरी सगळ्यांवर काम करायला सुरुवात केली. नंतर तर साड्या आणून त्यांच्यावर भरतकाम केलं.

एक दिवस गंगाधरभाऊ, इंदू वहिनी आणि जयंता आम्हाला भेटायला आले. मला खूप आनंद झाला. मी जानकीला त्यांची ओळख करून दिली. जानकीचीही ओळख करून दिली. ती कानकोंडी झाल्यासारखी वाटली. मी तिला म्हणाले, “आपलीच माणसं आहेत. जशी तुला मी, तशा मला इंदू वहिनी.”

मग मात्र जानकी जरा सैलावल्यासारखी वाटली. मी आप्पासाहेबांना म्हणाले, “तुम्ही बोलत बसा, तोपर्यंत आम्ही स्वयंपाकाचं बघतो.”

स्वयंपाकघरात आमच्या शिळोप्याच्या गप्पा सुरू झाल्या. इकडचं तिकडचं बोलून झाल्यावर इंदू वहिनी मला म्हणाल्या, “उमाक्का, उशांच्या अभ्र्यांवरचं भरतकाम किती सुंदर आहे ग.”

तेव्हा मी त्यांना सांगितलं, “आमच्या जानकीनं केलं हो ते.”

“काय सांगतेस? हातात जादू आहे ग जानकीच्या.” इंदू वहिनी म्हणाल्या.

थोडा विचार करून त्या पुढं म्हणाल्या, “उमाक्का, मला ते अभ्रे देशील काय ग?”

मी त्यांना म्हणाले, “अभ्रेच काय, पडदे, चादरी बरंच काही आहे. घेऊन जा तुम्हाला. आम्ही परत नवीन करू. चालेल ना ग जानकी?”

जानकी म्हणाली, “तुम्ही म्हणाल तसं.”

“ पण उमाक्का, मी का मागतेय ते विचारशील की नाही?”

“तुम्हाला आवडलं म्हणून नं?”

“ते आहेच ग पण त्याच्यापाठी आणखीन एक कारण आहे. मी हे सगळं माझ्या ओळखीतल्या बायकांना दाखवेन आणि मला खात्री आहे, की त्यांना ते नक्कीच आवडेल. त्यांनी जर मागवलं काही, तर करून देशील का ग जानकी?” इंदू वहिनी विचारत होत्या.

जानकीच्या डोळ्यात चमक आली.

"हो, हो. करेन की. का नाही?" जानकी म्हणाली.

आम्ही पुऱ्या तळायला घेतल्या. तेवढ्यात जयंता धावत स्वयंपाकघरात आला. पोटावर हात फिरवून म्हणू लागला, "उमात्या, मला किती भूक लागली बघ. माझ्या ना पोटातल्या कावळ्यांना पुरी पाहिजे."

आम्ही हसलो. मी लगेच जयंताला वाढून दिलं. तो जेवायला बसला. मी त्याला म्हणाले, "अरे वा, एक मुलगा आता मोठ्ठा झालेला दिसतोय. स्वतःच्या हातानं जेवायला लागला." हे ऐकून जयंताच्या अंगावर मूठभर मांस चढलं.

आप्पासाहेब आणि गंगाधरभाऊ बोलण्यात अगदी गुंगून गेले होते. त्यांना दोन दोनदा बोलावल्यावर ते जेवायला आले. आज प्रथमच जेवायचं मेज अगदी भरून गेलं होतं. आम्ही इथं आलो तेव्हा सुरुवातीला दोन दिवस मी स्वयंपाकघरातच जेवले पण तिसऱ्या दिवशी आप्पासाहेबांनी आग्रह करून मला मेजावर आणि तेही त्यांच्याबरोबर जेवायला बसायला लावलं होतं. मला काही त्यांचा आग्रह मोडता आला नाही. मला खुर्चीवर बसून जेवायची सवय नसल्यामुळे सुरुवातीला कसंसंच वाटायचं पण नंतर सवय झाली. जानकीला बरं वाटू लागलं आणि आम्ही तिलाही आमच्याबरोबर जेवायला बसायला लावलं. आज मात्र मी यजमानीण बाई होते. पाहुण्यांना आम्ही आधी जेवायला बसवलं. इंदू वहिनींना मी गंगाधरभाऊंच्या शेजारच्या खुर्चीवर बसवलं. त्या बसायला का कू करत होत्या. गंगाधरभाऊ त्यांना म्हणाले, "तुमच्या लाडक्या वन्स एवढा आग्रह करताहेत तर बसा ना. त्यांचा आग्रह मोडू नका."

मग काय, मी लगेच पडत्या फळाची आज्ञा मानून त्यांना खुर्चीवर बसवलंच.

दुपारी जेवणं आटोपल्यावर आम्ही भरतकाम केलेल्या सगळ्या गोष्टी मी इंदू वहिनींना दाखवल्या. साडीवर हात फिरवून त्या म्हणाल्या, "किती अप्रतिम काम केलं आहेस ग जानकी तू."

"हे फक्त मी केलेलं नाही. उमाक्कांची मेहनतही आहे याच्यात." जानकी हळू आवाजात म्हणाली.

"उमाक्का, तू तर खालमुंडी नि पाताळधुंडी निघालीस की ग. तुझा हा गुण मला माहीतच नव्हता." इंदू वहिनी म्हणाल्या.

"छे हो वहिनी, मला कुठं यायला? हे आपलं जानकीकडून थोडीफार शिकले आणि करायचा प्रयत्न म्हणून केला, एवढंच." मी म्हणाले.

"हो का? पण प्रयत्न अगदी फळाला आला हो." इंदू वहिनी म्हणाल्या. मी स्मितहास्य केलं. आम्ही एका पिशवीत सगळ्या वस्तू भरल्या आणि इंदू वहिनींना दिल्या.

त्यानंतर खरंच इंदू वहिनींनी बऱ्याच वेळा आमच्याकडून भरतकाम केलेल्या वस्तू घेतल्या. आम्हालाही बरं वाटलं. तेवढाच आमचा फावला वेळ सत्कारणी लागला आणि चार पैसे आमच्या गाठीशी मिळायला लागले. त्यातले काही पैसे मी इंदू वहिनींना द्यायचा प्रयत्न केला पण त्या म्हणायला लागल्या, “तुम्ही जे कार्य करत आहात आणि करणार आहात त्यातला माझा खारीचा वाटा आहे. तो माझ्याकडून असा हिरावून घेऊ नका.”

त्यांनी असं म्हटल्यावर मग काय आमचं बोलंणचं खुंटलं.

प्रकरण : ११

एक दिवस कचेरीतून आल्यावर आप्पासाहेबांनी मला सांगितलं, "तुम्हाला उद्या कोर्टात हजर राहायचं आहे. सखारामचा खटला कोर्टात उभा राहिला आहे. त्यात तुम्हाला फिर्यादी आणि साक्षीदार म्हणून जायचं आहे, तर तुम्ही तयार राहा." ते ऐकून माझ्या डोळ्यांसमोर त्यादिवशीचा प्रसंग उभा राहिला.

दुसऱ्या दिवशी आम्ही न्यायालयात गेलो. जानकी पहिल्यांदाच घरात एकटी राहणार होती. मला तिची काळजी वाटत होती पण तीच मला म्हणाली, "उमाक्का, तुम्ही काही काळजी करू नका. निश्चिंत मनानं जा."

मी पहिल्यांदाच न्यायालयात आले होते. आजूबाजूला बरेच वकील दिसत होते. चेहऱ्यावर काळजी दिसणारे लोक समोरच्या झाडाखाली आणि इतरत्र उभे दिसत होते. पोलीसही दिसत होते. तेवढ्यात काही पोलीस सखारामभाऊजींना घेऊन आले. सखारामभाऊजींची पूर्ण रया गेली होती. त्यांनी एकदाच वर पाहिलं. त्यांना मी आणि आप्पासाहेब दिसलो. त्यांनी आमच्यावर जळजळीत कटाक्ष टाकला. पोलीस त्यांना आत घेऊन गेले. आतमध्ये ओळीनं खोल्या होत्या. प्रत्येक खोलीच्या बाहेर लोकं उभी होती. तिथंच शारदाचे वडील मला दिसले. त्यांनी आमच्याकडे बघून न बघितल्यासारखं केलं. आप्पासाहेब मला म्हणाले, "आत गेल्यावर अजिबात घाबरू नका. विचारलेल्या प्रश्नांची ठामपणे आणि आत्मविश्वासाने उत्तरे द्या. समोरचे वकील प्रश्न विचारतील, तेव्हा नीट विचार करून उत्तरं द्या. ते तुम्हाला तुमच्या शब्दांमध्ये पकडायचा प्रयत्न करतील पण तुम्हाला खरं काय आहे, तेच सांगायचं आहे. नेहमी सत्याचा जय होतो. आपल्याला काशीमाईला न्याय मिळवून द्यायचा आहे आणि हे तुम्हीच करू शकता."

सखारामभाऊजी आणि माझ्या नावाचा पुकारा झाल्यावर आम्ही आत गेलो. उच्चासनावर न्यायाधीश बसले होते. त्यांच्या उजव्या बाजूला काही लोक बसले होते.

पोलीस सखारामभाऊजींना घेऊन आले. न्यायाधीशांनी खटला सुरू करायला सांगितला. त्यांच्या समोर बसलेल्या माणसानं खटल्याची थोडक्यात माहिती सांगितली. पोलिसांनी रक्ताचे डाग असलेला सोटा, काशीमाईच्या पदराचा तुकडा आणि तिच्या जिथं पुरलं त्या ठिकाणी मिळालेली बांगडी हे सर्व पुरावे न्यायालयाच्या ताब्यात दिले गेले आहेत, हेही त्यांनी सांगितलं. न्यायाधीशांनी आप्पासाहेबांना आमची बाजू मांडायला सांगितली. आप्पासाहेबांनी बोलायला सुरुवात केली, "मला फिर्यादार सौ. उमा ह्यांना साक्षीदार म्हणून बोलवायचं आहे."

माझ्या नावाचा पुकारा झाला. मी समोर आले. मला गीतेची शपथ दिली गेली. आप्पासाहेबांनी मला विचारलं, "तुम्ही काशीमाईच्या खुनाची फिर्याद दिली होती का?"

मी 'हो' म्हणून सांगितलं.

"तुम्ही काशीमाईला कशा ओळखता?" आप्पासाहेबांनी विचारलं.

"ती आमच्याकडे काम करत होती. माझ्या पहिल्या यजमानांच्या मृत्यूनंतर तिनंच मला तिच्या खोपटामध्ये आसरा दिला होता. माझी शुश्रूषा केली होती."

माझ्या या वाक्यावरून न्यायालयात कुजबुज सुरू झाली. न्यायाधीशांनी त्यांच्यासमोरचा दंडुका आपटला. सगळेजण शांत झाले. सखारामभाऊजींकडे बोट दाखवून आप्पासाहेबांनी मला विचारलं, "ह्यांना तुम्ही कसे ओळखता?"

मी त्यांना सांगितलं, 'ते माझे पूर्वाश्रमीचे दीर होते.' मला तो सोटा दाखवण्यात आला. आप्पासाहेबांनी मला विचारलं, "तुम्ही हा सोटा ओळखता का?"

मी 'हो' म्हणून सांगितलं.

"तुम्ही हा सोटा कसा ओळखता?" आप्पासाहेबांनी विचारलं.

मी सांगितलं, "तो सोटा सखारामभाऊजींचा आहे. मी त्यांना बरेच वेळा तो वापरताना पाहिलेला आहे."

आप्पासाहेबांनी मला पुढं विचारलं, "काशीमाई यांच्या खुनाबद्दल तुम्हाला काही माहीत आहे का?"

"हो. सखारामभाऊजींनी माझ्यासमोर कबूल केलं होतं, की काशीमाईचा खून त्यांनी केला आहे."

"कधी आणि कसं, ते कृपया न्यायालयाला सांगाल का?" आप्पासाहेबांनी विचारलं.

"त्या रात्री मी काशीमाईच्या खोपटामध्ये तिची वाट बघत होते. काशीमाई काही आली नाही. तिच्याऐवजी हे आले आणि त्यांनी मला दार उघडायला सांगितलं. मी दार उघडलं नाही, तेव्हा मला धमकवायला त्यांनी सांगितलं की माझी रक्षणकर्ती असलेली काशीमाई आता कधीच येणार नाही. कारण की त्यांनी तिला मारून टाकलेलं आहे. त्यांनी मला हेही सांगितलं की त्यांनी तिच्या डोक्यात हा सोटा घातला आणि तिला नदीमध्ये

ढकलून दिलं."

"पुढं काय झालं तेही सांगा." आप्पासाहेब म्हणाले.

"पुढं मी खिडकीतून उडी मारली आणि धावत सुटले. सखारामभाऊजींनी माझा पाठलाग केला. जेव्हा ते निघून गेले अशी माझी खात्री पटली, तेव्हा मी नदीवर गेले. तिथं मला काशीमाईच्या पदराचा तुकडा मिळाला."

"हाच आहे का तो तुकडा?" आप्पासाहेबांनी मला तो तुकडा दाखवून विचारलं. मी 'हो' म्हणून सांगितलं.

"ही बांगडी काशीमाईची आहे का?" त्यांनी मला विचारलं. मी पुन्हा 'हो' म्हणून सांगितलं.

"मला ह्यांना एवढंच विचारायचं होतं." असं म्हणून आप्पासाहेब थांबले.

न्यायाधीशांनी विरुद्ध बाजूच्या वकिलांना उलट तपासणीसाठी यायला सांगितलं. तेव्हा मात्र माझ्या पोटात गोळा आला. मी हळूच आप्पासाहेबांकडे पाहिलं. त्यांनी मला डोळ्यांनीच खूण करून 'घाबरू नका, मी आहे' असं सांगितलं. 'हे वकील, काय विचारतील? मला त्यांना नीट उत्तर देता येईल का?' असा प्रश्न मला पडला होता पण तरीही मी वकिलांना उत्तरं देण्यासाठी सज्ज होते. हो, काशीमाईला न्याय मिळवून देण्यासाठी मला खंबीरपणे उभं राहायचं होतं. वकील उठले आणि माझ्याकडे आले. त्यांनी प्रश्न विचारायला सुरुवात केली.

"ज्या रात्री काशीमाईचा खून झाला, त्यादिवशी सखाराम तुम्ही जिथं होतात, तिथं म्हणजे काशीमाईच्या खोपटाकडे आले होते, याची तुम्हाला खात्री आहे का? तुम्ही त्यांना प्रत्यक्षात पाहिलं होतं का?"

मी आठवायचा प्रयत्न केला आणि त्यांना सांगितलं, की मी त्यांचा आवाज ओळखला होता.

"हे बघा बाई, मी तुम्हाला विचारलं आहे त्याच प्रश्नाचं उत्तर द्या. तुम्ही त्यांना प्रत्यक्षात पाहिलं होतं का? हो की नाही?" वकिलांनी मला विचारलं.

मग मी त्यांना सांगितलं, "मी जेव्हा पळत होते, तेव्हा मी त्यांना दुरून बघितलं होतं."

"तुमची खात्री आहे का की ते सखारामच होते?" त्यांनी मला परत विचारलं.

मग मात्र मी ठामपणे सांगितलं, "हो, ते सखारामभाऊजीच होते. त्यांच्यापासून लपण्यासाठी मी झाडाच्या खाली लपले होते. मी अगदी जवळून त्यांचे पायही पाहिले होते."

वकील म्हणाले, "तुम्हाला अगदी दुरूनही कळलं की ते सखाराम आहेत. म्हणजे बाई तुमच्या तीक्ष्ण नजरेचं कौतुक करायला हवं. बरं तुम्ही आणि आता यावेळेला हजर असलेल्या लोकांना मला विचारायचं आहे की एखाद्या माणसानं जर खून केला असेल,

तर तो स्वतःच्याच तोंडानं कोणाला सांगेल का की बाबा हा खून मीच केला आहे? तुम्हाला यावर काय म्हणायचंय बाई?"

मी त्यांना सांगितलं, की त्यांनी मदिरा प्राशन केली होती. म्हणून कदाचित त्यांनी मला सांगितलं असेल. त्यावर वकील म्हणायला लागले, "अहो बाई, पण तुम्ही एका मदिरा प्राशन केलेल्या माणसाच्या बोलण्यावर विश्वास कसा ठेवलात? मदिरा प्राशन केलेला माणूस तोंडाला येईल ते बरळत असतो. दुसरी गोष्ट अशी की माझे अशील सखाराम हे त्यादिवशी घरीच होते आणि ते मी सिद्ध करणारच आहे. बरं, बाई मला एक सांगा, तुमच्या पायाला तर दुखापत झाली होती. मग तुम्ही खिडकीतून उडी मारून कशा काय पळालात?"

मी सांगितलं, "मला दुखापत झाली होती, ही गोष्ट खरी असली तरी मला माझ्या शीलाचं रक्षण करायचं होतं. म्हणून मी मागचा पुढचा विचार न करता उडी मारली आणि पळाले."

वकिलांनी टाळ्या वाजवल्या आणि म्हणाले, "खरंच तुमच्या हिमतीला दाद दिली पाहिजे. बाई, माझं असं स्पष्ट मत आहे की काही कारणास्तव तुमचा सखाराम यांच्यावर रोष होता आणि त्याचा बदला म्हणून तुम्ही हा खोटा खटला माझ्या अशिलावर, सखाराम यांच्यावर भरला आहे. मयत काशीमाई यांचा खून झाला असेलही पण तो खून सखाराम यांनी केला असं सिद्ध होत नाही.

"बरं मला एक सांगा, हा जो सोटा आहे, तो सखाराम यांचाच आहे हे कशावरून? सोट्यासारखा दुसरा सोटा असू शकत नाही का?"

मी म्हणाले, "हो, असू शकतो पण हा सोटा वेगळा आहे. त्याच्यावर चांदीची मूठ आहे आणि ती मूठ माझ्या पहिल्या पतींनी स्वतः करून घेतली होती. सुरुवातीला ते हा सोटा वापरत असत पण जेव्हा ते आजारी पडले, तेव्हा सखारामभाऊजींनी तो वापरायला सुरुवात केली."

मग वकिलांनी विधान केलं, "हा सोटा दुसऱ्या कोणीतरी पळवला आणि मुद्दाम काशीमाईचं रक्त जिथं पडलं होतं, तिथं घोळवून बाजूच्या झाडीत टाकून दिला असंही होऊ शकतं. हे घडवून आणणं तुमच्यासाठी सहज शक्य होतं. कारण तुम्ही त्या घरातल्या एक असल्यामुळे त्या घरात तुमच्याशी इमानदार असणारे लोक तिथं असण्याची शक्यता नाकारता येत नाही."

हे खोटं आहे, असं मी सांगायचा प्रयत्न केला पण ते ऐकून घेत नव्हते. शेवटी आप्पासाहेब उभे राहिले आणि म्हणाले, "माझे मित्र वकील माझ्या अशील उमादेवी यांच्यावर दबाव आणायचा प्रयत्न करत आहेत."

न्यायाधीशांनी ते मान्य केलं.

ते वकील पुढं म्हणाले, "तुमच्या दुसऱ्या पतींचं नाव कळू शकेल का?"

मी गप्प बसले. त्यावर ते म्हणाले, "मी सांगतो. यांचे दुसरे पती हे दुसरे-तिसरे कोणी नसून माझे प्रिय मित्र आप्पासाहेब हे आहेत. सखाराम यांच्यावर असलेल्या रोषाचं कारण या बाईंनी आप्पासाहेबांना सांगितलं आणि या दोघांनी मिळून माझ्या अशिलाविरुद्ध कुभांड रचलं, असा माझा आरोप आहे."

मी अगतिकतेनं आप्पासाहेबांकडे पाहिलं. आप्पासाहेब उभे राहिले आणि म्हणाले, "मला यावर भाष्य करायचं आहे. त्यासाठी न्यायालयाने मला परवानगी द्यावी."

न्यायाधीशांनी परवानगी दिली. आप्पासाहेबांनी बोलायला सुरुवात केली, "आत्ता हे जे काही बोलले, ते त्यांनी सिद्ध करावे, अशी माझी नम्र विनंती आहे. उमादेवी या माझ्या पत्नी आहेत, ही एक बाब सोडली, तर बाकी सर्व गोष्टी धादांत खोट्या आहेत. असे बिनबुडाचे आरोप करण्यापूर्वी यांनी दहादा विचार करायला हवा होता. उमादेवी ह्यांना आरोपी सखाराम आणि समाज जबरदस्ती सती जायला भाग पाडत होते. मी आणि काशीमाई आम्ही दोघांनी मिळून त्यांची सुटका केली. काशीमाईने त्यांना आसरा दिला. त्याचा राग सखाराम यांच्या मनात खदखदत होता, म्हणूनच त्यांनी काशीमाईचा खून केला. असे करण्यामागे त्यांच्याकडे दुसरेही कारण होते. त्यांना उमादेवी यांचे शीलहरण करायचे होते. तसा प्रयत्न त्यांनी त्याआधीही केला होता पण तो सफल झाला नाही. त्यांना परत तसा प्रयत्न करायचा होता आणि त्यातला मोठा अडसर होता तो काशीमाईचा. आपल्या संस्कृतीमध्ये स्त्रीच्या शीलाला अत्यंत महत्त्व दिलं गेलं आहे. त्यामुळे जेव्हा एखाद्या स्त्रीच्या शीलाला धोका निर्माण होतो, तेव्हा ती स्त्री स्वत:च्या प्राणाची बाजी लावून आपल्या शीलाचे रक्षण करायचा प्रयत्न करते. अशा वेळेला तिच्या अंगात दहा हत्तींचं बळ येतं. उमादेवीही याला अपवाद नाहीत. त्यांनी मागचा पुढचा विचार न करता खिडकीतून उडी मारली आणि पायाला दुखापत झालेली असतानाही स्वरक्षणार्थ पळाल्या. दुसरा मुद्दा असा, की सखाराम यांच्या घरी काशीमाई यांच्या व्यतिरिक्त दुसरे कोणीही काम करत नव्हते. त्यामुळे सखाराम यांचा सोटा कोणी तिथं आणून ठेवण्याची सुतरामही शक्यता नाही."

अखेर त्या दिवशी एवढा युक्तिवाद झाल्यावर न्यायाधीशांनी पुढची तारीख दिली. विरुद्ध वकिलांनी साक्षीदार म्हणून शारदेला बोलवायची परवानगी मागितली.

घरी आल्यावर आप्पासाहेब मला म्हणाले, की मी खूप चांगल्या प्रकारे प्रश्नांची उत्तरे दिली. मी आप्पासाहेबांना प्रथमच न्यायालयात खटला लढवताना पाहिलं. मन अगदी भरून पावलं. त्या वकिलांच्या आरोपांनी तर मी एकदम गळूनच गेले होते पण आप्पासाहेबांनी अगदी सडेतोड उत्तरं दिली. आता त्या शारदेला साक्षीदार म्हणून बोलवणार होते. काय

बरं विचारतील तिला? आपल्या पतीसाठी ती खोट्याचं खरं करेल का? मी जेवताना विचार करत होते. आप्पासाहेबांनी मला हटकलं.

"आज जेवणाकडे लक्ष नाही तुमचं. नका काळजी करू. होईल सगळं नीट." ते म्हणाले.

दुसऱ्या दिवशी दुपारी आप्पासाहेब कचेरीतून गडबडीत आले आणि म्हणाले, "चला, आपल्याला ताबडतोब निघायचं आहे."

बाहेर टांगा उभा होता. मी होते तशीच टांग्यात बसले आणि टांगा भरधाव निघाला. आम्ही एका नव्या गावात पोहोचलो. पोलिसांना घेऊन आम्ही तिथल्या स्मशानभूमीमध्ये गेलो. एक सहा वर्षांची मुलगी एका आजींच्या कडेवर होती. तिला हिरवी साडी नेसवून सगळा साजशृंगार केला होता. तिच्या कपाळावर मळवट भरला होता. तिला बघून माझं काळीज तुटलं. किती निर्दयी लोक असतील हे. आप्पासाहेबांनी जोरात ओरडून सगळं थांबावायला सांगितलं. तिथं असलेल्या लोकांनी आप्पासाहेबांना विरोध करायचा प्रयत्न केला. एकाने त्या मुलीला त्या आजींच्या हातातून खसकन खेचलं आणि चितेवर ठेवलं. ती मुलगी गोंधळून गेली आणि रडायला लागली. आप्पासाहेबांनी तिला त्यांच्या हवाली करायला सांगितलं, तसं बाकीचे लोकही विरोध दर्शवायला लागले. तेवढ्यात पोलिसांनी हस्तक्षेप केला. सगळा गदारोळ सुरू होता. तेवढ्यात आप्पासाहेबांनी पटकन त्या मुलीला चितेवरून उचललं आणि माझ्याकडे दिलं. मी तिला घेऊन सरळ धावतच स्मशानाच्या बाहेर पडले आणि टांग्यात जाऊन बसले. आप्पासाहेबही मागोमाग आले. त्यांच्यापाठी त्या आजी आल्या. त्यांनी आप्पासाहेबांचे पाय धरले आणि म्हणाल्या, "तुम्ही अगदी देवासारखे धावून आलात. ही माझी नात सुमन."

आप्पासाहेब म्हणाले, "मावशी, तुम्ही टांग्यात बसा. तुमची नात घाबरली आहे. तिला धीर द्या. आपण नंतर निवांत बोलू. सध्या तरी तिला सुरक्षित ठिकाणी घेऊन जाणं जास्त महत्त्वाचं आहे."

आजी टांग्यात बसल्या आणि आप्पासाहेब मागून आले. आम्ही पोलीस चौकीमध्ये गेलो. तिथले सगळे सोपस्कार झाल्यावर आम्ही घरी जायला निघालो. सुमन आजीला चिकटून बसली होती. बाहेरचा गार वारा लागून तिला झोप लागली. तिच्या डोक्यावर हात फिरवता फिरवता आजी बोलू लागल्या, "सुमन माझी एकुलती एक नात आहे हो. ही आईच्या पोटात असताना हिचा बाबाही तापाचं निमित्त झालं आणि आम्हाला सोडून गेला. आई हिच्या वेळेला बाळंतपणात गेली. आईबापाविना पोर म्हणून तळहाताच्या फोडासारखी जपली हो मी तिला. आमच्या गावातले मोठे आसामी रावसाहेब आले माझ्याकडे त्यांच्या मुलाचं स्थळ घेऊन, तेव्हा मला वाटलेलं नशीब काढलं पोरीनं पण कशाचं काय. नंतर कळलं की सुमनच्या नवऱ्याला दातखिळी बसायची सवय आहे.

लग्न होऊन फक्त सहा महिने झाले आणि हिचा नवरा दातखिळी बसून त्यातच वारला. अजून पदर यायलाच किती वर्षं होती पोरीला. ही माझ्याकडेच होती अजून आणि असं झालं. ही बातमी आली आणि माझ्या पायाखालची जमीनच सरकली. मी एकटी म्हातारी सगळ्यांना विरोध कसा करणार? कोण ऐकणार माझं? मला काय करावं ते समजत नव्हतं. मग अचानक आठवण झाली. मला कोणीतरी तुमच्याबद्दल मागे एकदा सांगितलं होतं. मी त्या वेळेला नाक मुरडलं होतं पण आता जेव्हा माझ्या नातीवर हा प्रसंग ओढवला, तेव्हा मला याचं महत्त्व कळलं. मी आमच्या शेजारी राहणाऱ्या बाळला लगोलग पाठवलं आप्पासाहेबांकडे. तुम्ही तातडीनं आलात. फार मोठे उपकार केलेत माझ्यावर."

आम्ही घरी पोहोचलो. टांगा थांबल्यावर सुमनला जाग आली. सुमन अजूनही आजीच्या कडेवरच होती.

जानकीनं दार उघडलं. आम्ही आत आलो. सुमनला या अवस्थेत बघून जानकीचाही जीव हळहळला. ती म्हणाली, "उमाक्का, हे लोक कधी हो सुधारणार? केवढुशी आहे ही."

मी तिला समजावलं की सुधारतील हळूहळू. जानकीनं सुस्कारा टाकला. मी सुमनला अंघोळ घातली. मग तिला भरवलं. आजींनाही न्हाऊन घ्यायला सांगितलं. आत्तापर्यंत सुमननं तोंडातून चकार शब्द काढला नव्हता. तिच्या चेहऱ्यावरची भीती अजूनही कमी झाली नव्हती. आजी तिला थोपटत राहिल्या. थोड्यावेळानं त्या तिला म्हणाल्या, "बरं का ग सुमे, आता घाबरायची काहीच गरज नाही. शहाणी माझी बाई ती. इथं कोणी कोणी म्हणून नाही येणार हो तुला त्रास द्यायला."

मी सुमनला आणि तिच्या आजीला एक खोली दिली. आजीनं सुमनला झोपवलं. सगळं आटोपल्यावर आजी माझ्याकडे आल्या आणि मला म्हणाल्या, "मला थोडं बोलायचं होतं. आता माझं वय झालं. मी काय पिकलं पान. केव्हाही गळून पडेन. या काळजीपोटी मी तिचं लग्न लावून दिलं होतं पण आता ते घर तिला परकं झालं. इथं तुमच्याकडे ती सुरक्षित राहील. तुम्ही तिचं किती मायेनं केलं ते मी पाहिलं. तुम्ही तिला तुमच्याकडे ठेवून घ्याल का? एवढे उपकार या म्हातारीवर केलेत तर फार बरं होईल."

मी त्यांना सांगितलं, "आम्ही तिला आनंदानं आमच्याकडे ठेवून घेऊ. आप्पासाहेबांच्या जीवनाचं ध्येय हेच आहे."

आजी म्हणाल्या, "मग मी उद्या सकाळी सुमन उठण्याच्या आधी इथून निघून जाते. ती जर रडायला लागली, तर माझा पाय नाही निघायचा." मी आजींना 'इथंच राहा' अशी गळ घातली पण त्या 'नको. मी माझ्या घरी परतलेलंच बरं' असं म्हणाल्या.

दुसऱ्या दिवशी अगदी सकाळीच आजींनी सुमनच्या चेहऱ्यावरून हळुवार हात फिरवला

आणि त्या बाहेर पडल्या. पुन्हा तिच्याकडे कधीही वळून न बघण्यासाठी. मी विचार करत होते. सुमनला मला समजावता येईल ना?

सुमन थोडी उशिराच उठली. ती डोळे चोळत बाहेर आली. मी तिच्याकडे बघून हसले पण तिचं माझ्याकडे लक्षच नव्हतं. ती सगळीकडे आजीला शोधत होती. तिला हाका मारत होती. सुमनसाठी माझा जीव गलबलून आला. बिचारीला लहान वयामध्ये काय काय भोगाव लागलं. आजी कुठंच नाही म्हटल्यावर ती कावरीबावरी झाली आणि रडायला लागली. मी तिला जवळ घेतलं आणि म्हणाले, "आजी येईल हो, रडू नको. मी आहे ना. तुला काय आवडतं ते सांग हं मला. आपण आज तुझ्या आवडीचं सगळं करू या."

मी काहीबाही बोलून तिला शांत करायचा प्रयत्न केला. ती रडायची थांबली पण अजून तिचे हुंदके थांबले नव्हते. काही दिवस गेले. अजूनही सुमन शांत शांतच होती. मी आणि जानकी तिला फुलवायचा प्रयत्न करत होतो. मी तिला गोष्टी सांगत होते. त्या मात्र ती मन लावून ऐकायची. कधी आम्ही तिच्याबरोबर सागरगोटे खेळायचो. मी आणि जानकीनं मिळून तिच्यासाठी चिंध्यांची ठकी बाहुली केली. त्या बाहुलीला परकर पोलकं नेसवलं. ती बाहुली बघितल्यावर मात्र तिची कळी खुलली. दोन दिवस तिच्याबरोबर खेळल्यावर सुमन ठकीला माझ्याकडे घेऊन आली आणि म्हणाली, "माझ्या ठकीला साडी नेसवून दे."

मी माझ्या जुन्या साडीचा तुकडा काढून ठकीला त्याची साडी नेसवली आणि सुमनला दाखवली. तिचे डोळे चमकले. तिनं ठकीला तिच्या कवेत घेतली आणि म्हणाली, "ही तर माझी आजी."

ती उठता बसता ठकीरूपी आजीला तिच्याबरोबर घेऊन फिरत होती. तिच्याशी गप्पा मारत होती. हळूहळू ती मोकळी झाली आणि आमच्याशीही गप्पा मारायला लागली. आता सुमन मानसिक आघातातून बाहेर येत होती. तिची बडबड हाच आमचा विरंगुळा ठरायला लागला. तिला प्रश्नही खूप पडायचे. जोपर्यंत विचारलेल्या प्रश्नाचं समाधानकारक उत्तर मिळत नसे, तोपर्यंत ती माझी पाठ सोडायची नाही.

एकदा बाहेर विजा कडकडत होत्या. सुमन घाबरून गेली आणि धावत येऊन माझ्या कुशीत शिरली. मी तिला जवळ घेऊन हळूहळू थोपटलं. तिला थोपटत असताना माझ्यातली आई जागी झाली. मी तिला म्हणाले, "तू मला आई म्हणून हाक मारत जा."

ती म्हणाली, "मी आईला कधीच पाहिलं नाही. आजी सांगत होती, की ती देवाघरी गेली. मग तुम्हाला देवानं माझ्याकडे पाठवलं आहे का?" मी तिला 'हो' म्हणून सांगितलं. तिनं मला आणखीन घट्ट मिठी मारली आणि 'आई आई' अशा हाका मारायला सुरुवात

केली. मी तिच्या कपाळाचा मुका घेतला. जानकी आणि आप्पासाहेब हे दृश्य कौतुकानं बघत होते.

त्या दिवशी आप्पासाहेब घरीच होते. त्यामुळे मीपण निवांत होते. दरवाजावरची घंटा वाजली. यावेळेला कोण असेल, असा विचार करत मी दार उघडलं आणि माझ्या आश्चर्याला पारावर राहिला नाही. दारात मंगलावन्स आणि गोपळभाऊजी होते. मी आनंदानं त्यांना म्हणाले, "मंगलावन्स, गोपाळभाऊजी तुम्ही?"

आप्पासाहेब कोण आलं ते बघायला बाहेर आले. ते म्हणाले, "अरे वा. अलभ्य लाभ. या ना, आत या."

दोघं आत आले. गोपाळभाऊजींनी लगोलग मला नमस्कार केला. किती मोठे झाले होते ते. मला लहानपणीचे गोपाळभाऊजी आठवत होते. मंगलावन्संच्या डोळ्यात पाणी होतं. इतके दिवस माझ्या मनात त्यांच्याबद्दल विचार येत होते. त्यांना माझ्याबद्दल काय वाटत असेल, असं काहीबाही. आज त्या मुद्दाम वाट वाकडी करून आमच्याकडे आल्या हेच खूप होतं माझ्यासाठी. मला त्यांना कुठं ठेवू आणि कुठं नको असं झालं होतं. असं वाटत होतं की माझ्या माहेरची माणसं आली आहेत. मला जमेल तसं मी त्यांचं आदरातिथ्य करणार होते. मी त्यांना म्हणाले, "जेवल्याशिवाय जायचं नाही हं."

मंगलावन्स म्हणाल्या, "होय हो आक्काबाई, तुमच्या हातचं जेवून किती दिवस झाले. तुम्ही म्हणाला नसतात तरी थांबलो असतो हो जेवायला."

मी लगोलग स्वयंपाकाला लागले. मंगलावन्स स्वयंपाकघरात आल्या. आप्पासाहेब बाहेर गोपाळभाऊजींशी बोलत बसले. मी मंगलावन्संना बसायला पाट दिला. जानकी आणि सुमनला त्यांची ओळख करून दिली. मंगलावन्स म्हणाल्या, "आक्काबाई, आता तुमच्या चेहऱ्यावर जे तेज दिसतंय ते यापूर्वी मी कधीच पाहिलं नाही. आपलं सुख हे आयुष्याच्या जोडीदारावर अवलंबून असतं हेच खरं. आप्पासाहेबांबद्दल खूप ऐकलंय. तुम्ही भाग्यवान आहात, तुम्हाला ते पती म्हणून लाभले."

मी त्यांच्याकडे बघून स्मितहास्य केलं. त्या पुढे म्हणाल्या, "आज मी काहीच लपवून न ठेवता सगळं खरं खरं सांगणार आहे तुम्हाला. सुरुवातीला मला तुमचा खूप राग आला होता. तुम्ही दादासाहेबांबरोबर सती गेला नाहीत आणि वर सखारामविरुद्ध तक्रार केलीत. मी आयुष्यात परत तुमचं तोंड बघणार नव्हते. माझ्या माहेराची तुमच्यामुळे वाताहत झाली, असं मला वाटत होतं. सखारामला पोलीस घेऊन गेले आणि शारदा तिच्या माहेरी निघून गेली. मी परत माहेरी जाण्याचा प्रश्नच नव्हता."

मला त्यांचं बोलणं ऐकून वाईट वाटलं. मंगलावन्स पुढं म्हणाल्या, "तुम्ही वाईट वाटून घेऊ नका हो आक्काबाई. शेवटी जे घडायचं ते घडतंच. गोपाळची गोष्ट माझ्यापेक्षा वेगळी होती. असा एकही दिवस गेला नाही, जेव्हा गोपाळनं तुमची आठवण काढली

नाही. तो कधीपासून मला आक्काबाईंना भेटायचं आहे, असं सांगत होता. म्हणतात ना, काळ हेच मोठं औषध असतं. हळूहळू माझा राग शांत झाला. कुठल्याही गोष्टीला दुसरी बाजू असते, असं मला वाटायला लागलं. मी तुमच्या बाजूनं विचार करायला लागले, तेव्हा मला पटायला लागलं, की तुम्ही जे केलं ते योग्यच होतं. सखाराम माझा सख्खा भाऊ असला, तरी त्यानं जी दुष्कृत्यं केली आहेत, त्यांच्याकडे कानाडोळा करणं कदापि शक्य नाही. तो जे वागला ते चुकीचंच होतं. किती स्त्रिया असा अत्याचार तोंड दाबून सहन करत असतील पण तुम्ही मात्र गप्प न राहता त्याच्याविरुद्ध आवाज उठवला. तुमच्या हिमतीची खरंच दाद द्यायला हवी. तुमच्याबद्दलचं माझं मत बदललं. मग मात्र तुम्हाला भेटायची आस लागली होती, ती आज पुरी झाली."

आता आकाश मोकळं झालं होतं. त्यांच्या मनातली अढी दूर झाली होती. माझ्या मनावरचं मणभर ओझं उतरलं. मंगलावन्संनी मला मिठी मारली. त्यांच्या डोळ्यांना खळ नव्हता. मी म्हणाले, "तुमच्या मनातले गैरसमज दूर झाले ना, मग बास. झालं गेलं गंगेला मिळालं. आता आपलं नातं पूर्वीपेक्षाही दृढ झालं. आता हेच तुमचं माहेर समजा आणि अधूनमधून आमच्याकडे येत चला." मंगलावन्संनी मान डोलावली.

स्वयंपाक तयार झाला. सगळे मेजावर जेवायला बसले. आप्पासाहेब आणि गोपाळभाऊजी बोलत होते. बोलता बोलता आप्पासाहेब म्हणाले, "माझा एक प्रस्ताव आहे. तुम्ही तो स्वीकारला तर आम्हाला आनंद वाटेल. गोपाळ इथंच आमच्याकडे राहिले तर? त्यांना पुढं शिकायचं आहे आणि इथं शिक्षणाची चांगली सोय आहे. एखाद्या वसतिगृहात राहण्यापेक्षा इथं बरं, म्हणजे त्यांच्या खाण्यापिण्याचीही आबाळ होणार नाही."

गोपाळभाऊजी संकोचले. मंगलावन्स म्हणाल्या, "नको हो आप्पासाहेब. उगाच आमच्यामुळे तुम्हाला त्रास."

आप्पासाहेब म्हणाले, "त्यात त्रास कसला? आम्हाला परकं मानू नका. आमच्या ह्या तर तुमच्या अगदी जवळच्या आहेत ना? मला तुमचा भाऊ समजा."

मंगलावन्स मग त्यावर काही बोलल्या नाहीत. आप्पासाहेब गोपाळभाऊजींना म्हणाले, "गोपाळ, तुम्हाला संकोच वाटत असेल, तर तुम्ही माझ्या कचेरीमध्ये थोडावेळ काम करा. म्हणजे तुम्ही माझ्यावर अवलंबून आहात असं काही तुम्हाला वाटणार नाही. थोडंफार शिकताही येईल. यावर तुमचं काय मत?"

मंगलावन्स म्हणाल्या, "माझी काहीच हरकत नाही. गोपाळ जसं म्हणेल तसं."

गोपाळभाऊजींनी थोडा वेळ घेतला पण नंतर मात्र त्यांनी आप्पासाहेबांचा प्रस्ताव स्वीकारला. याचा सगळ्यात जास्त आनंद मला झाला.

प्रकरण : १२

मंगलावन्संनी आमचा निरोप घेतला. गोपाळभाऊजी आमच्याकडे राहायला आले. आप्पासाहेबांनी त्यांना चांगल्या शाळेमध्ये प्रवेश मिळवून दिला. गोपाळभाऊजी रोज सकाळी शाळेत जायचे. दुपारी घरी येऊन जेवायचे आणि मग कचेरीमध्ये जायचे. मलापण बरं झालं बाई, त्यांच्याबरोबर मी आप्पासाहेबांसाठी गरम गरम जेवण पाठवायला सुरुवात केली. संध्याकाळी दोघं एकत्र घरी यायचे. दिवेलागणीला गोपाळभाऊजी आणि सुमन देवघरात परवचा म्हणत. सुमन आता गोपाळभाऊजींना प्रश्न विचारायला लागली होती. गोपाळभाऊजीही अगदी मन लावून तिच्या प्रश्नांची उत्तरं द्यायचे. त्यांची उत्तरं तिला जास्त पटत असतं. आप्पासाहेब थोडा वेळ गोपाळभाऊजींबरोबर बसून त्यांचा अभ्यास घ्यायचे. ते दोघे बसले की सुमन म्हणायची, “मलापण अभ्यास करायचा आहे.”

आप्पासाहेबांनी तिच्यासाठी दगडी पाटी आणली. ती बघून सुमन एवढी खूश झाली की काय विचारता. तिनं लगेच त्या पाटीची पूजा केली. आप्पासाहेबांनी तिला हाताला धरून 'श्री' काढायला शिकवला आणि तिच्या शिक्षणाचा श्रीगणेशा झाला. एकीकडे आप्पासाहेबांनी मलाही इंग्रजी मुळाक्षरं शिकवायला सुरुवात केली होती. किती फरक होता इंग्रजी आणि मराठीमध्ये. आमच्या घरात सगळे विद्यार्थीच होते आणि आप्पासाहेब शिक्षक. फक्त जानकी तेवढी माझी विद्यार्थिनी होती. मला काही अडलं तर मी आप्पासाहेबांना विचारण्यापेक्षा गोपाळभाऊजींना विचारत असे. आप्पासाहेबांची भीती नाही म्हणता येणार पण त्यांच्याबरोबर बसले की उगाच एक दडपण वाटायचं. ते काय विचार करतील, इतकं सांगितलं तरी अजून कळलं नाही का? असं म्हणाले तर. असं उगाच वाटत राहायचं. तसं पाहिलं तर आप्पासाहेबांना कितीही वेळा विचारलं, तरी ते न कंटाळता सांगायचे पण तरीही मी गोपाळभाऊजींनाच विचारायचे.

आमच्या खटल्याची पुढची तारीख उजाडली. यावेळेला आमच्याबरोबर गोपाळभाऊजीही आले होते. न्यायालयात सगळे सोपस्कार झाले आणि विरुद्ध वकिलांनी शारदेला साक्ष द्यायला बोलावलं. तिला वकिलांनी विचारलं, "ज्या रात्री काशीमाईचा खून झाला, त्या रात्री सखाराम कुठं होते?"

तिनं एकवार माझ्याकडे पाहिलं, मान वळवली आणि सखारामभाऊजींकडे पाहून म्हणाली, "कुठं असणार? घरीच होते. त्या रात्रीच काय, पण त्या दिवशी ते दिवसभर घरीच होते. अगदी माझ्या डोळ्यांसमोर होते. त्यांना अंमळ कणकण जाणवत होती. त्यामुळे ते मला म्हणाले होते, जरा एक निज काढतो. ते डोक्यावर पांघरूण घेऊन गाढ झोपले होते."

किती खोटं बोलत होती शारदा. वकिलांनी शारदेला सोट्याबद्दल काही माहिती आहे का विचारलं, तर शारदा म्हणाली, "आदल्या दिवशी जेव्हा हे बाहेर गेले होते, तेव्हा ते हा सोटा कुठंतरी विसरून आले होते. त्यांनी तो कुठं विसरला हे आठवण्याचा प्रयत्नही केला पण त्यांना आठवलं नाही. त्यानंतर हा सोटा पोलिसांना तपास करताना मिळाला बहुतेक. कोणीतरी आमच्याविरुद्ध षड्यंत्र रचलेलं आहे."

शारदाची साक्ष ऐकून गोपाळभाऊजी चुळबुळ करायला लागले. त्यांच्या चेहऱ्यावर राग दिसत होता. ते आप्पासाहेबांकडे गेले आणि त्यांनी त्यांच्या कानात काहीतरी सांगितलं. आप्पासाहेबांनी मान डोलावली. ते उठून उभे राहिले आणि उलट तपासणीसाठी सज्ज झाले. त्यांनी शारदेला प्रश्न विचारला, "सखाराम ह्यांना जर कणकण वाटत होती, तर त्यांनी काही औषध घेतलं होतं का?" ती 'नाही' म्हणाली.

"मग त्यांना औषध न घेता आपोआप बरं वाटलं का?" तिनं होकारार्थी मान डोलावली.

"वा, सखाराम यांची रोगप्रतिकारकशक्ती खूप चांगली आहे असं म्हणायला हवं.

आप्पासाहेबांनी पुढं विचारलं, "मग त्यांना बरं कधी वाटलं?"

"दुसऱ्या दिवशी सकाळी." शारदानं सांगितलं.

"सखाराम त्यानंतर घराच्या बाहेर कधी पडले?" आप्पासाहेबांनी विचारलं.

"दुसऱ्या दिवशी संध्याकाळी." तिनं उत्तर दिलं.

त्यावर आप्पासाहेब म्हणाले, "नक्की ना? नीट आठवून उत्तर द्या. असं जर कळलं की तुम्ही खोटी उत्तरं दिली आहेत, तर न्यायालयाची दिशाभूल केली म्हणून तुम्हाला शिक्षा होऊ शकते."

तेव्हा मात्र तिच्या चेहऱ्यावरचा रंग उडाला. त्यांचे वकील एकदम उठून म्हणाले, "आप्पासाहेब माझ्या साक्षीदारावर दबाव आणायचा प्रयत्न करत आहेत."

न्यायाधीशांनी आप्पासाहेबांना ताकीद दिली. आप्पासाहेब म्हणाले, “ठीक आहे. मला ह्यांना आणखी काही विचारायचं नाही. माझ्याकडे आत्ताच एका साक्षीदारानं साक्ष द्यायची तयारी दाखवली आहे. हे साक्षीदार म्हणजे सखाराम यांचे धाकटे बंधू गोपाळ आहेत. त्यांना साक्ष देण्यासाठी न्यायालयामध्ये सादर करायची परवानगी द्यावी.”

न्यायाधीश आणि पंचांनी अनुमती दिली.

आप्पासाहेबांनी गोपाळभाऊजींना बोलावलं. त्यांच्या नावाचा पुकारा झाला. गोपाळभाऊजी पुढे आले. आप्पासाहेबांनी त्यांना प्रश्न विचारला, “ह्या बाई जे सांगत होत्या ते खरं आहे का?”

गोपाळभाऊजी म्हणाले, “नाही. त्या खोटं बोलत आहेत.”

“मग खरं काय आहे, ते तुम्ही सांगा.” आप्पासाहेब म्हणाले.

गोपाळभाऊजींनी बोलायला सुरुवात केली, “त्यादिवशी संध्याकाळी सखारामदादा घराच्या बाहेर पडले. त्यांची तब्येत अगदी ठणठणीत होती. त्यांना काहीही झालं नव्हतं. ते जेव्हा बाहेर गेले, तेव्हा त्यांच्या हातात तो सोटा होता. ते सोटा कुठंही विसरले नव्हते. दुसरी सांगायची गोष्ट अशी, की ते रात्री खूप उशिरा घरी आले. आले तेव्हा त्यांना अजिबात शुद्ध नव्हती. ते असंबद्ध बडबड करत होते. ‘बरा धडा शिकवला त्या थेरडीला,’ असं काहीसं... ते आक्काबाईंचंही नाव घेत होते. ‘किती वेळ लपून राहशील? मी तुला हुडकून काढेन,’ असं काहीबाही बोलत होते. ते त्यांच्या खोलीपर्यंतही पोहोचू शकले नाहीत. दिवाणखान्यात पडले. मग शारदा वहिनींनी मला बोलावून घेतलं. आम्ही दोघांनी मिळून त्यांना त्यांच्या खोलीत नेऊन त्यांच्या बिछान्यावर झोपवलं.”

सखारामभाऊजींचे वकील उलटतपासणीला आले. ते म्हणाले, “बघा, मी सांगत होतो ना, की उमादेवींना मदत करणारे कोणीतरी त्या घरात होते. ती व्यक्ती दुसरीतिसरी कोणी नसून हे गोपाळच असावेत. यांनीच तो सोटा आधी गहाळ केला आणि मग संधी मिळाल्यावर घटनास्थळी नेऊन टाकला. बहुतेक काशीमाई यांचा ज्यांनी खून केला, त्यांना हे गोपाळ सामील असावेत, असा माझा कयास आहे. त्यांनी सखाराम यांच्याविरुद्ध खोटंनाटं रचून सांगितलेलं आहे. न्यायालयात खोटी साक्ष दिल्याबद्दल आणि खुन्याला मदत केल्याबद्दल ह्यांना शिक्षा द्यावी, अशी मी न्यायालयाला विनंती करतो.”

त्या वकिलांचं ऐकून माझ्या काळजाचं पाणी पाणी झालं. किती सफाईदारपणे त्यांनी खोट्याला खरं आणि खऱ्याला खोटं ठरवलं.

सखारामभाऊजींच्या वकिलांनी गोपाळभाऊजींवर उलटसुलट आरोप केले. हे बघून आप्पासाहेब पुढे झाले आणि त्यांनी न्यायालयाकडे बोलण्याची परवानगी मागितली.

“नेमकं कोण खोटी साक्ष देत आहे, हे लवकरच कळेल. गोपाळ यांच्यावर जे आरोप

करण्यात आले आहेत, त्यामध्ये तसूभरही तथ्य नाही. वकीलसाहेबांनी हे आरोप सिद्ध करावेत अशी मी विनंती करतो. अन्यथा असे आरोप करून माझ्या साक्षीदारावर दबाव आणण्याचा प्रयत्न करू नये."

न्यायाधीशांनी मान डोलावली आणि पुढची तारीख दिली. आम्ही घरी आलो.

दुसऱ्या दिवशी दुपारी जेवल्यानंतर आम्ही थोडी वामकुक्षी घेत होतो. थोड्या वेळानं आम्ही आमच्या कामाला सुरुवात करणार होतो. तेवढ्यात जानकी म्हणाली, की तिला काही नवीन नक्षी सुचली आहे. मी त्याच्याबद्दलच विचार करत होते. सुमन माझ्या गळ्यात हात घालून माझ्या शेजारी झोपली होती. इतक्यात आमच्या घराचा दरवाजा वाजला. जानकीनं जाऊन दार उघडलं. बघतो तर काय, एक सोवळ्या बाई दारात उभ्या होत्या. त्या आत आल्या. त्यांचा चेहरा म्लान झाल्यासारखा वाटत होता. चेहऱ्याची पूर्ण रया गेली होती. त्यांच्या चेहऱ्यावर काही जखमाही होत्या. त्या खूप अवघडल्या स्थितीमध्ये उभ्या होत्या. मी त्यांना म्हणाले, "तुम्ही उभ्या का? बसा ना. इथं आमच्याकडे अगदी मोकळं वातावरण आहे. अजिबात संकोच करू नका."

जानकीनं त्या बाईंना तांब्यातून पाणी आणून दिलं. भर उन्हातून आल्यामुळे तहानलेल्या होत्या बिचाऱ्या. त्या घटाघट पाणी प्यायल्या. त्या बाईंना मी हात, तोंड धुवायची जागा दाखवली. त्यांनी डोक्यावरचा पदर खाली करून त्यांच्या एकही केस नसलेल्या खरखरीत डोक्यावर थपथपा पाणी मारून घेतलं. सुमन माझ्या पाठून हे बघत होती. ती खरंतर त्या बाईंना बघून घाबरली होती. मी तिला उचलून घेतलं आणि आत घेऊन गेले. तिनं मला अपेक्षित असलेला प्रश्न विचारला, "आई, त्या मावशींच्या केसांना काय झालं ग? आणि त्यांनी अशी लाल नववारी का नेसली आहे? मी आत्तापर्यंत कोणालाच अशा लाल साडीमध्ये पाहिलं नाही."

मी तिला समजवायचा प्रयत्न केला, की काहीजणांमध्ये यजमान देवाघरी गेले, की असं मुंडन करायची आणि आलवण नेसायची पद्धत आहे.

त्या बाई परत दिवाणखान्यात आल्या, तेव्हा मी त्या बाईंना विचारलं, "जेवणार का?"

त्यांनी मानेनंच 'नको' म्हणून सांगितलं पण त्यांच्या चेहऱ्यावरून स्पष्ट दिसत होतं, की त्यांच्या पोटात अन्नाचा कण गेला नसणार. काशीमाई गेली तेव्हा भुकेमुळे माझी काय अवस्था झाली होती, ते मला आठवलं. मी झटकन स्वयंपाकघरात जाऊन एक ताट वाढून आणलं. त्यादिवशी सुमनला आवडते म्हणून मुद्दाम खीर पुरीचा बेत होता. मी त्या बाईंना बळंबळंचं मेजावर जेवायला बसवलं. त्या कानकोंड्या झाल्यासारख्या वाटल्या. त्या जेवणाच्या ताटाकडे विचित्र नजरेनं बघत होत्या. मग त्या म्हणाल्या "नको नको,

असू देत.”

शेवटी मी खीर पुरीचा एक घास त्यांना मायेनं भरवला, तेव्हा त्यांचा बांध फुटला. त्यांच्या डोळ्यात अश्रूंची धार लागली. त्यांनी तो घास खाल्ला आणि म्हणाल्या, “ताई, तुम्ही मला कोण कुठली काहीही न विचारता जेवू घातलं. देव तुम्हाला कधी काही कमी पडू देणार नाही.”

मी म्हणाले, “मला भूक काय असते, ते माहीत आहे आक्का. अशी वेळ कुणावर येऊ नये. तुम्ही जेवून घ्या. मग आपण निवांत बोलू.”

जेवण झाल्यावर त्या बाई माझ्या समोर येऊन बसल्या. मी तोपर्यंत हळद तेलाची वाटी घेऊन आले आणि त्यांच्या जखमांवर लेप लावला. त्या बाई सांगू लागल्या, “ताई, माणुसकी आहे हो तुमच्यात, नाहीतर एवढं कोण कोणासाठी करतो? अगदी मनापासून सांगते, आज माझं मन तृप्त झालं. मला असं पूर्ण ताटभरून साग्रसंगीत जेवलेलं आठवतच नाही. अगदी लहान असतानाच मी सोवळी झाले ना. मला माझ्या यजमानांचा चेहरादेखील आठवत नाही. भान आल्यापासून हे बोडकं कपाळ आणि लाल आलवण माझ्या नशिबी आलं आहे. किती बंधनं होती माझ्यावर. बाहेरच्या लोकांच्या दृष्टीस पडायचं नाही. मोठ्यानं बोलायचं नाही, हसायचं नाही. जिभेचे चोचले पुरवायचे नाहीत. घरात काही पक्वान्न झालं की माझ्या तोंडाला पाणी सुटायचं. मी मग तिथंच घुटमळायचे. हे सासूबाईंच्या लक्षात आलं, की तिखट बोलणी ऐकून घ्यायला लागायची. कधीकधी मारही खायला लागायचा. घरात काही मंगलकार्य असलं, की मला कोठीच्या खोलीत बसून राहायला लागायचं. माझी सावली पडायला नको होती ना त्यांना कशावर, नाहीतर काही अभद्र घडलं तर. मला खूप वाईट वाटायचं पण म्हणून मी कधीच कोणाला शाप नाही दिले हो. सगळ्यांचं भलं होवो, असंच चिंतलं नेहमी. सगळ्यात वाईट वाटायचं जेव्हा न्हावी यायचा. मला नेहमी वाटायचं, इतर मुलींसारखे केस वाढवावेत. मी डोक्याला हात लावून पाही. माझे केस अगदी मुलायम आणि काळेभोर होते. त्यांना वाढही चांगली होती. पुढच्या महिन्यात तो दुष्ट न्हावी येऊच नये म्हणून मी देवाकडे प्रार्थना करायचे पण देव म्हणजे काय हो, नुसता दगडच की. तो थोडीच आपलं ऐकतो? महिन्याच्या महिन्याला तो माझा काळ माझे केस भादरायला यायचाच. त्यालापण काय दोष द्यायचा म्हणा. तो त्याचं काम इमानेइतबारे करायचा. आता सवय झाली, तो आला की निमूटपणे त्याच्यासमोर मान खाली घालून बसायचं आणि त्याला त्याचा वस्तरा आपल्या डोक्यावर फिरवायला द्यायचा.

“मी म्हणजे घरातल्या लोकांची हक्काची मोलकरीण होते. दिवसभर राबराब राबायचं. घरचे लोक जो काही शिळापाका भाकरतुकडा देतील तो खायचा आणि वळचणीला अंगाचं मुटकुळं करून पडून राहायचं, हेच जगणं सोसत आले आजवर.

माझ्या मनाचा विचार कोण कशाला करतो. मलाही मन आहेच की. मलाही वाटतं कधी हौसमौज करावी. चांगलेचुंगले कपडे ल्यावे. पोटभर जेवणावर ताव मारावा पण माझ्या नशिबात नाहीचे हे सगळं. मागच्या जन्मी मी एवढं काय मोठं पाप केलं होतं कोण जाणे.

"काही दिवसांपूर्वी माझ्या सासूबाई वारल्या. मग तर माझे आणखीनच हाल व्हायला लागले. माझे मोठे दीर मुद्दाम मी जिथं असेन, तिथं घुटमळायला लागले. एकदा तर त्यांनी आजूबाजूला कोणी नाही असं बघून माझा हात धरला. मी त्यांना काही बोलणार इतक्यात त्यांची पत्नी तिथे आली आणि तिनं ते पाहिलं. तिनं आरडाओरडा करून आख्खं घर डोक्यावर घेतलं. स्वतःच्या यजमानांना ती बाई एका शब्दानं बोलली नाही पण सगळं खापर माझ्याच डोक्यावर फोडलं. बरोबर आहे. मी तिला उलटून काही बोलू शकत नाही, हे ती पक्कं ओळखून होती. तिचे यजमान राजरोसपणे काही घडलंच नाही, असे बाहेर निघून गेले. तिनं माझ्यावर नको नको ते आरोप केले. मी स्वतःच्या नवऱ्याला खाल्लं आणि आता तिच्या यजमानांना माझ्या जाळ्यामध्ये ओढायचा प्रयत्न करतेय म्हणून. मग तिनं आणि माझ्या बाकीच्या जावांनी मला मारहाण केली. त्यांना भीती वाटली असेल, की मी त्यांच्या यजमानांनाही माझ्या नादी लावलं तर. त्या दिवसापासून त्यांनी मला जेवण देणं बंद केलं. किती दिवस राहणार होते मी अन्नाशिवाय. शेवटी मी त्या घरातून निघाले. कुठं जायचं, कसं जायचं, काहीच माहीत नव्हतं. वाट फुटेल तिथं चालत राहिले. विश्रांती घ्यायला एका झाडाखाली बसले होते, तेव्हा समोरच्या घरातल्या बाईनं माझी चौकशी केली. मला राहायला ठिकाण नाही, असं मी तिला सांगितल्यावर तिनं मला इकडचा पत्ता दिला आणि इथं कदाचित तुमची सोय होऊ शकते असं सांगितलं. मी तडक चालायला सुरुवात केली आणि शोधत शोधत शेवटी पोहोचले एकदाची. मला तुमच्याकडे आसरा मिळेल का हो ताई? मला कामाची सवय आहे. सांगाल ते काम करेन पण मला तुमच्याकडे ठेवून घ्या."

मी त्यांना म्हणाले, "हो, राहा की आमच्याकडे. अगदी घरातल्या एक होऊन राहा. मी काय तुम्हाला काम सांगणार. घरात जशा आम्ही सगळ्याजणी तशा तुम्ही."

त्या बाईंना आनंद झाला. त्या माझ्या पाया पडायला बघत होत्या पण मी त्यांना रोखून म्हटलं, "हे काय करताय तुम्ही आक्का?"

"अहो, फार फार उपकार झाले तुमचे. माझ्या कातड्याचे जोडे करून तुम्हाला घातले तरी कमी पडेल." मला हे ऐकून कसंसंच झालं.

"असं काही बोलू नका हो तुम्ही. आप्पासाहेबांनी ऐकलं तर काय म्हणतील." मी त्यांना म्हणाले.

त्यांच्या चेहऱ्यावरचं प्रश्नचिन्ह पाहून मी त्यांना सांगितलं, "आप्पासाहेब म्हणजे माझे यजमान. त्यांनीच हा सगळा घाट घातला आहे. मी त्यात निमित्तमात्र आहे हो. बरं

जरा तुमचं नाव सांगाल का? म्हणजे तुम्हाला हाक मारायला बरं पडेल ना."

"बाई, सगळी कर्मकहाणी सांगितली आणि नावच सांगायला विसरले. अलीकडच्या काळात हा असा वेंधळेपणा जडलाय. माझं नाव गोदावरी."

"मी तुम्हाला गोदाक्का म्हणत जाईन. माझं नाव उमा. या दोघी जानकी आणि सुमन. संध्याकाळी आप्पासाहेब आणि गोपाळभाऊजी येतील. या, मी तुम्हाला तुमची खोली दाखवते." मी म्हणाले.

गोदाक्का म्हणाल्या, "खोली कशाला? एक कोपरा द्या, बास झाला मला."

मी म्हणाले, "सध्यातरी आपल्याकडे आहे ना खोली. त्यामुळे कोपरा वगैरे नको." त्या क्षीण हसल्या.

मी गोदाक्कांना खोली दाखवली आणि एक लुगडं दिलं.

"आजपासून तुम्ही अशी लुगडी नेसायची आणि केस वाढवायचे." असं मी त्यांना सांगितलं. मी बाहेर येऊन बघते तर जानकीनं भरतकामाच्या सामानाची मांडामांड केली होती. मी उत्सुकतेनं तिच्यासमोर येऊन बसले. तिनं वेगवेगळ्या कपड्यांचे तुकडे वेगवेगळ्या आकारांमध्ये कापले. ते तुकडे जोडून तिनं खूप सुंदर फुलं आणि त्यांच्यावर बसलेल्या फुलपाखरांची नक्षी केली. ती इतकी सुंदर वाटत होती. मला तर खूपच आवडली. मग आम्ही ते तुकडे चादरीवर ठेवले आणि शिवायला सुरुवात केली. आमची जाग मिळाली म्हणून गोदाक्का बाहेर आल्या. त्या लुगड्यामध्ये त्यांना कदाचित विचित्र वाटत होतं. अशी लुगडी त्यांनी कधी नेसलीच नव्हती ना. तरीही त्या खूश होत्या. त्या आमच्यासमोर असलेल्या चादरीकडे बघायला लागल्या. जानकीनं केलेली नक्षी त्यांनाही खूप आवडली.

"मी करू का तुम्हाला मदत?" त्यांनी विचारलं.

मी त्यांना म्हणाले, "आज राहू दे गोदाक्का. हे काय आमचं रोजचंच काम आहे. आज तुम्ही विश्रांती घ्या. हवं तर उद्या या तुम्ही." गोदाक्का यावर काही बोलल्या नाहीत. फक्त आमच्या समोर येऊन बसल्या आणि आमच्या हातांकडे कुतूहलानं बघू लागल्या. बराच वेळ आम्ही शिवत बसलो होतो. वेळ कसा गेला कळलंच नाही. सुमन उठून आली, तेव्हा आम्ही आवरतं घेतलं.

त्यादिवशी गोपाळभाऊजी एकटेच पुढे आले. मी त्यांना आप्पासाहेबांबद्दल विचारलं तर ते म्हणाले, "आमची निघायची वेळ होत आली होती. तेवढ्यात कचेरीत एक माणूस आला. त्या दोघांचं काहीवेळ बोलणं झालं आणि आप्पासाहेब त्या माणसाबरोबर कुठंतरी गेले. त्यांनी मला कचेरी बंद करून घरी जा, असं सांगितलं. त्यांनी तुमच्यासाठी निरोप दिला आहे, की यायला कदाचित रात्र होईल. तेव्हा माझी वाट पाहत बसू नका.

जेवणं वगैरे आटपून घ्या."

हा निरोप ऐकून का कोण जाणे माझ्या मनात धस्स झालं. 'कोण कुठला माणूस त्यांच्याकडे आला असेल. आप्पासाहेब पण असे तडकाफडकी त्या माणसाबरोबर कुठं निघून गेले असतील? उद्या गेले असते, तर काही बिघडलं असतं का त्यांचं? एकतर बरेच लोक त्यांच्यावर खार खाऊन आहेत. ते एकटेच परतत असताना कोणी त्यांच्यावर हल्ला केला तर काय होईल' अशा माझ्या मनात नाना शंकाकुशंका येऊ लागल्या.

जेवणाची वेळ झाली, तसं मी सगळ्यांना जेवायला बसायला सांगितलं पण कोणीच तयार होईना. सगळे म्हणाले, आप्पासाहेबांना येऊ देत मग बसू या. छोटी सुमनही हट्टाला पेटली. मी तिला निदान तोवर दूध तरी पी, नाहीतर लाडू खा म्हणून सांगत होते पण तिनं 'नाही म्हणजे नाहीच' असं मला निक्षून सांगितलं. वाट बघून बघून ती उपाशीपोटी निजून गेली. माझा जीव गलबलून आला. एवढीशी पोर पण एकेकदा तिचं वागणं हे असं असतं.

खूप उशीर झाला तरी आप्पासाहेब आले नाहीत, तेव्हा मी दाराच्या उंबरठ्यावर पेला उपडा करून ठेवला. शेवटी एकदाचे आप्पासाहेब आले. त्यांना सुखरूप बघितल्यावर माझा जीव भांड्यात पडला. मी त्यांना दारातच उभं राहायला सांगितलं आणि त्यांच्यावरून भाकरीचा तुकडा ओवाळून टाकला. ते बघून आप्पासाहेब हसायला लागले. मी त्यांच्याकडे रागानं बघितलं, तर ते एकदम गप्पच झाले. मी देवघरात जाऊन कुलदेवतेला मनोमन प्रार्थना केली की, 'अशीच आमच्यावर तुझी कृपा असू दे'. मी देवघरातून बाहेर आले तर जानकी ताटपाणी घेत होती. तिनं एक ताट जास्तीचं घेतलेलं आप्पासाहेबांनी पाहिलं. त्यांनी जानकीकडे प्रश्नार्थक नजरेने पाहिलं. दरवाजाची कडी वाजली, तेव्हा गोदाक्का लगोलग आत जाऊन बसल्या होत्या. मी आप्पासाहेबांना सांगितलं की ते ताट गोदाक्कांचं आहे. मी आत जाऊन गोदाक्कांना घेऊन आले. त्या खूपच संकोच करत होत्या. त्यांना बघून आप्पासाहेब उठून उभे राहिले आणि म्हणाले, "गोदाक्का, संकोच करू नका. मला आपला भाऊ माना. हे घर तुमचंच आहे असं समजा. काही लागलं सवरलं तर अगदी निःसंकोचपणे मागून घ्या."

गोदाक्कांनी मान डोलावली. मी त्यांना समोरच्या खुर्चीवर बसवलं. सगळे जेवायला बसले. मी मात्र बसले नाही. सुमन जेवल्याशिवाय मी कशी जेवणार होते ना. आमच्या आवाजानं सुमन उठून बाहेर आली. मी लगेच तिला जेवायला बसवलं. तिचे डोळे पेंगुळलेले होते. ती डुलक्या काढायला लागली. मला राहवलं नाही. मग मीच तिला भरवलं.

सगळं आटोपल्यावर मी आमच्या खोलीत गेले. आप्पासाहेब जागेच होते. मी त्यांना म्हणाले, "एवढं काय जरुरीचं काम होतं, की तुम्ही तडकाफडकी तिथं गेलात. सकाळी गेला असतात, तर काही बिघडलं असतं का? आमच्या जिवाला किती घोर लागला

माहीत आहे का?"

आप्पासाहेब एकदम चिडले आणि म्हणाले, "त्याशिवाय का गेलो मी? तुम्हाला माहीत आहे आमचं काम कसं आहे ते. तरी तुम्ही असं कसं विचारता?"

मी त्यांना विचारलं, "कोणी सती जाणार होतं का? पण मग अशा वेळेला तुम्ही मला बोलावलं असतं." ते 'नाही' म्हणाले.

"मग कुठं गेला होतात?"

"ते कळेल तुम्हाला लवकरच. आता शांतपणे झोपा आणि मलाही झोपू द्या." असं म्हणून भिंतीकडे तोंड करून आप्पासाहेब झोपलेदेखील. मला मात्र उगाच रात्रभर झोप नव्हती. असं वाटायला लागलं, की त्यांना आधीच कुठल्यातरी गोष्टीचा ताण होता आणि मी मागचा पुढचा विचार न करता त्यांना लागेल असं बोलले. उगाच बोलले. माझं मन मला खायला लागलं.

सकाळी आप्पासाहेब थोडे चिंतेत दिसत होते. त्यांची अवस्था बघून मी त्यांना काहीच बोलले नाही. ते स्वतःच्याच विचारात होते. त्यांनी कचेरीत निघताना सांगितलं, "आज दुपारी तुम्ही गोपाळांबरोबर न्यायालयात या. उशीर करू नका. वेळेत येणं अत्यंत महत्त्वाचं आहे."

आता मला कळलं की आप्पासाहेब असे का वागत होते. ते निघून गेले. आम्ही भरभरा आटपलं आणि गोपाळभाऊजी आल्यावर मी त्यांच्याबरोबर निघाले. यावेळेला एकीला तिघी घरात थांबणार होत्या, त्यामुळे मला काही चिंता नव्हती.

आम्ही न्यायालयात पोहोचलो. आप्पासाहेबांबरोबर आमच्या गावातले दोघेजण होते, वडील आणि मुलगा. वडिलांनी आधारासाठी हातात काठी घेतली होती. आप्पासाहेब त्यांच्याशी काहीतरी बोलत होते. आम्ही त्यांच्याजवळ जाऊन पोहोचलो. आप्पासाहेब म्हणाले, "आलात तुम्ही? चला आता थोड्याच वेळात आपला खटला सुरू होईल. आत जाऊ."

आम्ही व्हरांड्यात उभे राहिलो. आमच्या नावाचा पुकारा झाल्यावर आम्ही आत गेलो. आप्पासाहेबांनी न्यायालयामध्ये सांगितलं की ते आज साक्षीदार म्हणून श्री दगडू आणि कोंडिबा यांना सादर करणार आहेत. न्यायालयानं परवानगी दिली. दगडूकाकांच्या नावाचा पुकारा झाला. ते पुढे आले.

आप्पासाहेबांनी बोलायला सुरुवात केली, "हे आहेत आमच्या गावचे श्रीयुत दगडू. यांचं शेत नदीला लागून आहे. काशीमाईच्या रक्ताचे डाग आणि सखाराम यांचा सोटा यांच्या शेताच्या लगतच सापडला होता."

आप्पासाहेब दगडूकाकांना प्रश्न विचारू लागले, "तर दगडूकाका, न्यायालयाला

सांगा, ज्या दिवशी काशीमाई यांची हत्या झाली, तेव्हा तुम्ही कुठं होतात आणि काय पाहिलंत?"

दगडूकाका सांगू लागले, "त्या दिवशी मी आणि माझा लेक कोंडिबा दोघं आमच्या शेताला पाणी दाखवायला गेलो होतो. आम्हाला निघायला थोडासा उशीर झाला. नदीच्या कडेनं काशीमाईला जाताना आम्ही दोघांनीही पाहिलं. तिच्या पाठी धाकटे मालक येताना दिसले. त्यांच्या हातात सोटा होता. ते किती दिवस झाले आम्हाला आमची जमीन विकायला सांगत होते. आम्ही दोघं खूप दमलो होतो. आम्हाला रात्रीच्या वेळेला क्लेश नको होता, म्हणून आम्ही दोघंही उसात लपलो. धाकटे मालक काशीमाईच्या पाठी गेले आणि त्यांनी हातातला सोटा काशीमाईच्या डोक्यात मारला. ती खाली पडली. यांनी तिला नदीत ढकलून दिलं. आम्ही खूप घाबरलो. आम्ही हे सगळं पाहिलंय, हे जर त्यांना समजलं असतं, तर त्यांनी आम्हालापण काशीमाईच्या जोडीला धाडलं असतं. म्हणून आम्ही ते दूर जाईपर्यंत उसातच बसून होतो. मग आम्ही नदीकडं गेलो. काशीमाईला शोधलं पण ती काही आम्हाला सापडली नाही."

आप्पासाहेब म्हणाले, "हे सर्व टिपून घ्यावे."

सखारामभाऊजींचे वकील उभे राहिले. त्यांनी उलटतपासणीला सुरुवात केली.

"म्हणजे याचा अर्थ असा होतो, की तुम्ही हे सर्व प्रत्यक्ष बघितलं." दगडूकाकांनी होकारार्थी मान हलवली.

"तुमचं आता वय झालेलं आहे, तर वयानुसार तुमची दृष्टी अंधूक झाली असेल, नाही? तुम्ही दूर उसामध्ये उभे होतात, तेव्हा ती व्यक्ती माझे अशील सखाराम आहेत, हे तुम्ही इतक्या छातीठोकपणे कसं काय सांगू शकता?"

तेव्हा मात्र दगडूकाका चिडले. आप्पासाहेबांनी त्यांना शांत व्हायची खूण केली. दगडूकाकांनी स्वतःला सावरलं आणि म्हणाले, "देवाच्या कृपेनं अजूनपर्यंत माझी नजर साफ आहे. उडत्या पाखराचे पंख मोजून देईन तुम्हाला. आमचा ऊसपण अगदी नदीला लागून आहे. तेव्हा ते धाकटे मालकच होते आणि त्यांनीच काशीमाईच्या डोक्यात सोटा मारला, हे एकशे एक टक्के खरं आहे."

"बरं मला एक सांगा, इतके दिवस तुम्ही कुठं होतात? आत्ताच तुम्हाला इथं यायची उपरती कशी काय बुवा झाली?" वकिलांनी त्यांना विचारलं.

दगडूकाका म्हणाले, "आतापर्यंत माझं यायचं मन होत नव्हतं. धाकट्या मालकांच्या लोकांनी आमच्या जिवाचं बरवाईट केलं तर? माझा लेक इतके दिवस मला हेच सांगत होता, की आम्ही इथं यायला पाहिजे. काल रात्री आप्पासाहेब आमच्याकडं आले होते. ते म्हणाले, की आम्हाला घाबरायची काही गरज नाही. आम्हाला काहीही होणार नाही. तेव्हा मी आज माझ्या लेकाबरोबर यायला तयार झालो."

त्यानंतर आप्पासाहेबांनी कोंडिबाला साक्षीदार म्हणून बोलावलं. त्यांनीही तेच सगळं सांगितलं. त्यांनी हेपण सांगितलं, की इतके दिवस त्यांचं मन त्यांना खात होतं, की हे सगळं माहीत असूनदेखील ते पुढे येत नव्हते. सखारामभाऊजींनी त्यांची एक गहाण टाकलेली जमीन पैसे फिटले नाहीत, असं खोटं दाखवून जप्त केली होती. आप्पासाहेबांमुळे ती जमीन दगडूकाकांना परत मिळाली. तेव्हा त्यांनी विचार केला आणि ते साक्ष द्यायला तयार झाले, असं त्यांनी सांगितलं. न्यायालयानं निकालासाठी पुढची तारीख दिली. आम्ही तिथून निघालो. आप्पासाहेबांनी दगडूकाका आणि कोंडिबा यांना आमच्या घरी यायचा आग्रह केला पण रात्र होईल ही सबब देऊन ते तिथूनच परत गेले.

दुसऱ्या दिवशी एक बाई घाबरीघुबरी होऊन आमच्याकडे आली आणि म्हणाली माझ्या मैत्रिणीला वाचवा. तिला सती जाण्यासाठी तिच्या घरचे लोक जबरदस्ती करत आहेत. आम्ही लगेच निघालो. आधी आप्पासाहेबांच्या कचेरीत गेलो. त्यानंतर सगळे मिळून नेहमीप्रमाणे आधी पोलीस चौकीत गेलो. तिथं फक्त एक हवालदार होते. निरीक्षक कुठंतरी बाहेर गेले होते. ते येईपर्यंत आम्हाला थांबावं लागलं. ते आल्यावर आम्ही शक्य तितक्या लवकर स्मशानाकडे निघालो. तिकडे सगळं कसं शांत शांत वाटत होतं. माझ्या काळजात चर्रर्र झालं. आम्हाला यायला बराच उशीर झाला होता.

त्या दिवसापासून आम्ही आमची कार्यपद्धती बदलली. कोणी सती जात असेल, तर आम्ही दोघीजणी, मी आणि बरोबर जानकी किंवा गोदाक्का आप्पासाहेबांबरोबर त्या स्त्रीला वाचवायला जायचो. गोपाळभाऊजीही आमच्याबरोबर यायचे पण ते पोलीस चौकीत जायचे आणि आम्ही थेट स्मशानभूमीमध्ये. असं करून आम्ही त्या स्त्रीला सती जाण्यापासून रोखायचो. लोक विरोध करायचे. आप्पासाहेब त्यांना सतीविरोधी कायद्याबद्दल समजावून सांगायचे. आश्चर्य म्हणजे काही ठिकाणी आप्पासाहेबांचं बोलणं ऐकून काही लोकांचा विरोध मावळायचा. याचा एक अर्थ असा होता, की समाज बदलत होता. नवीन विचारांना आत्मसात करत होता. हे खूप चांगलं लक्षणं होतं.

प्रकरण : १३

आमच्या घरी आता सती जाण्यापासून वाचवलेल्या आणखी काही स्त्रिया आल्या. इथं येऊन त्या खूश होत्या पण काही झालं तरी जीवनाचा साथीदार असणं खूप महत्त्वाचं असतं. मला त्यांच्या भविष्याची चिंता वाटायची. या मुली त्यांचं उभं आयुष्य एकट्या कशा व्यतीत करणार होत्या? मी आप्पासाहेबांकडे हा विषय काढला. त्यांच्या मनातही हा विचार घोळत होता. ते मला म्हणाले, "समाज सुधारत आहे पण काही गोष्टींना अजूनही थोडा वेळ लागणार आहे. सगळेच तरुण नवीन विचारसरणीचे नसतात. त्यांच्या मनावर जुन्या संस्कारांचा पगडा असतो शिवाय लोक काय म्हणतील, हा विचार त्यांना सतावत असतो. तरीही असे काही तरुण असतातच जे ध्येयानं भारलेले असतात. मी माझ्या ओळखीच्या लोकांमध्ये नक्कीच हा विषय काढेन. बघू किती तरुण धडाडीनं हे सत्कार्य करायला तयार होतात."

मी जानकीशी या विषयावर बोलले. ती मला म्हणाली, "उमाक्का, झालं तेवढं बास झालं. माझी तरी परत या सगळ्यात पडायची इच्छा नाही. मी इथं सुखी आहे. तुम्ही मला कधीच परकं मानलं नाहीत आणि मला पोरकंही करणार नाहीत, याची मला खात्री आहे."

मी तिला समजवायचा खूप प्रयत्न केला पण ती तिच्या निर्णयापासून हटली नाही. समोर गोदाक्का बसलेल्या होत्या. त्या म्हणाल्या, "उमाक्का म्हणताहेत ते सोळा आणे खरं आहे. आपल्याला कधी ना कधी जोडीदाराची कमी भासते, हे मी माझ्या अनुभवावरून सांगते."

मी गोदाक्कांना विचारलं, "तुम्हाला अशी संधी मिळाली तर तुम्ही काय कराल?"

त्या एकदम गप्पच बसल्या आणि तिथून उठून निघून गेल्या. मी त्यांच्या पाठोपाठ गेले. त्या मागच्या दारात जाऊन बसल्या. त्यांच्या डोळ्यात अश्रू होते. मी त्यांच्या डोक्यावरून हात फिरवला आणि विचारलं, "काय झालं गोदाक्का? माझं काही चुकलं का? तुमच्या मनाला लागलं असेल तर मला माफ करा."

त्या म्हणाल्या, "नाही हो उमाक्का, तुमची काहीच चूक नाही. माझंच मेलीचं नशीब फुटकं. जे सुख मला कधी मिळालंच नाही, त्याबद्दल विचारलंत म्हणून भरून आलं इतकंच."

मी त्यांना म्हणाले, "इतके दिवस नाही मिळालं म्हणून यापुढंही मिळू नये असं थोडीच आहे. तुम्ही पुनर्विवाह करायला तयार आहात ना?" त्यांनी थोडावेळ विचार केला आणि होकारार्थी मान हलवली. मला खूप बरं वाटलं.

गोदाक्का नाकीडोळी नीटस होत्या. त्यांच्या डोळ्यात तरतरी होती. आता त्यांचे केसही बऱ्यापैकी वाढले होते. खरंच खूप मऊ आणि दाट होते त्यांचे केस. स्वभावानं किती मायाळू होत्या त्या. खरंच त्यांना खूप चांगलं स्थळ मिळावं, अशी माझी मनापासून इच्छा होती.

नानासाहेब हे आप्पासाहेबांच्या ओळखीतलेच एक गृहस्थ. घरची जबाबदारी पार पाडताना त्यांनी स्वतः लग्न केलं नव्हतं. आता त्यांचे लहान भाऊ, बहीण सगळे मार्गी लागले होते. त्यांना त्यांच्यापेक्षा वयानं खूप लहान असलेल्या मुलीबरोबर लग्न करायचं नव्हतं. आप्पासाहेब त्यांच्याकडे गोदाक्कांबद्दल बोलले. त्यांनी नानासाहेबांना त्यांच्याबद्दल सगळं काही सांगितलं. त्यांनाही ते पटलं आणि ते आमच्याकडे आले. आप्पासाहेबांनी गोदाक्कांनाही नानासाहेबांबद्दल सगळी माहिती सांगितली. त्यांना बोलवू का, असं गोदाक्कांना विचारलं. त्यांनी मान खाली घातली, त्या काही बोलल्या नाहीत. आत गेल्यावर मी त्यांना परत विचारलं, "चालेल ना त्यांना बोलावलं तर? तुमच्या मर्जीविरुद्ध आपल्याला काहीही करायचं नाहीये."

त्यांनी होकारार्थी मान हलवली. मी आप्पासाहेबांना त्यांना बोलवायला काहीच हरकत नाही असं सांगितलं. अगदीच बघायचा कार्यक्रम नाही म्हणता येणार पण नानासाहेबांना आप्पासाहेबांनी आमच्याकडे जेवायला बोलावलं.

त्यादिवशी गोदाक्का आनंदी दिसत होत्या. सगळा स्वयंपाक त्यांनीच केला होता. आम्ही फक्त त्यांना मदत करत होतो. ठरल्या वेळेप्रमाणे नानासाहेब आले. उंचपुरे दणकट शरीरयष्टीचे होते ते. त्यांची विद्वत्ता त्यांच्या चेहऱ्यावर दिसत होती. आप्पासाहेबांनी त्यांचं स्वागत केलं. ते येऊन बसले. मी त्यांना गूळपाणी दिलं. आप्पासाहेबांनी त्यांना माझी ओळख करून दिली. ते सौम्य हसले. आप्पासाहेब आणि नानासाहेब दोघांच्या गप्पागोष्टी सुरू झाल्या. आप्पासाहेबांनी मला गोदाक्कांना बोलवायला सांगितलं. त्या दाराच्या पाठीच उभ्या होत्या. मी आत जाऊन त्यांना बोलावलं. त्या आल्या आणि नानासाहेब बसले होते तिथं समोर येऊन उभ्या राहिल्या. नानासाहेब त्यांना म्हणाले, "तुम्ही उभ्या का? बसा ना."

गोदाक्का बसल्या. आमच्या सगळ्यांची नजर त्यांच्यावर खिळली होती.

माझ्या मनात विचार येत होते, नानासाहेब आणि गोदाक्का एकमेकांना पसंत करतील ना? गोदाक्कांचं स्वप्न साकार होईल ना?

नानासाहेबांनी गोदाक्कांना काही जुजबी प्रश्न विचारले. स्वतःबद्दल थोडीफार माहिती दिली. गोदाक्का मात्र जेवढ्यास तेवढंच बोलल्या. त्यांनी आल्यापासून जी मान खाली घातली होती, ती वरच करेनात. नानासाहेबांना त्या डोळ्यांच्या कडेनं बघत होत्या. त्यांच्या नजरेत तरी होकार दिसत होता. नानासाहेबांच्या मनाचा मात्र काही थांगपत्ता लागत नव्हता. थोड्यावेळानं मी पानं मांडली आणि आप्पासाहेबांना सांगितलं. ते दोघं जेवायला बसले. गोदाक्कांच्या हाताला चव होती. मी आवर्जून सांगितलं, की सगळं जेवण गोदाक्कांनी केलेलं आहे. नानासाहेब अगदी तृप्त होऊन जेवले. बोलले मात्र काहीच नाहीत. पान तोंडात टाकून त्यांनी थोडावेळ गप्पा मारल्या आणि नंतर काय ते कळवतो असं सांगून ते निघाले. गोदाक्का खिडकीमधून नानासाहेबांच्या पाठमोऱ्या आकृतीकडे बघत होत्या. मी त्यांना बघत आहे, असं जेव्हा त्यांच्या लक्षात आलं, तेव्हा त्या गोऱ्यामोऱ्या झाल्या. शेवटी मी त्यांच्याकडे बघून स्मितहास्य केलं आणि आवरायला आत गेले.

आठवडा उलटला तरी नानासाहेबांकडून काहीच उत्तर आलं नाही. रोज आप्पासाहेब आले की गोदाक्कांच्या चेहऱ्यावर उत्सुकता दिसायची. आप्पासाहेब याविषयी काहीच बोलत नाहीत म्हटल्यावर त्या खिन्न व्हायच्या. शेवटी मी आप्पासाहेबांकडे विषय काढला.

"नानासाहेबांनी काय उत्तर दिलं हो आप्पासाहेब?"

ते म्हणाले, "मीपण तोच विचार करत होतो. नानासाहेब आठवडाभर मला दिसलेच नाहीत. उद्या एक काम करतो, वाट वाकडी करून त्यांच्या घरी जातो."

"हो बाई जाच तुम्ही. एकदाच काय तो सोक्षमोक्ष लावला, की निदान जीव तरी टांगणीला लागणार नाही." मी म्हणाले.

दुसऱ्या दिवशी आप्पासाहेब आले. जरा सैलावल्यावर त्यांनी मला आमच्या खोलीमध्ये बोलावून घेतलं. मी गेले तसे त्यांनी मला विचारलं, "गोदाक्का काय करत आहेत?"

मी सांगितलं की त्या स्वयंपाकखोलीत पाट्यावर चटणी वाटत आहेत.

"असो, मी आज नानासाहेबांकडे जाऊन आलो. ते गोंधळलेल्या मनःस्थितीमध्ये आहेत. खरं पाहता त्यांना गोदाक्का पसंत आहेत पण एका सोवळ्या बाईशी लग्न केलं तर लोक काय म्हणतील, याची त्यांना चिंता वाटते. ते आपल्याकडे येऊन गोदाक्कांना बघून गेलेत, हे त्यांनी घरात कोणाला सांगितलं नाही. माझ्याशी चर्चा केल्यावर त्यांनी त्यांच्या

बंधूंना बोलावलं आणि गोदाक्कांबद्दल सांगितलं. त्यांच्या दोन बंधूंनी सरळ कानावर हात ठेवले. त्यांनी सांगितलं की इतकं मोठ पाप करू नका. सोवळ्या बाईशी लग्न करण्यापेक्षा तुम्ही अविवाहित राहिलात तर बरं. तुमच्या म्हातारपणाची चिंता करण्याची गरज नाही. आम्ही आहोत. तुम्हाला कशाचीही ददात म्हणून पडू देणार नाही. आम्ही आणि आमच्या पत्नी तुमच्या सेवेस हजर असू. नानासाहेबांच्या सगळ्यात धाकट्या बंधूंनी मात्र सांगितलं, की त्यांचा ह्या लग्नास पूर्ण पाठिंबा आहे. इतकी वर्षं तुम्ही आमच्यासाठी हाडाची काडं केलीत. आता परतफेड करायची आमची पाळी आहे. शेवटी लग्न हे फक्त सेवेसाठी करत नाहीत. इतरही बऱ्याच गोष्टींचा विचार लग्न करण्यापाठी असतो. सहचर्य हे अत्यंत महत्त्वाचं असतं. तुमच्या वयाचा विचार करता कोवळ्या मुलीबरोबर लग्न करणं हे तिच्यासाठी आणि तुमच्या स्वतःसाठीही योग्य नाही. तेव्हा तुम्ही घेतलेला निर्णय अत्यंत योग्य आहे. तुम्ही त्या बाईंशी लग्न करावं. मोठ्या वहिनींना आम्ही त्यांचा मान निश्चितच देऊ. मीही त्यांना सांगितलं, की गोदाक्का स्वभावानं खूप चांगल्या आहेत. तुमच्या आयुष्याचं सोनं करतील पण नानासाहेब अजूनही द्विधा मनस्थितीत आहेत. आपण त्यांना थोडा वेळ देऊ या. उगाच आपण जास्त उतावीळपणा दाखवला, तर त्यांच्या मनातून ठरत आलेलं असेल आणि मग परत नाही म्हणतील, तर असं नको व्हायला." मी मान डोलावली आणि आत निघून गेले.

मी ही गोष्ट गोदाक्कांना सांगितली. त्या म्हणाल्या, "असू दे उमाक्का. शेवटी लग्नाच्या गाठी या वर बांधल्या जातात. माझ्या नशिबात असेल ते मिळेलच आणि जे नाही, ते कितीही आटापिटा केला तरी नाहीच मिळणार. या गोष्टीचा तुम्ही आणखी विचार करू नका." मग मीही शांत राहिले.

आताशा गेले दोन दिवस मला जरा अस्वस्थ वाटत होतं. सकाळच्या वेळी थोडंसं मळमळल्यासारखं वाटायला लागलं. मला थोडी शंका येत होती. मी आप्पासाहेबांना शेवटी विचारलं, की माझी तब्येत बरी वाटत नाही तर एकदा वैद्यांना दाखवू या का? आप्पासाहेब एकदम काळजीत पडले. त्यांनी एक नाही, तर हजार प्रश्न विचारले. काय होतंय? कसं होतंय? मला त्यांच्याकडे बघून हसूच येत होतं पण मी त्यांना अजिबात ताकास तूर लागू दिली नाही. ते म्हणाले, "अंगावर काढू नका, चला ताबडतोब निघू या."

आम्ही डॉक्टरांकडे गेलो. त्यांनी मला तपासलं आणि आप्पासाहेबांना सांगितलं, "आता तुम्हाला तुमच्या मिसेसची काळजी घ्यायला हवी." आप्पासाहेब एकदम चिंताक्रांत झाले.

"असं काय झालंय त्यांना?" त्यांनी विचारलं.

तेव्हा डॉक्टर हसायला लागले आणि म्हणाले, "झालं नाही, होणार आहे. त्यांना बाळ

होणार आहे. अभिनंदन!"

आप्पासाहेबांचे डोळे चमकले. मी लाजून चूर झाले. डॉक्टरांनी मला काय काळजी घ्यायची ते सगळं सांगितलं. थोडी औषधं दिली. आप्पासाहेबांच्या चेहऱ्यावरून आनंद ओसंडून वाहत होता. आम्ही डॉक्टरांचे आभार मानून निघालो.

आप्पासाहेबांनी मला हळूच बग्गीमध्ये चढवलं. घरी पोहोचेपर्यंत त्यांनी मला इतक्या सूचना केल्या होत्या, की काय विचारता सोय नाही. फार दगदग करू नका, नेहमी आनंदी राहा, एक ना दोन. मला मात्र माझ्या पहिल्या बाळंतपणाची आठवण येत होती. त्यांना जेव्हा कळलं होतं, तेव्हा त्यांच्या चेहऱ्यावर काहीच भाव नव्हते. आप्पासाहेबांची प्रतिक्रिया मात्र अगदी सुखावह होती. माझा गजानन जर जगला असता, तर आज किती मोठा झाला असता, असे विचारही मनात चमकून गेले. त्यावेळेला मला हवं-नको ते बघायला माझ्याबरोबर काशीमाई होती. यावेळेला मात्र वडीलधारं कोणीच नव्हतं. मी मनातल्या भावना चेहऱ्यावर येऊ नयेत म्हणून आटोकाट प्रयत्न करत होते. तरीही आप्पासाहेबांना माझ्या मनातली खळबळ लक्षात आलीच. ते म्हणाले, "तुम्ही काही काळजी करू नका. मी आहे ना?" मीही त्यांच्याकडे बघून स्मितहास्य केलं.

आम्ही घरी पोहोचलो तर गोदाक्का आमची वाट बघत दारातच उभ्या होत्या. लगेच त्यांनी आम्हाला काय झालं म्हणून विचारलं. आप्पासाहेब हसले आणि म्हणाले, "बाकी काही नाही, तुम्ही आत्या होणार आहात."

"काय सांगता काय? अगदी गोड बातमी दिलीत आप्पासाहेब. देवापुढे साखर ठेवा हो." त्या म्हणाल्या.

"मी कशाला, तुम्हीच ठेवा की. तुम्ही एवढ्या आत्या होणार आहात तर." आप्पासाहेब म्हणाले आणि त्यांनी माझ्याकडे बघितलं. गोदाक्कांनी लगेच देवाला साखर दाखवली आणि सगळ्यांना वाटली.

"आज गोडाचा स्वयंपाक करू या हं उमाक्का." त्या म्हणाल्या. मी हसून मान डोलावली.

सुमन, जानकी, गोपाळभाऊजी सगळ्यांनाच ही बातमी ऐकून खूप आनंद झाला. घरातल्या इतर मुलीही माझ्याभोवती जमा झाल्या आणि माझं अभिनंदन करू लागल्या. सगळ्यांचं प्रेम बघून मला अगदी भरून येत होतं. मनात विचार येत होता, आता मी एकटी कुठं आहे? माझं पूर्ण कुटुंब माझ्याबरोबर आहे मग मला काळजी करण्याची गरजच नाही.

दुसऱ्या दिवशी इंदू वहिनी भेटायला आल्या. त्यांना खूप आनंद झाला होता. त्या म्हणायला लागल्या, "उमाक्का, तू आई होणार असं ऐकलं आणि मला इतकं बरं वाटलं म्हणून सांगू. नीट काळजी घे हो. मी येत जाईन अधूनमधून. काही खावंसं वाटलं

तर नक्की सांग मला. मी करून आणत जाईन."

चार दिवसांनी सकाळीच आप्पासाहेबांच्या आई आल्या. आप्पासाहेब कचेरीत जायला निघतच होते. ते सासूबाईंना म्हणाले, "आज सकाळी सकाळीच तुझं दर्शन! वा, आजचा दिवस खूप चांगला जाणार माझा."

सासूबाई हसल्या आणि म्हणाल्या, "अरे आप्पा, मी आजी होणार हे कळल्यावर जीव कसा राहील रे माझा?"

सासूबाई आल्यामुळे आप्पासाहेब जरा वेळ थांबून मग कचेरीत निघून गेले. खूप महत्त्वाचा खटला होता म्हणे त्यांचा त्यादिवशी. सासूबाई खूप खूश दिसत होत्या. त्यांनी माझ्या डोक्यावरून हात फिरवला आणि म्हणाल्या, "सूनबाई, आमच्या घरातलं पहिलंच बाळ येणार. घरी असतात तर तुम्हाला कुठं ठेवू आणि कुठं नको असं झालं असतं मला पण आता परिस्थिती वेगळी आहे. नशिबात असेल तसं. त्या परमेश्वराची जशी इच्छा. हयगय करू नका हो."

गोदाक्का म्हणाल्या, "काही काळजी करू नका काकू. मी आहे ना."

मला अगदी काशीमाईचीच आठवण झाली. सासूबाई येताना बरंच काही घेऊन आल्या होत्या. आप्पासाहेबांच्या आवडीचे चुर्मे लाडू, बेसनाचे लाडूही होते. मला ते बघून हसू आलं.

"आवडतात का बेसनाचे लाडू सूनबाई तुम्हाला? आमच्या मनूलाही फार आवडतात हो. आप्पा मात्र उगाच एखादा खाल्ल्यासाररखा करतो. सगळ्याजणी घ्या हो. मनू म्हणजे आप्पाची बहीण. बघू, तुमची आणि तिची भेट कधी होते ते."

आम्ही बोलत होतो तेवढ्यात जानकीनं त्यांना पोहे आणून दिले. त्यांनी ते आवडीनं खाल्ले.

"तुमचा भरला संसार बघून मला आनंदच झाला. तुम्ही जे करताय ते खूप चांगलं काम आहे. मला कितीही पटलं तरी ह्यांना पटायला हवं ना. आणि मी यांच्याशी बांधलेली. मनात असूनदेखील आप्पाच्या पाठी मला उभं नाही राहता येत. ते काम तुम्ही करत आहात, हेच माझ्यासाठी खूप आहे. मात्र आता तुम्ही दोन जिवांच्या आहात, हे विसरायचं नाही हो. मी येत जाईन अधूनमधून."

त्या निघाल्या तेव्हा मी त्यांना आमच्या बागेतली चाफ्याची फुलं दिली आणि त्यांच्या पाया पडले. त्यांनी मला जवळ घेतलं आणि आशीर्वाद दिले, "तुमच्या पदरात भरभरून सुख पडू दे. तुमच्या संसारवेलीवर फुलं उमलू दे."

सासूबाई गेल्या पण त्यांच्या मायेची सय आता मला साथ करणार होती.

प्रकरण : १४

दोनच दिवसांनी आम्हाला परत न्यायालयात जावं लागलं. काशीमाईच्या खटल्याचा निकाल होता. आम्ही सगळे न्यायालयात वेळेवर पोहोचलो. आमच्या नावाचा पुकारा झाल्यावर आत गेलो. न्यायाधीशांनी आप्पासाहेबांना विचारलं, की त्यांना काही टिप्पणी करायची आहे का? तर ते 'नाही' म्हणाले. सखारामभाऊजींच्या वकिलांनाही काही टिप्पणी करायची नव्हती. न्यायाधीशांच्या बाजूने बसलेल्या लोकांनी त्यांच्याकडचा कागद न्यायाधीशांना दिला. न्यायाधीशांनी वाचायला सुरुवात केली. ते खूप वेळ वाचत होते. त्या सगळ्यातून मला कळलेला मथितार्थ एवढाच होता, की सगळे साक्षीदार आणि पुरावे बघता सखारामभाऊजींना दोषी ठरवलं गेलं होतं. काशीमाईचा खून त्यांनीच केल्याचं सिद्ध झालं होतं. त्यामुळे त्यांना आजीवन कारावासाची शिक्षा झाली होती.

संपूर्ण देश स्वातंत्र्याच्या लढाईमध्ये होरपळून निघत होता. कित्येक देशभक्त तुरुंगाच्या गजाआड गेले होते. त्यांच्या तुरुंगात जाण्यापाठी किती उदात्त कारण होतं आणि सखारामभाऊजी मात्र निष्पाप काशीमाईच्या खुनाचा आरोप सिद्ध झाला, म्हणून आता तुरुंगात जाणार होते. मला खूप बरं वाटलं. अखेर काशीमाईला न्याय मिळाला होता. मी आप्पासाहेबांचे आभार मानले. ते मला म्हणाले, "आभार का मानत आहात? मी माझं कर्तव्य पार पाडलं. मला तर तुमचं कौतुक वाटतं, तुम्ही शेवटपर्यंत लढत राहिलात आणि सखारामांना त्यांच्या अपराधाची शिक्षा मिळाली."

गोपाळभाऊजी मात्र दुःखी दिसत होते. शेवटी कसेही असले, तरी सखारामभाऊजी त्यांचे सख्खे भाऊ होते. त्यांनी गोपाळभाऊजींना अंगाखांद्यावर खेळवलं होतं. आप्पासाहेबांनी त्यांच्या खांद्यावर थोपटल्यासारखं केलं. गोपाळभाऊजींनी लगेच आपल्या डोळ्यातले अश्रू पुसले आणि म्हणाले, "माझ्या एका भावाचा मृत्यू झाला आणि आता या भावाला जन्मठेप झाली. माझ्या अख्ख्या कुटुंबाची वाताहत झाली."

मी पुढं झाले आणि त्यांना म्हणाले, "असं का म्हणता भाऊजी? आम्हीपण तुमचं

कुटुंबच आहोत ना?"

तेवढ्यात आप्पासाहेबही म्हणाले, "मी आहे ना तुमचा मोठा भाऊ. सावरा स्वतःला आणि आता या उदास चेहऱ्यावर आम्हाला आनंद दिसला पाहिजे, कळलं का?"

गोपाळभाऊजी लगेच हसले तरी मला त्यांच्या मनाची अवस्था कळत होती पण मला खात्री होती, की ते यातून नक्कीच बाहेर येतील. फक्त त्यांना थोडा वेळ द्यावा लागणार होता.

दिवसामागून दिवस जात होते. आता कोणी स्त्री सती जात आहे, असं कळलं की आप्पासाहेबांबरोबर गोदाक्का आणि जानकी जायच्या.

सगळे माझी काळजी घेत होते. जपत होते. गोदाक्का मला काही खावंसं वाटतंय का, असं सतत विचारत असत. यावेळेला का कोण जाणे, मला अगदी साधं वरणभात किंवा ताकभात असं काही खावंसं वाटायचं.

खरंतर आप्पासाहेब मला म्हणत होते, की आपण दवाखान्यात तुमचं नाव घालू या पण मला बाई लाज वाटत होती. मी त्यांना निक्षून नाही म्हणून सांगितलं. आताशा दवाखान्यात नवीन परिचारिका यायला लागल्या होत्या पण डॉक्टर तर पुरुषच होते ना. एखाद्या डॉक्टरीणबाई असत्या, तर मी नक्कीच गेले असते दवाखान्यात. त्यावर आप्पासाहेब म्हणायला लागले, "डॉक्टर हे डॉक्टर असतात. त्यांच्याकडे स्त्री आणि पुरुष या नजरेनं बघू नये. आपण आपला दृष्टीकोन बदलायला हवा."

मला आप्पासाहेबांचं सगळं पटायचं पण ही एक गोष्ट मात्र मला अजिबात पटत नव्हती. शेवटी आप्पासाहेबांनी माझ्यासमोर हात टेकले. त्यांनी आमच्या जवळच राहणाऱ्या गंगूताई नावाच्या सुईणबाईंना सांगून ठेवलं. त्या अधूनमधून तपासणी करायला येऊन जात होत्या. बाळ व्यवस्थित असल्याचं त्यांनी सांगितलं, की आप्पासाहेबांच्या चेहऱ्यावर समाधान झळकत असे.

महिन्यातून एकदा तरी सासूबाई आम्हाला भेटायला यायच्या. येताना माझ्याबरोबर घरातल्या आमच्या सगळ्या मुलींसाठी खाऊ घेऊन यायच्या. या काही दिवसांमध्ये मात्र त्यांची काहीच ख्यालीखुशाली मिळाली नाही. मी आप्पासाहेबांना सांगितलं, की कोणाकडून तरी जरा त्यांची चौकशी करा. इतके दिवस त्या आल्याशिवाय राहायच्याच नाहीत. आप्पासाहेबांनी चौकशी केली, तर घरात सगळ्यांची तब्येत ठणठणीत होती. त्यामुळे नेमकं कारण उमगलं नाही.

हळूहळू माझी हालचाल मंदावली. माझे दिवस भरत आले होते. एका दिवशी सकाळीच माझ्या पोटात दुखू लागलं. आप्पासाहेबांनी मला 'मी घरी थांबू का?' असं विचारलं पण

मी त्यांना 'जा' म्हणून सांगितलं. ते निघालेदेखील होते पण माझ्या चेहऱ्याकडे पाहून परत थांबले. मला हळूहळू कळा यायला लागल्या, तेव्हा आप्पासाहेबांनी गोपाळभाऊजींना गंगूताईंना बोलवायला सांगितलं. ते स्वत: माझ्यासमोर येऊन बसले आणि माझ्या डोक्यावरून हात फिरवत मला धीर देऊ लागले. माझ्या बाजूला गोदाक्का बसल्या होत्या. गंगूताई आल्या. त्यांनी आप्पासाहेबांना खोलीच्या बाहेर जायला सांगितलं आणि दार लावून घेतलं. माझ्या पोटात खूपच दुखायला लागलं. त्यांनी गोदाक्कांच्या मदतीनं पुढची तयारी करायला सुरुवात केली. गोदाक्कांच्या चेहऱ्यावर काळजी दिसत होती. गंगूताईंनी माझ्या पोटावर हात ठेवून तपासणी केली. त्यांनी मला कळा घालायला सांगितलं पण मला ते जमत नव्हतं. मी कुठंतरी कमी पडत होते. गंगूताई खूप प्रयत्न करत होत्या पण काही जमत नव्हतं. मी घामानं डबडबले. माझा जोर कमी पडत होता. मी वेदनेनं कळवळत होते. असं वाटत होतं, आता माझा जीव जातो की राहतो. गंगूताईंनी माझ्या अंगावर पांघरून आणि त्या दरवाजा उघडून बाहेर गेल्या. त्यांनी आप्पासाहेबांना सांगितलं, की बाळ पायाळू आहे. आणखीनही काही गुंतागुंत आहे. परिस्थिती नाजूक आहे. बाळाचा जन्म जोखमीचा आहे. कदाचित उमाक्का किंवा बाळ दोघांपैकी एकाचा किंवा दोघांचाही जीव जाऊ शकतो. आप्पासाहेब तडक आत आले. त्यांनी मला त्यांच्या हातांवर उचललं आणि बाहेर घेऊन आले. समोर बग्गी उभी होती. त्यात त्यांनी मला झोपवलं आणि दवाखान्यात घेऊन गेले. तिथं मला झोळण्यात घालून आत नेलं गेलं.

आज मला दुसऱ्या डॉक्टरांकडे आणलं होतं. ते स्त्रीरोगतज्ज्ञ होते. डॉक्टरांच्या अथक प्रयत्नानंतर शेवटी माझी सुटका झाली. मी एका गोंडस बाळाला जन्म दिला होता. आमचं बाळ. त्याच्या रडण्याचा आवाज आला आणि माझे कान तृप्त झाले. नाहीतर एक क्षण असा आला होता, की काय होणार आणि काय नाही, याची शाश्वती नव्हती. सगळी त्या कुलदेवतेची कृपा आणि डॉक्टरांच्या प्रयत्नांची पराकाष्ठा. हो, त्यांना त्यांनी जे केलं त्याचं श्रेय द्यायलाच हवं ना. त्यांच्यामुळे माझा आणि आमच्या बाळाचा दोघांचाही जीव वाचला होता. आप्पासाहेब सांगत होते, तेच बरोबर होतं. डॉक्टरला जात, धर्म, लिंग काहीच नसतं. डॉक्टर हे फक्त डॉक्टर असतात आणि ते शर्थीचे प्रयत्न करून आपल्या रुग्णाच्या आरोग्याची काळजी घेत असतात. खरी कमाल होती ती आप्पासाहेबांची. त्यांनी इतक्या पटकन निर्णय घेतला आणि तो अमलातही आणला. माझ्या डोळ्यातून अश्रू वाहत होते. अंगातलं त्राण संपलं होतं पण मनाची उमेद कायम होती.

परिचारिकाबाईंनी बाळाला साफ केलं आणि माझ्याकडे आणून दिलं. तो मुलगा होता. बाळाला छातीशी कवटाळून धरताना माझं मन कृतकृत्य झालं. मला आणि बाळाला बाहेर दुसऱ्या खोलीमध्ये घेऊन गेले. आप्पासाहेब वाटच बघत होते. त्यांच्याबरोबर

गोदाक्काही होत्या. आप्पासाहेबांच्या चेहऱ्यावरचा आनंद ओसंडून वाहत होता. आप्पासाहेबांनी बाळाला उचलून घ्यायचा प्रयत्न केला, तेवढ्यात परिचारिकाबाई आल्या आणि म्हणाल्या, "बाळ नाजूक आहे ना, तेव्हा आत्ता तुम्ही त्याला उचलायचा प्रयत्न करू नका."

आप्पासाहेब पहिल्यांदा हिरमुसले पण नंतर म्हणाले, "काही हरकत नाही. बाळाच्या आरोग्यासाठी तुम्ही जे सांगाल ते करायला मी तयार आहे. मी बसतो जरावेळ इथंच."

परिचारिकाबाईंनी एकाला तिथं थांबायला सांगितलं. मग गोदाक्का माझ्याजवळ थांबल्या आणि आप्पासाहेब बाहेर गेले.

बाळाच्या रडण्यानं मला जाग आली. मी त्याला दूध पाजलं आणि झोपवलं. त्याच्या डोक्यावरून हात फिरवताना मला गजाननची आठवण येत होती. त्याच्याही डोक्यावर असंच जावळ होतं. मी माझ्या विचारात होते, तेवढ्यात गोपाळभाऊजी आणि जानकी जेवणाचा डब्बा घेऊन आले. मी आप्पासाहेबांना घरी जाऊन जेवायला सांगितलं पण ते काही तिथून हलले नाहीत.

दुसऱ्या दिवशी इंदू वहिनी आल्या. त्यांनी मला एकदम मिठीच मारली. मला खूप हलकंहलकं वाटलं. त्या येताना जेवण घेऊन आल्या होत्या. त्या दिवशी माझ्यापाशी त्याच थांबल्या होत्या.

दोन दिवस दवाखान्यात ठेवून मला परत घरी पाठवलं गेलं. निघताना डॉक्टरांनी काय करायचं आणि काय करायचं नाही, ते सगळं अगदी इत्यंभूत सांगितलं.

दुसऱ्या दिवशी सासूबाई घरी आल्या. येताना त्यांनी अळीवाचे, मेथीचे आणि डिंकाचे लाडू आणले. ते बघून मला आईची खूप आठवण आली. कशी असेल माझी आई? असा माझ्या मनात विचार चमकून गेला. नकळत माझ्या डोळ्यातून दोन अश्रू ओघळले. सासूबाईंनी माझ्या डोक्यावरून हात फिरवला आणि अलाईबलाई काढली. मग त्यांनी त्यांच्या नातवाकडे मोर्चा वळवला. तोपण लबाड त्यांच्याकडे बघून हसत होता. त्यांनी त्याला उचलून घेतलं आणि त्याच्याशी गप्पा मारू लागल्या. 'छबकडा, सोनू, कोण आहे मी तुझी? आजी. कोण आजी. अलेलेले अश ग बाई ते...' आणखीन असंच काहीबाही. तोपर्यंत त्यानं आजीबाईंना तीर्थप्रसाद दिला. त्या हसायला लागल्या. म्हणाल्या, "हे काय ते बघा सूनबाई, आजीला लगेच भिजवून टाकलं हो बदमाशानं."

मी त्यांना म्हणाले, "मी तुम्हाला दुसरं लुगडं देते."

त्यावर त्या म्हणाल्या, "असू दे ग. पहिल्या नातवाचा प्रसाद आहे हा."

मी त्यांना विचारलं, "इतके दिवस का नाही आलात?

त्या म्हणाल्या, "मागच्या वेळेला मला घरी जायला थोडा उशीर झाला, तर हे महादेवाच्या देवळात मला शोधून आले. घरी पोहोचते ना पोहोचते, तर स्वारी दारातच

उभी. मला बघितल्यावर सुरुवात झाली, कुठं गेला होतात? मला खोटं सांगून कोणाला भेटायला गेला होतात आणि असं बरंच काही. मी मूग गिळून गप्प बसले आणि सगळं काही ऐकून घेतलं. मनसोक्त बोलून झाल्यावर ते कडाडले, तुमच्या तोंडाला काय कुलूप घातलं आहे का? कुठं गेला होतात ते मला कळलंच पाहिजे. मी त्यांना सांगितलं, की मला खोटं बोलता येत नाही आणि मी खरं सांगितलं, तर ते तुम्हाला रुचणार नाही. त्यापेक्षा न बोललेलं बरं. मग काय यांनी फतवा काढला, की मी जिथं जाईन तिथं माझ्याबरोबर कोणीतरी असणारच. ते कुठं बाहेर जाणं नको आणि कोणाची पाळत नको म्हणून मी घराच्या बाहेर पडणंच बंद केलं.

"नातवाची बातमी ऐकल्यावर मात्र माझा जीव राहिला नाही. मी ह्यांना ठणकावून सांगितलं, की तो तुमचा कोणी आहे असं तुम्हाला वाटत नसेल कदाचित पण माझा नातू आहे आणि मी त्याला बघायला जाणार. तुम्ही परवानगी दिलीत तर ठीक. नाही दिलीत तरी जाणार. मी परत येऊ की नको ते फक्त सांगा, नाहीतर मी आप्पाकडेच मुक्काम हलवते. हे एकदम गप्पच झाले. काही बोलले नाहीत. शांतपणे त्यांच्या आरामखुर्चीवर डोळे मिटून पडून राहिले. मी यायच्या आधी लाडू करत होते, तर त्यांचं पूर्ण लक्ष होतं पण त्यावर त्यांनी काहीच आक्षेप घेतला नाही. आज सरळ यायची तयारी केली. हे समोरच बसले होते. त्यांना सांगितलं माझ्या नातवाला बघून येते, तरी त्यावर काहीही प्रतिक्रिया नाही. मग काय, मी सरळ निघून आले."

मला हे ऐकून खूप वाईट वाटलं. उगाच आमच्यामुळे दोघांमध्ये मतभेद झाले. त्या पुढे म्हणाल्या, "पण कसं आहे ना सूनबाई, कितीही नाही म्हटलं तरी ते माझ्या कपाळावरचं कुंकू आहेत. माझी जीवनरेखा त्यांच्याशी बांधलेली आहे, तेव्हा मला जास्त वेळ थांबता नाही हो यायचं."

मी त्यांना सांगितलं, "बरं, फार नाही थांबवणार पण निदान जेवून तरी जा."

त्या म्हणाल्या, "नको आत्ता नको. नंतर तुझ्या हातचं जेवायला येईन हो."

म्हणजे त्या आमच्या मुलींना परकंच समजत होत्या का? असा विचार माझ्या मनात आला पण मी काही बोलले नाही. त्यांना जास्त आग्रहपण केला नाही.

"बरं, बारसं कधी करणार आहात? बाराव्या दिवशी का?" त्यांनी विचारलं.

"नाही, बाळ अजून नाजूक आहे. थोडे दिवस जाऊदेत. मग करू या." आप्पासाहेबांनी परस्पर उत्तर दिलं. त्यांचं उत्तर ऐकून माझा जीव भांड्यात पडला.

"बरं, ठीक आहे. जेव्हा असेल, तेव्हा निरोप दे. मग मी येईन हो." त्या म्हणाल्या आणि थोडा वेळ थांबून बाळ झोपल्यावर त्या निघाल्या.

प्रकरण : १५

आप्पासाहेबांचा सतीप्रथेवरचा लेख मराठी आणि इंग्रजी वृत्तपत्रांमध्ये छापून आला होता. त्यात त्यांनी सतीप्रथेबद्दल सगळी माहिती दिली होती. सती विरोधी कायदा, सती जाणाऱ्या स्त्रियांना वाचवताना आम्हाला येणाऱ्या अडचणी, आम्ही आमच्या परीनं त्यांचं पुनर्वसन करण्याचा केलेला प्रयत्न, त्यांच्या आणि एकूणच स्त्रियांच्या शिक्षणाचं महत्त्व, समाजाने आपला दृष्टीकोन कसा बदलायला हवा, अशा सर्व गोष्टींचा त्यात समावेश होता. कमाल म्हणजे त्यांनी त्यात माझाही उल्लेख केला होता. गोपाळभाऊजी ते वृत्तपत्र मुद्दाम घरी घेऊन आले आणि तो लेख त्यांनी आम्हा सगळ्यांना मोठ्यानं वाचून दाखवला. माझा ऊर अगदी अभिमानानं भरून आला. आप्पासाहेबांना मी म्हणाले, "किती सुंदर लेख लिहिलात तुम्ही आप्पासाहेब. सगळे विचार अगदी परखडपणे मांडले आहेत. प्रत्येक गोष्टीचा अगदी सांगोपांगी विचार केला आहे, तरीही एक गोष्ट मात्र मला खटकली.

आप्पासाहेबांना आश्चर्य वाटलं.

"या सगळ्यात तुम्ही माझा उल्लेख उगाच केला आहे. मी तसं म्हटलं तर काहीच केलेलं नाही यात. सगळी तुमची स्वतःची मेहनत आहे."

त्यावर आप्पासाहेब म्हणाले, "तसं नाहीये. तुम्ही मला साथ दिलीत म्हणून मी काहीतरी करू शकलो. तुमचा उल्लेख करणं अनिवार्य होतं. त्यामुळे मी तुमच्या या विचाराशी असहमत आहे."

मला त्यावर काय बोलावं काही सुचेना, मग मी उगी राहिले. घरातल्या सगळ्यांना तो लेख खूप आवडला. जानकी मला म्हणाली, "या लेखाचा समाजमनावर परिणाम झाला, तर खूप बरं होईल आणि ही सतीप्रथा बंद होईल ना उमाक्का."

मी तिला म्हणाले, "हो, समाज नक्कीच सुधारेल. मात्र सुधारणा काही एका दिवसात होत नाहीत. ही एक खूप मोठी प्रक्रिया आहे." सगळ्यांना ते पटलं.

आप्पासाहेबांचा हा लेख नंतर एका कलकत्त्यावरून प्रसारित होणाऱ्या इंग्रजी वर्तमानपत्रात छापून आला. तिथं बंगालमध्ये सतीप्रथा खूप जास्त प्रमाणात पाळली जाते, म्हणून त्या वृत्तपत्राच्या संपादकांनी आप्पासाहेबांकडे तो लेख छापायची परवानगी मागितली होती. आणि सगळीकडे समाजप्रबोधन होणं अत्यंत आवश्यक आहे, म्हणून आप्पासाहेबांनीही परवानगी दिली.

हळूहळू का होईना पण त्या लेखाचे पडसाद सगळीकडे उमटत होते. काही चांगले, तर काही वाईट. काही लोक सती पुनर्वसनासाठी देणगी द्यायला पुढे आले. काही तरुण आपणहून आप्पासाहेबांना येऊन भेटले आणि त्यांनी सांगितलं, की ते आता सतीप्रथेविरोधात उभे राहायला तयार आहेत. ते अशा प्रथांचा नक्कीच विरोध करतील. ते आम्हाला या कार्यात मदत करायला तयार होते. त्यातील दोघांनी तर सती जाण्यापासून वाचलेल्या स्त्रियांशी लग्न करायची तयारी दाखवली. आप्पासाहेब हे ऐकून कृतकृत्य झाले.

त्या लेखात दिलेल्या गोष्टी सर्वांनाच पटणाऱ्या नव्हत्या. काही लोकांनी आप्पासाहेबांविरुद्ध कारवाया करायला सुरुवात केली. ते आप्पासाहेबांच्या अशिलांचे कान फुंकायचा प्रयत्न करत होते. सांगत होते की, 'हे वकील सती जाणाऱ्या स्त्रियांसाठी काम करतात, तर त्यांना तुमचा खटला चालवायला वेळ कुठं मिळणार? त्यांच्यामुळे तुमच्या खटल्याचा निकाल तुमच्या विरुद्ध लागेल.' खरं पाहता असं काही नव्हतं. आप्पासाहेब एकदम शिस्तीत काम करायचे. वेळेचं नियोजन कसं करायचं, हे त्यांना चांगलंच माहीत होतं. काही अशिलांनी आप्पासाहेबांकडून खटला काढून घेऊन दुसऱ्या वकिलांना दिला. मात्र काही अशिलांनी त्या लोकांनाच चार शब्द ऐकवले आणि आप्पासाहेबांना येऊन सगळं सांगितलं. आप्पासाहेबांनीही मग खबरदारी घ्यायला सुरुवात केली.

आमच्या घरावर काही विरोधकांनी दगडफेक केली. तरी बरं आम्ही पटापटा सगळ्या खिडक्या, दारं बंद करून घेतली. बाळ शांतपणे झोपला होता. मी सगळ्यांना दिवाणखान्यात यायला सांगितलं. सगळ्याजणी आल्या. फक्त नर्मदा अजून हिंडूफिरू शकत नव्हती. गोदाक्का तिच्यापाशी थांबल्या. मी सगळ्यांना सांगितलं की, 'घाबरायची गरज नाही. आपला बंगला आणि त्याच्याभोवती असलेलं कुंपण अगदी मजबूत आहे. अशा भ्याड हल्ल्यानं आपलं कोणीही काहीही बिघडवू शकत नाही. त्यांचा विरोध मोडून काढायला आपण समर्थ आहोत. आता मुळुमुळु रडत बसायचे दिवस गेले. सगळ्यांनी शांत बसा.' सगळ्या अगदी शांतपणे बसल्या होत्या. मोठ्या मुली छोट्या मुलींना आपल्याबरोबर घेऊन बसल्या होत्या. सुमन मला अगदी खेटून बसली होती. तिला या सगळ्याचं आश्चर्य वाटत होतं. थोड्यावेळानं दगडफेक थांबली. घरातलं तंग

वातावरण हळूहळू निवळायला लागलं. काही वेळानं सगळ्या आपापल्या कामाला लागल्या. आता सुमनच्या प्रश्नांची सरबत्ती सुरू झाली. ते कोण होते? त्यांनी आपल्या घरावर दगड का मारले? एक ना दोन. तिच्या प्रश्नांची मी मला जमेल तशी उत्तरं देत होते. तेवढ्यात बाळ जागा झाला. मी त्याला घेतलं आणि सुमनचे प्रश्न यायचे थांबले.

संध्याकाळी आम्ही आप्पासाहेबांची वाट बघत होतो. खूप उशीर झाला तरी ते आणि गोपाळभाऊजी दोघंही आलेच नाहीत. माझ्या मनात काहूर उठलं. आप्पासाहेब अजून घरी का आले नाहीत? कुठं गेले असावेत? दुपारच्या प्रसंगामुळे मला त्यांची आणखीनच काळजी वाटायला लागली.

रात्र झाली तरी आप्पासाहेबांचा आणि गोपाळभाऊजींचा पत्ता नव्हता. माझा धीर सुटत चालला होता. काय करावं, कोणाला विचारावं, काही कळत नव्हतं. एकतर एवढं छोटं बाळ माझ्या पदरात होतं. त्याला सोडून आप्पासाहेबांना शोधायला कुठं जाणार होते मी? काय करावं, काही सुचेना. शेवटी देव पाण्यात ठेवले आणि कुलदेवतेची प्रार्थना केली, की आप्पासाहेब घरी सुखरूप येऊ देत. उंबरठ्यावर फुलपात्र उपडं करून ठेवलं, जेणेकरून आप्पासाहेब आणि गोपाळभाऊजी लवकर घरी येतील.

रात्रीचे किती प्रहर झाले कोण जाणे आणि बाहेरच्या दारावर थाप पडली. मला काही कळेना. एवढ्या रात्री कोण आलं असेल? आप्पासाहेब असतील का? पण लगेच दार उघडणंही बरोबर नव्हतं. सगळ्या मुली भेदरून गेल्या होत्या. त्या माझ्याकडे आशेनं बघत होत्या. मी दाराकडे गेले आणि विचारलं, “कोण आहे?”

बाहेरून उत्तर आलं, “उमाक्का, मी आहे गंगाधर.”

मी लगेच दार उघडलं. ते आत आले. मला म्हणाले, “उमाक्का, धीर सोडू नका. मी तुम्हाला सांगायला आलो आहे, की आप्पा आणि गोपाळ दोघंही आत्ता दवाखान्यात आहेत.”

मला काही सुचेना. मी त्यांना विचारलं, “सांगा, सांगा मला गंगाधरभाऊ ते दवाखान्यात का आहेत? काय झालं त्यांना?”

गंगाधरभाऊ म्हणाले, “उमाक्का, आधी तुम्ही शांत व्हा. आता सगळी जबाबदारी तुमच्यावर आहे. तुम्हाला खंबीर राहायला हवं.”

“हो, पण सांगा ना, त्यांना काय झालंय?” मी म्हणाले.

गंगाधरभाऊ म्हणाले, “आप्पा काही कामासाठी बाहेर गेला होता. त्यानं गोपाळला सांगितलेलं की त्याला परत यायला जर उशीर झाला, तर कचेरीतील काम झाल्यावर कचेरी बंद करून घरी जा पण बहुतेक मी तोपर्यंत येईनच. गोपाळनं आप्पाची वाट पाहिली आणि शेवटी कचेरी बंद करून निघाला. वाटेत त्याला दिसलं, की काही समाजकंटकांनी

आप्पाला रस्त्यात गाठलं होतं आणि त्याच्यावर हल्ला केला होता. मागंपुढं न पाहता ते कसेही आप्पावर काठ्यांचा वार करत होते. ते जोरजोरात ओरडत होते, की सती ही आमची प्रथा आहे. त्याला विरोध करून सती जाणाऱ्या स्त्रियांना आपल्या घरी घेऊन जातोस? तू कृष्ण आणि त्या गोपिका आहेत का तुझ्या रासलीला खेळायला? आणखीन वर आपला हा व्याभिचार वर्तमानपत्रात छापायला तुला लाज कशी वाटली नाही?"

मला ऐकवलं नाही. किती कलुषित विचार होते त्या लोकांचे. गंगाधरभाऊ पुढे सांगायला लागले, "आप्पा जबर जखमी झाला होता. एक-दोघे असते, तर आप्पानं त्यांना धूळ चारली असती पण हे चांगले दहा-बाराजण होते. त्यांच्यापुढं त्याचा निभाव लागला नाही. तो खाली बेशुद्ध पडला होता, तरी त्यांचं मन भरलं नाही. ते त्याला मारतच होते. जमावाला अक्कल नसते म्हणतात ना, ते काही खोटं नाही. गोपाळनं मधे पडायचा प्रयत्न केला, तेव्हा त्याच्यावरही दोन-चार लाठ्या पडल्या. तेवढ्यात पोलीस आले. त्यांच्या शिट्टीचा आवाज आला तसे ते लोक पळून गेले. एक-दोघांना पोलिसांनी पकडलं. त्याच रस्त्यावरून जाणाऱ्या दोघांनी गोपाळ आणि आप्पासाहेबांना दवाखान्यात नेलं. डॉक्टरांनी गोपाळला मलमपट्टी करून सोडलं. गोपाळनं पोलीस चौकीत जाऊन फिर्याद नोंदवली. तिथंच तो बेशुद्ध पडला. त्याला पोलीस हवालदारानं परत दवाखान्यात नेलं. डॉक्टरांनी दोघांवर उपचार सुरू केले. थोड्या वेळानं गोपाळ शुद्धीत आला आणि त्यानं माझं नाव आणि पत्ता दिला, तेव्हा त्यांनी मला निरोप पाठवला. मी ताबडतोब दवाखान्यात गेलो. आता गोपाळ तसा बरा आहे. कदाचित त्याला उद्या घरी सोडतील पण आप्पा अजून शुद्धीवर आलेला नाही. मात्र तुम्ही काळजी करू नका उमाक्का, देव आपल्या पाठीशी आहे. मी तिथून तडक तुमच्याकडे आलो. तुम्हाला त्यांची काळजी वाटत राहणार, हे मला माहीत होतं."

मला त्यांचे शब्द ऐकूच येत नव्हते. अगदी गळून गेल्यासारखं झालं पण मग मी विचार केला, नाही ही वेळ हातपाय गाळून बसण्याची नव्हती. मी त्यांना म्हणाले, "चला, आपण जाऊ या."

ते मला नको म्हणत होते पण मी ऐकलं नाही. जोपर्यंत आप्पासाहेब आणि गोपाळभाऊजींना बघत नाही, तोपर्यंत माझ्या जिवात जीव येणार नव्हता.

मी बाळाला दुपट्यात नीट गुंडाळलं आणि खांद्यावर घेतलं. आम्ही दवाखान्याच्या दिशेनं निघालो. कधी एकदा आप्पासाहेबांना बघते असं मला झालं होतं. आम्ही दवाखान्यात पोहोचलो. डॉक्टर आम्हाला आप्पासाहेबांना भेटायची परवानगी देत नव्हते पण मी त्यांची खूपच विनवणी केली, तेव्हा त्यांनी आम्हाला खोलीच्या बाहेरून त्यांना बघायची परवानगी दिली. आप्पासाहेबांच्या सगळ्या शरीरावर पट्ट्या बांधल्या होत्या. अगदी त्यांचं डोकंही त्यातून सुटलं नव्हतं. ते बेशुद्ध होते. मला त्यांना

बघून रडूच कोसळलं. गोपाळभाऊजी मात्र ठीकठाक वाटले. डॉक्टरांनी सांगितलं की गोपाळभाऊजींना किरकोळ जखमा झाल्या होत्या. आता ते बरे आहेत, तेव्हा उद्या तुम्ही त्यांना घेऊन जाऊ शकता.

आप्पासाहेबांची प्रकृती मात्र चिंताजनक होती. त्यांच्या प्रकृतीबद्दल आत्ताच काही सांगता येणार नव्हतं. गंगाधरभाऊ मला म्हणाले, “उमाक्का, तुम्हाला आता इथून निघायला हवं. इथली काळजी करू नका. मी आहे. तसंही इथं एका माणसापेक्षा जास्त लोकांना बसायला परवानगी नाही. तुम्ही स्वतःच्या आणि बाळाच्या प्रकृतीची काळजी घ्यायला हवी.”

मला आप्पासाहेबांना नजरेपासून दूर करावसं वाटत नव्हतं. इकडे आड तिकडे विहीर अशी अवस्था झाली होती. शेवटी डॉक्टरांनीच मला तिथून जायला सांगितलं, तेव्हा माझा नाईलाज झाला.

घरी आले तेव्हा सगळ्याजणी माझ्या वाटेकडे डोळे लावून बसल्या होत्या. मी सगळ्यांना धीर देण्यासाठी सांगितलं, की आप्पासाहेब आणि गोपाळभाऊजी आता तसे बरे आहेत. कोणी काळजी करू नका. सगळं चांगलं होणार आहे. मी मात्र कुलदेवतेची प्रार्थना केली, की आप्पासाहेब लवकरात लवकर शुद्धीवर येऊ देत. त्यांना बरं वाटू दे.

दुसऱ्या दिवशी दुपारी गंगाधरभाऊ गोपाळभाऊजींना घेऊन घरी आले. त्यांना डॉक्टरांनी एक-दोन दिवस विश्रांती घ्यायचा सल्ला दिला होता. त्यादिवशी त्यांनी विश्रांती घेतली खरी, पण डॉक्टरांचं ऐकतील तर ते गोपाळभाऊजी कसले? म्हणायला लागले, “इथं जेव्हा माझी सगळ्यात जास्त गरज आहे, तेव्हा मी झोपून राहू काय?”

त्यांनी आमचं काही ऐकलं नाही. दुसऱ्याच दिवसापासून त्यांनी दवाखान्यात जायला सुरुवात केली.

दुसऱ्या दिवशी सकाळी मी परत दवाखान्यात गेले आणि तिथं बघते, तर अण्णासाहेब आणि सासूबाई बसल्या होत्या. त्यांना बघून मला आश्चर्य वाटलं पण नंतर मी विचार केला की कितीही विरोध केला तरी शेवटी त्यांचं वडिलांचं काळीज आहे. मुलाला काही झालं तर आईवडिलांना काळजी वाटणारच. अण्णासाहेबांकडे बघवत नव्हतं. त्यांची खूपच वाईट अवस्था होती. मला त्यांनी बघितलं. माझ्या हातात बाळ होतं. सासूबाईंनी मला घट्ट मिठी मारली. रडून त्यांचे डोळे सुजले होते. त्या म्हणाल्या, “सूनबाई, काय अवस्था झाली आहे माझ्या आप्पाची. त्या चांडाळांना जराही दयामाया नव्हती का गं? असं जीव जाईस्तोवर कोणी मारतं का कोणाला? देव वरून बघतोय. माझा शाप लागणार त्या लोकांना. त्यांचं कधीच भलं होणार नाही.”

मी शांतपणे एका आईची तडफड बघत होते. थोडं शांत झाल्यावर त्यांनी बाळाला माझ्याकडून स्वतःकडे घेतलं. अण्णासाहेब सगळं बघत होते. मला मात्र

अण्णासाहेबांबरोबर कसं वागावं, ते कळत नव्हतं. ते स्वतःहून पुढे आले. मी लगेच त्यांच्या पाया पडले. त्यांनी माझ्या डोक्यावर हात ठेवला आणि म्हणाले, 'अष्टपुत्रा सौभाग्यवती भव'. त्यानंतर मात्र त्यांना हुंदका आवरला नाही. माझीही अवस्था काही वेगळी नव्हती.

अजून आप्पासाहेबांना शुद्ध आली नव्हती. ती कधी येणार, हे डॉक्टरही सांगू शकत नव्हते. गोपाळभाऊजींना अधूनमधून पोलीस चौकीमध्ये बोलावलं जातं होतं. पोलिसांनी काही संशयित पकडले, की त्यांची ओळख पटवायला ते जात होते. गंगाधरभाऊंनी त्या समाजकंटक लोकांविरुद्ध खटला लढवायचा निर्णय घेतला होता.

तब्बल आठवडा उलटून गेला, तेव्हा कुठं आप्पासाहेबांना शुद्ध आली. त्यावेळेला मी त्यांच्या बाजूला बसले होते. त्यांनी पाणी मागितलं. मी त्यांना घोट घोट पाणी पाजलं. त्यांच्या अंगात त्राण नव्हते. दोन शब्द बोलले, तरी त्यांना थकवा येत होता. मला आणि बाळाला बघितल्यावर मात्र त्यांच्या चेहऱ्यावर आनंद दिसायचा. मी त्यांना म्हणाले, "तुम्ही लवकर बरे व्हा. अजून आपल्याला खूप काही करायचं आहे." त्यावर त्यांनी निश्चयानं मान डोलावली.

एक स्त्री आप्पासाहेबांना भेटायला आली. तिनं डोक्यावरून पदर घेतला होता. मी काही तिला ओळखलं नाही. आजपावेतो मी तिला कधीच पाहिलं नव्हतं. ती आली तेव्हा आप्पासाहेब झोपले होते. बहुतेक औषधांच्या अमलाखाली होते ते. आप्पासाहेबांना बघून तिला रडू फुटलं. ती हमसाहमशी रडत होती. रडताना तिचं सगळं अंग गदगदून हलत होतं. रडल्यामुळे तिच्या नाकाचा शेंडा लाल झाला होता. मी माझ्या आठवणींवर जोर द्यायचा प्रयत्न केला पण या स्त्रीला कधी पाहिल्याचं मला अजिबात आठवत नव्हतं. बरं तुम्ही कोण असं विचारणंही प्रशस्त वाटेना. एक क्षण मला वाटलं, ही आप्पासाहेबांची सौदामिनी तर नाही ना? पण नंतर मला स्वतःलाच माझ्या या विचाराची लाज वाटायला लागली. आप्पासाहेब अगदी धुतल्या तांदळासारखे सज्जन गृहस्थ होते. चुकूनही त्यांच्या वागण्या-बोलण्यात कधी अशा तशा गोष्टी दिसल्या नाहीत, म्हणजे ते असं काही करणार नाहीत म्हणजे नाहीतच. मग ही स्त्री नेमकी कोण होती? असा विचार माझ्या मनात येत होता. तेवढ्यात आप्पासाहेबांना जाग आली. त्यांची पहिली नजर तिच्यावर पडली आणि क्षीण अशा आवाजात त्यांनी तिला हाक मारली, 'मनू'. आता माझ्या लक्षात आलं, की त्या दुसऱ्या तिसऱ्या कोणी नसून आप्पासाहेबांच्या सख्ख्या धाकट्या बहीण होत्या. त्या म्हणाल्या, "आप्पादादा, काय रे ही तुझी अवस्था, नको ते करायला जातोस आणि हे असं भोगायला लागतं. अजूनही वेळ गेलेली नाही. हे सगळं तू सोडून दे. सुखानं आयुष्य जग. एवढा वकील तू पण काय उपयोग त्याचा?"

मला मनातून त्यांना सांगावंसं वाटत होतं, की आप्पासाहेबांची तब्येत आधीच

तोळामासा झाली आहे. तुम्ही त्यांना असं बोलून आणखी त्रास देऊ नका पण मी काही बोलू शकत नव्हते. इतक्या वर्षांनंतर त्यांची भेट झाली होती. उगाच माझ्यामुळे काही कमीजास्त झालं तर, अशी भीती मला वाटली. त्यांच्या बोलण्यावर आप्पासाहेब फक्त हसले. त्यांनी त्यांचा हात हातात घेतला आणि थोपटल्यासारखं केलं. बोलले मात्र काहीच नाहीत. त्या जरा वेळ बसल्या आणि निघून गेल्या. त्या होत्या तितक्या वेळामध्ये माझ्याशी चकार शब्द बोलल्या नाहीत किंवा त्यांनी माझ्याकडे ढुंकूनही पाहिलं नाही. मला खूप वाईट वाटलं. एवढ्या वन्स आप्पासाहेबांना भेटायला आल्या पण आमची म्हणावी तशी ओळख झालीच नाही. घरातल्या लोकांच्याच मनात किती किल्मिषं होती. आप्पासाहेब खरंच एकटे लढत होते, घरातल्या लोकांच्या आणि समाजाच्या विचारांशीही. कोणी वंदा, कोणी निंदा या गोष्टींचा त्यांना काहीही फरक पडत नव्हता. ते आपलं काम करत होते. कोणी बरोबर आलं तरी आणि नाही आलं तरीही.

थोड्या दिवसांनी डॉक्टरांनी आप्पासाहेबांना दवाखान्यातून घरी सोडलं. त्यांना सक्तीची विश्रांती सांगितली होती. गंगाधरभाऊंनी त्यांना घरी आणून आमच्या खोलीमध्ये सोडलं. त्यांना बघून सगळ्यांमध्ये हुरूप आला. घरात एक चैतन्य निर्माण झालं. मरगळलेल्या घराला आता नवीन उमेद मिळाली होती. एका मोठ्या संकटातून आप्पासाहेब बाहेर पडले होते. त्यांचा उद्देश आता आणखीनच मजबूत झाला होता. त्यांच्याबरोबर आमचाही. आम्ही आप्पासाहेबांची सर्वतोपरी काळजी घेत होतो. हळूहळू त्यांच्या प्रकृतीमध्ये सुधारणा दिसायला लागली. काही दिवसांनी ते कचेरीत जायला लागले.

या सगळ्यात बाळाचं बारसं करायचं राहून गेलं. शेवटी बारसं छोटेखानी करावं असं ठरलं. मी आप्पासाहेबांना मनस्विनीवन्संना बोलवायला सांगितलं. त्यांनी वन्संना तसा निरोपही पाठवला पण वन्संनी यायला स्पष्ट नकार दिला.

तेव्हा आप्पासाहेब म्हणाले, "बाळाचं नाव गोदाक्का ठेवतील."

गोदाक्कांना जेव्हा हे सांगितलं, तेव्हा त्या नको म्हणाल्या. मी त्यांना विचारलं, "असं का म्हणता तुम्ही?"

तर त्या म्हणाल्या, "मी ही अशी. उगाच विषाची परीक्षा कशाला घ्या? बाळाला काही झालं तर?"

आप्पासाहेब म्हणाले, "अजून तुम्ही त्याच विचारात आहात गोदाक्का? हा सगळा अंधविश्वास सोडा. इतके दिवस बाळाचं आणि यांचं सगळं तुम्हीच तर करत होतात ना. तेव्हा काही झालं का? नाही ना? मग आता का ही व्यर्थ भीती बाळगता? माझा आता आग्रह आहे, की बाळाचं नाव तुम्हीच ठेवायचं."

तरीही गोदाक्का नाहीवर हटून बसल्या. त्या म्हणाल्या, "आप्पासाहेब, मी तुमच्या

पाया पडते पण मला भरीस पाडू नका." शेवटी आप्पासाहेबांनी माघार घेतली आणि मंगलावन्स बाळाचं नाव ठेवतील असं ठरलं. त्या आनंदानं यायला तयार झाल्या.

बाळू आणि बाळाला पाळण्यातून सासूबाई आणि इंदू वहिनींनी फिरवलं. मंगलावन्संनी बाळाचं नाव 'कार्तिक' ठेवलं आणि त्याच्या कानामध्ये कुर्रर्र केलं. बाळाच्या बारशाला माईपण आल्या होत्या. त्यांनी बाळासाठी बाळलेणं आणलं होतं. अगदी शोभून दिसलं ते कार्तिकला. आप्पासाहेबही खूप खूश होते. त्यांनी स्वतः सगळ्यांना पेढे आणि घुगऱ्या वाटल्या.

काही दिवसांनी नानासाहेब आप्पासाहेबांना येऊन भेटले आणि म्हणाले, "माझा निर्णय आता पक्का झालेला आहे. मला गोदावरींबरोबर लग्न करायचं आहे. इतके दिवस माझं मन कच खात होतं पण आता मी माझा नवीन घरोबा करणार आहे. शेवटी माणसाला आपल्या हक्काचं माणूस हवं असतं. आपली सुखं-दुःखं कोणाबरोबर तरी वाटून घ्यावीशी वाटतात.

गोदाक्कांची त्यांनी माफी मागितली आणि म्हणाले, "तुम्हाला मी इतके दिवस वाट पाहायला लावली, याबद्दल क्षमस्व. तुमची अजूनही तयारी आहे का माझ्याबरोबर लग्न करायची? काहीही आडपडदा न ठेवता तुमचा निर्णय सांगा. तुमचा जो काही निर्णय असेल, तो मला मान्य असेल."

गोदाक्का यावर काहीच बोलल्या नाहीत. त्यांच्या मनातली खळबळ त्यांच्या चेहऱ्यावर दिसून येत होती.

"मला माफ करा. मी तुम्हाला आत्ता काहीच सांगू शकत नाही," असं सांगून त्या आत निघून गेल्या. नानासाहेबही मग खिन्न मनानं निघून गेले.

मी गोदाक्कांच्या पाठी आत गेले. त्यांच्या डोळ्यात अश्रू होते. मी त्यांना माझ्या कवेत घेतलं आणि त्यांच्या पाठीवर थोपटल्यासारखं केलं. त्यांचा बांध फुटला. त्या म्हणाल्या, "माझं लहानपणापासून स्वप्न होतं, की माझ्या आयुष्यात कोणीतरी यावं. मला समज आली तेव्हापासून मी एकटीनंच सगळं आयुष्य काढलं आहे. इतर स्त्रियांना, त्यांच्या यजमानांना बघून माझ्या मनात आशा निर्माण व्हायची, की मलाही कधी सवाष्ण म्हणून मान मिळेल. घरात काही कार्य असले, तर मला त्यात सहभाग घेता येईल. मला वाटलेलं. माझी ही इच्छा कधीच पुरी होणार नाही पण नानासाहेब जेव्हा आपल्याकडे आले, तेव्हा माझ्या आशा पुन्हा पल्लवित झाल्या होत्या. मी मनापासून त्यांना माझ्या भावी पतीच्या जागी बघत होते पण त्यांनी काय केलं? कसे वागले ते माझ्याशी? मी काय लहान मुलाच्या हातात दिलेलं खेळणं वाटले का त्यांना? इतक्या दिवसात त्यांचं काहीही उत्तर येत नव्हतं आणि आता परत मला मागणी घालायला आले आहेत. त्यांनी माझ्या मनाचा जरा तरी विचार करायला हवा होता. खरं सांगा उमाक्का, बरोबर आहे

ना?"

मी गोदाक्कांना म्हणाले, "नानासाहेब तुम्हाला माझ्याशी लग्न कराच, अशी जबरदस्ती करत नाही आहेत. ते तुमची परवानगी मागत आहेत. आम्हालाही आता तुमची सवय झाली आहे. घरात तुमच्याशिवाय पान हलत नाही. मला अगदी जिवाभावाच्या झाल्या आहात तुम्ही. अगदी प्रत्येक गोष्ट तुम्हाला सांगितल्याशिवाय मला चैन पडत नाही. आमच्या बाळासाठी आणि सगळ्यांसाठीच तुम्ही किती करता. तुम्ही जाऊ नये, असा स्वार्थी विचार माझ्या मनात येतो पण हे बरोबर नाही. जे सुख तुम्हाला आयुष्यभर मिळालं नाही, ज्याची तुम्हाला आस होती, ते सुख आता तुम्हाला मिळू पाहतं आहे. नानासाहेब तुम्हाला पसंत होते, हे मी तुमच्या डोळ्यांमध्ये पाहिलं आहे. तुमच्या मनामध्ये त्यांच्याबद्दल एक हळवा कोपरा आहे, हेही मला ठाऊक आहे. असं स्वतःच्या पायानं चालत आलेल्या सुखाला तुम्ही अव्हेरू नये असं मला मनापासून वाटत आहे. आप्पासाहेबांचीही हीच इच्छा आहे पण याचा अर्थ असा मुळीच नाही, की आम्ही तुम्हाला या घरातून बाहेर काढायला उतावीळ झालो आहोत. तुमचा जो काही निर्णय असेल, तो आम्हाला मान्य असेल. मात्र भावनेच्या आहारी जाऊन तुम्ही चुकीचा निर्णय घेऊ नये, एवढीच माझी आणि आप्पासाहेबांची इच्छा आहे."

गोदाक्का शांत झाल्या. त्यांनी विचार करायला वेळ मागून घेतला. त्या रात्री मी विचार करत होते, की काय निर्णय घेतील गोदाक्का? नानासाहेबांचा त्या पती म्हणून स्वीकार करतील, की इथंच राहायचं आहे, असं ठरवतील? त्यांनी नीट विचार करून निर्णय घेऊ देत, अशी मी कुलदेवतेला प्रार्थना केली.

दोन दिवसांनी गोदाक्कांनी त्यांचा निर्णय मला सांगायला आल्या. मी देवघरात पूजेची तयारी करत होते. त्यांना बघून मला कळलं, की त्यांना माझ्याशी काहीतरी बोलायचं आहे. मी तसं त्यांना विचारलं, तेव्हा त्या खूप छान लाजल्या. मला त्यांनी न सांगताच त्यांना काय सांगायचंय ते कळलं. मी त्यांच्याकडे बघून स्मितहास्य केलं.

"तुमचं गुपित कळलं बरं मला गोदाक्का." मी मिश्कील हसत त्यांना म्हणाले. त्या काही बोलल्या नाहीत. फक्त मान खाली घालून उभ्या राहिल्या.

"आता बोला ना गोदाक्का लवकर. तुमच्या तोंडून ऐकायला मला जास्त आवडेल." मी म्हणाले.

त्यांनी तिरक्या नजरेनं माझ्याकडे पाहिलं आणि हळू आवाजात म्हणाल्या, "माझा होकार आहे लग्नाला."

मी मुद्दाम म्हणाले, "काय? काही ऐकूच नाही आलं. जरा मोठ्यानं बोलता का?" त्यांनी माझ्याकडे अशा नजरेनं पाहिलं, की काय म्हणता. त्या सरळ देवघरातून निघून गेल्या. मीही मग जास्त ताणलं नाही.

आप्पासाहेब हे ऐकून खूप खूश झाले. त्यांनी लगेच त्यांची कोट टोपी घातली आणि म्हणाले, "शुभस्य शीघ्रम. मी नानासाहेबांना ही बातमी सांगून येतो."

मी काही बोलायच्या आत ते वाऱ्याच्या वेगानं घराच्या बाहेर पडलेही. ते येईपर्यंत मलाच धीर निघत नव्हता. शेवटी एकदाचे आप्पासाहेब आले. गूळपाणी घेता घेता म्हणाले, "सगळं ठरवूनच आलो. गोदाक्कांना बोलवा." त्या आल्या तसं त्यांनी पुढे बोलायला सुरुवात केली.

"नानासाहेबांना वैदिक पद्धतीने लग्न करायचं आहे. मी कोर्ट मॅरेजचा पर्याय त्यांच्यासमोर ठेवला होता पण त्यांना ते तितकंसं काही पटलेलं दिसत नाही. हरकत नाही. शेवटी लग्न त्यांना करायचं आहे. त्यामुळे होऊ दे त्यांच्या मनासारखं. तुमचं काय मत आहे यावर गोदाक्का?"

त्या बावचळल्यासारख्या झाल्या. आवंढा गिळून म्हणाल्या, "मला तुमच्यावर लग्नाचा भार टाकायचा नाही. आधीच खूप केलंय तुम्ही माझ्यासाठी."

आप्पासाहेब म्हणाले, "अहो गोदाक्का, जास्त खर्च नाही हो होणार. आपल्याला जास्त कोणाला बोलवायचं नाहीये. मानपानही नाहीत. वाजंत्री नको म्हणालेत ते. जो काही थोडाफार खर्च होईल, तो नानासाहेब आणि आपण वाटून करणार आहोत.

गोदाक्का यावर काही बोलल्या नाहीत, त्यामुळे आम्ही त्यांचा या गोष्टीसाठी होकार धरला.

"चला आता आपल्याला लग्नाच्या तयारीला लागायला हवं. लग्न आपल्याकडे करायचं आहे. बाहेर छोटासा मांडव घालून घेऊ. परवा वाङ्निश्चय करायचा असं ठरलं आहे. नानासाहेब त्यांच्या गुरुजींकडे जाऊन मुहूर्त काढणार आहेत. लग्नाच्या आणि वाङ्निश्चयाच्या साड्या काढायला नानासाहेबांनी आपल्यालाच सांगितलेलं आहे. त्यांचं कसं आहे, नानासाहेबांचे धाकटे बंधू या लग्नासाठी यायला तयार आहेत पण त्यांच्या सौभाग्यवतींना हे तितकंसं पटलेलं दिसत नाही. त्यामुळे त्या याबाबतीत काही मदत करतील, अशी आशा नाही. त्यामुळे उद्याच कापडचोपड खरेदीला जाऊ. आपण आपल्या ऐपतीप्रमाणे त्यांच्यासाठी अंगठी करू. ते गोड मानून घेतील, याची मला खात्री आहे."

आब्बासाहेबांचं बोलणं ऐकून गोदाक्कांच्या डोळ्यात अश्रू भरून आले होते.

दुसऱ्या दिवशी मी, गोदाक्का आणि आप्पासाहेब बाजारात खरेदी करायला गेलो. आप्पासाहेबांची शरीरयष्टी साधारण नानासाहेबांसारखीच असल्यामुळे त्यांच्या मापानंच अंगठी घेतली. बारीकशी होती पण त्याची नक्षी खूप सुंदर होती. आप्पासाहेबांच्या मनात गोदाक्कांसाठी काही घ्यायचं होतं पण तेवढे पैसे नव्हते. काय आहे ना, बाकी सगळी सोंगं घेता येतात पण पैशांचं सोंग कसं घेणार? तरी आम्ही बारीक नक्षी असलेल्या

सुंदर कुड्या घेतल्या. गोदाक्का 'नको हो, कशाला उगाच,' असं म्हणत होत्या पण आप्पासाहेबांनी काही ऐकलं नाही. गोदाक्कांना त्यांच्या पसंतीनं साड्या घेतल्या. त्या घेतानाही त्या किंमत बघून बघून घेत होत्या. लग्नाची थोडीफार इतरही खरेदी केली. फुलांची खरेदी झाली. घरी आल्यावर आम्ही सगळ्यांनी घर सजवायला सुरुवात केली. छान गजरे केले सगळ्यांसाठी. गोदाक्कांसाठी जानकीनं खास दुपदरी वेणी केली. एकूणच अशा बाबतीत जानकीचा हात धरणारं कोणी नव्हतं. आम्ही रात्री उशिरापर्यंत बसून थोडासा फराळही केला.

दुसऱ्या दिवशी नानासाहेब आणि त्यांचे भाऊ दोघंच आले. त्यांना बघून मला आनंदही झाला आणि दुःखही. ते खरोखर गोदाक्कांना त्यांच्या पत्नी म्हणून स्वीकारणार होते, याचा आनंद आणि दुःख याचं की ते फक्त दोघंच आले होते. त्यांना भाऊ सोडले, तर कोणाचाही पाठिंबा नव्हता. अशानं त्यांचा हिरमोड झाला आणि त्यांनी विचार फिरवला तर? देव करो नि तसं न होवो. मी माझ्याच विचारात होते. आतून गोदाक्का आल्या आणि मी त्यांना नानासाहेबांच्या बाजूला नेऊन बसवलं. त्यांनी एकमेकांना अंगठी घातली आणि सुंदर सजवलेले साखरेचे पुडे एकमेकांना दिले. गुरुजी नसल्यामुळे बाकीचे काहीच विधी करता आले नाहीत. गोपाळभाऊजींनी सगळ्यांना पेढे वाटले.

सगळं आटोपल्यावर नानासाहेब आप्पासाहेबांना म्हणाले, "आप्पासाहेब, गुरुजींनी लग्न लावून द्यायला स्पष्ट नकार दिला हो. आता आपण लग्न कसं करायचं?"

आप्पासाहेब त्यांना म्हणाले, "मला आधीच याची कल्पना होती. अजून समाजाच्या विचारसरणीत सुधारणा झालेली नाही. त्यामुळे ते कसे काय तयार होतील? मात्र मला तुमचं मन मोडवलं नाही, म्हणून मी तुम्हाला तसं काही बोललो नाही. या गोष्टीसाठीच मी तुम्हाला कोर्ट मॅरेजचा पर्याय दिला होता. बाकी काय ठरवता? लग्न परवावर आलं आहे आणि अजून गुरुजींचा पत्ता नाही.

नानासाहेब विचारात पडल्यासारखे दिसले.

आप्पासाहेब त्यांना म्हणाले, "हरकत नाही, तुम्ही निश्चिंत मनानं जा. मी काहीतरी व्यवस्था करतो. अगदी काहीच झालं नाही, तर मात्र कोर्ट मॅरेजचाच पर्याय आपल्याला स्वीकारावा लागणार."

नानासाहेब 'बरं' म्हणाले.

नानासाहेब आणि त्यांचे भाऊ गेल्यावर आवरता आवरता मी आप्पासाहेबांना विचारलं, "कुणी भटजी आहेत का तुमच्या पाहण्यात?"

आप्पासाहेब म्हणाले. "नाही, पण आपल्याला त्यासाठी काहीतरी हातपाय मारावे लागणार."

मग मी त्यांना म्हटलं, "हे म्हणजे वाळूतून सुई शोधण्यासारखं झालं. उगाच या एका

गोष्टीमुळे एवढं जुळून आलेलं लग्न परत बिनसू नये एवढीच इच्छा आहे."

आप्पासाहेबांनी मान डोलावली आणि म्हणाले, "होईल हो काहीतरी व्यवस्था. नका काळजी करू."

त्यांचा असा दिलासा देणं मला काही पटलं नाही पण माझ्या हातातच काय होतं? तेवढ्यात आमच्या मुलींपैकी नर्मदा आप्पासाहेबांना म्हणाली, "मी एका गुरुजींची मुलगी होते. तिन्हीत्रिकाळ आमच्याकडे पूजाअर्चा सुरू असायची. काही कार्य असलं, की मीपण येणार, असा मी बाबांकडे हट्ट करायचे. मी त्यांची खूप लाडकी होते, त्यामुळे ते मला घेऊन जायचे. नंतर नंतर तर लोकांनाही त्याची सवय झाली होती. नेहमी सगळीकडे गेल्यामुळे मला आता लग्नाचे सगळे विधी, मंत्र माहीत आहेत. मी ह्यांना ते सगळे शिकवले तर?" तिनं गोपाळभाऊजींकडे बोट दाखवून विचारलं. गोपाळभाऊजींनी चमकून तिच्याकडे पाहिलं. तिची निरीक्षण शक्ती खूप चांगली होती. गोपाळभाऊजींच्या गळ्यात जानवं होतं. त्यांनी ते अजूनही जपून ठेवलं होतं. त्यांची मुंज झालेली होती, म्हणजेच लग्न लावून द्यायचा अधिकार त्यांना होता. गोपाळभाऊजी लगेच तयार झाले आणि म्हणाले,

"आप्पासाहेब, मी तयार आहे. सगळे मंत्र अगदी नीट पाठ करेन."

मी हसले आणि म्हणाले, "गोपाळभाऊजी, तुम्हाला हो पाठ करायची काय गरज? तुम्ही तर एकपाठी आहात."

आप्पासाहेब हसून म्हणाले, "हे मात्र अगदी बरोबर हो. एकपाठी आणि प्रत्येक गोष्टीच्या मुळाशी जाऊन अभ्यास करणारा. चला, घरातच भटजीबुवा आणि त्यांचे गुरुजी दोन्ही सापडले हे उत्तम झालं."

नर्मदा लाजली.

"चला, आपण आज नव्हे, तर आत्तापासूनच सुरुवात करू या." गोपाळभाऊजी म्हणाले.

ते लहानपणापासून असेच तर होते. त्यांनी एखादी गोष्ट करायची मनावर घेतली, की ती पूर्ण होईपर्यंत त्यांना थार नसायचा. मी त्यांना म्हणाले, "आधी जेवून तरी घ्या, की मंत्र शिकूनच पोट भरणार आहात तुम्ही? उतावळा नवरा आणि गुडघ्याला बाशिंग म्हणतात ना, तशातला प्रकार आहे हा."

यावर सगळेजण हसले. रात्रीची जेवणं आटोपल्यावर गोपाळभाऊजी आणि नर्मदा बसले. मी आमच्या खोलीमध्ये गेले पण गोदाक्का मात्र त्यांच्याबरोबर बसून होत्या. दुसऱ्या दिवशीसुद्धा सकाळपासूनच यांचं अध्ययन परत सुरू झालं.

लग्नाचा दिवस उजाडला. सगळ्या मुलींनी अगदी मनापासून सगळी तयारी केली होती. इंदू

वहिनी रात्रीच मदतीसाठी आल्या होत्या. आमच्या घरातलं पहिलंच कार्य असल्यामुळे सगळ्यांमध्ये उत्साह अगदी ओसंडून वाहत होता. मी आणि जानकीनं गोदाक्कांना नटवलं. बाकी मुली आम्ही काय करतोय, ते बघत होत्या. इतक्या गोड दिसत होत्या गोदाक्का. मी त्यांच्या कानामागं काळा तीट लावला. बघते तर काय, त्यांच्या डोळ्यांना अश्रूंची धार लागलेली. तेवढ्यात जानकीच्या लक्षात आलं, की काजळ पसरलं आहे म्हणून. तिनं कपड्याच्या टोकानं हळूवारपणे ते पुसलं. मग मी त्यांना दटावलं, "तुम्ही अशाच रडत राहिलात, तर आम्ही केलेली सगळी मेहनत फुकट जाईल."

कार्तिक मधेच रडायला लागला. मी जानकीला सगळीकडे लक्ष द्यायला सांगितलं. हो आता तिलाच सांगणार ना, कारण आता गोदाक्का काय निघाल्या त्यांच्या घरी. त्यांच्या जागी त्यांनी न सांगता घेतलेली जबाबदारी कोणालातरी द्यायला नको का? मी स्वयंपाकखोलीत जाऊन खिमटी शिजवून घेतली आणि कार्तिकला भरवायला घेतली. त्याच्या आवडीचं म्हटल्यावर तोही अगदी मुटुमुटु खिमटी खात होता. एकीकडे इंदू वहिनींच्या देखरेखीखाली स्वयंपाक होत आलेला.

बाहेर टांगा उभा राहिल्याचा आवाज झाला. पाहुणे यायला सुरुवात झाली होती. गंगाधरभाऊ जयंताला घेऊन आले होते. चला, म्हणजे तेवढंच सुमनला बरं झालं होतं. इतरही आप्पासाहेबांच्या ओळखीतले लोक आले होते. सासूबाईंना आमंत्रण दिलं होतं पण त्यांना काही यायला जमणार नव्हतं. आताशा त्या जरा थकलेल्या दिसत होत्या. नानासाहेब आले. आधीसारखंच त्यांचे एक स्नेही आणि भाऊ एवढेच लोक वरपक्षाच्या बाजूनं होते. त्यामानानं वधुपक्षात मंडळी बऱ्यापैकी होती. सगळ्यांना आम्ही थंडगार पन्हं दिलं. या उकड्यामध्ये तेच अगदी योग्य पेय होतं ना. आमच्या घरातल्या भटजींनी विधी सुरू केले. भटजी नवखे आहेत, असं अजिबात वाटत नव्हतं. सगळे मंत्र अगदी स्पष्ट आणि खणखणीत आवाजात म्हटले गोपाळभाऊजींनी. मधेमधे ते त्या मंत्रांचा अर्थही समजावून सांगत होते. कमाल होती खरंतर गोपाळभाऊजी आणि नर्मदेचीही. कन्यादान मी आणि आप्पासाहेब आम्ही दोघांनी मिळून केलं. नानासाहेबांच्या बाजूनं गंगाधरभाऊ आणि इंदू वहिनी होत्या. आप्पासाहेब आणि नानासाहेबांच्या भावानं अंतरपाट धरला. मंगलाष्टकं नानासाहेबांच्या स्नेह्यांनी म्हटली. आम्ही सगळ्यांना अगदी आग्रह करकरून केळीच्या पानावर जेवायला वाढलं. पाहुणे मंडळी अगदी तृप्त झालेली दिसत होती. लग्न अगदी व्यवस्थित पार पडलं.

गोदाक्कांची निघायची वेळ झाली. माझा जीव वरखाली होत होता. थोड्याच दिवसांत किती जीव लावला होता त्यांनी. त्या सगळ्या मुलींना भेटल्या आणि माझ्या गळ्यात पडून रडू लागल्या. मलाही रडू आवरलं नाही. नानासाहेब बाजूला उभे राहून बघत होते. आप्पासाहेबांनाही गलबलून आलं. गोपाळभाऊजी मधेच मिश्कील हसत

म्हणाले, "मला वाटतं आता इथं थोड्याच वेळात पूर येईल आणि आम्ही सगळे त्यात वाहून जाऊ."

मी लटक्या रागानं त्यांच्याकडे पाहिलं. गोदाक्का निघाल्या. बाहेर बग्गी उभी होती. त्यात नानासाहेब आणि त्यांचे भाऊ चढून बसले. नानासाहेबांनी गोदाक्कांना वर चढायला हात दिला. आता मी निश्चिंत झाले होते. नानासाहेब आता कोणत्याही परिस्थितीत त्यांचा हात सोडणार नाहीत, अशी मला खात्री वाटायला लागली होती.

गोदाक्कांची मला खूप सवय झाली होती. मी पटकन त्यांना हाक मारायचे आणि मग मला एकदम आठवायचं, की त्या आता त्यांच्या घरी गेल्या आहेत. मी 'गोदाक्का' म्हणून हाक मारली, की जानकी नाहीतर आणखीन कोणी धावत यायच्या आणि मला काय म्हणून विचारायच्या. मग माझं मलाच हसू यायचं. नंतर हळूहळू सवय झाली.

कार्तिक आता हळूहळू मोठा होत होता. त्याच्या बाळलीला बघता बघता आम्हाला दिवस पुरत नव्हता. त्यानं थोडे थोडे शब्द बोलायला सुरुवात केली होती. मी त्याच्या तळहातावर बोट ठेवून

इथे इथे बस रे मोरा
सोनू घाली चारा
चारा खा पाणी पी
भुर उडून जा

असं म्हणून दाखवत होते. तोपण तोंडाने 'भुर्र भुर्र' असा आवाज काढून हात वर करायचा. सगळ्याजणी त्याच्या आजूबाजूला बसायच्या. त्याला खेटून सुमन बसलेली असायची आणि मग कार्यक्रम सुरू व्हायचा. कार्तिक काय बोलतो, कसा पुढे जातो याच्याकडे सगळ्यांचंच लक्ष असायचं. आता त्यानं रांगायला सुरुवात केली होती.

जानकीनं त्याच्यासाठी वेगवेगळ्या नक्षीचे सदरे शिवले होते. मी तिला म्हणाले, "जानकी, कार्तिकचे कपडे किती सुंदर शिवलेस तू. आता आपण एक काम करू. बाळलेणी करत जाऊ. त्यांना मागणीही खूप असते."

ती 'हो' म्हणाली. मग आम्ही बाजारात जाऊन मऊशार कापड विकत आणलं आणि त्याच्यापासून बाळलेणी करायला सुरुवात केली. खरोखरच ती हातोहात खपायला लागली.

प्रकरण : १६

आताशा प्रत्येक मुलीच्या शिक्षणाचा श्रीगणेशा सुमन करून देत असे. सर्व मुलींना तिचं खूप कौतुक वाटायचं. एवढीशी पोर पण कशी चटाचटा लिहिते आणि वाचते. गोपाळभाऊजींनी आता नवीन उपक्रम सुरू केला होता. ते रोज घरी आले, की सगळ्यांना वर्तमानपत्र वाचून दाखवायचे. सभोवताली खूप काही घडत होतं. देशाला स्वातंत्र्य मिळावं, म्हणून किती लोक आपलं प्राणार्पण करत होते. किती जणांना इंग्रजांचा जुलूम सहन करावा लागत होता. सगळ्या घडामोडी आम्हाला त्यातून कळत होत्या. आप्पासाहेब आणि गोपाळभाऊजींच्या त्यावर चर्चा चालायच्या. आप्पासाहेब काही स्वातंत्र्य सैनिकांचे खटले चालवत होते. त्यावरून गोपाळभाऊजी त्यांना सांगायचे, “आप्पासाहेब, तुम्ही जरा जपून पावलं टाकली पाहिजेत.”

गोपाळभाऊजींचं शिक्षण पूर्ण झालं होतं. आता ते पूर्ण दिवस कचेरीत काम करू लागले होते. आताशा मला गोपाळभाऊजींमध्ये काहीतरी बदल जाणवत होता. नक्की काय, ते कळत नव्हतं पण मधेच कुठंतरी त्यांची तंद्री लागलेली असायची. अशावेळी त्यांना हाका मारल्या, तरी त्यांचं लक्ष नसायचं. एवढा कसला विचार करायचे ते, काही कळत नव्हतं. त्यांच्या मनात काहीतरी शिजत होतं, हे मात्र नक्की. एक दिवस ते माझ्याकडे आले आणि म्हणाले, “वहिनी, मला जरा तुमच्याशी बोलायचं आहे. खरंतर हे आप्पासाहेबांशी बोलायला हवं पण तुमच्याशी मी अधिक मोकळेपणानं बोलू शकेन असं मला वाटतं.”

मी त्यांना म्हणाले, “बाई नमनाला एवढं घडाभर तेल? एवढं काय बोलायचं आहे ते भरभर बोलून टाका बरं. उगाच माझ्या जिवाला घोर लागून राहायला नको.”

एक क्षण ते माझ्या तोंडाकडे बघत राहिले आणि मग म्हणाले, “जाऊदे, नकोच तो विषय. उगाच तुम्हाला वाईट वाटेल. तुम्ही गैरसमज करून घ्याल.”

आता तर मला आणखीनच उत्सुकता वाटायला लागली. मी त्यांना म्हणाले,

"आपल्यामध्ये कधी गैरसमज झालेत का? समजून घेतलं तर नाही हो होत गैरसमज. बोला बरं."

तेवढ्यात सुमन तिथं आली आणि म्हणाली, की आप्पासाहेब बोलवत आहेत. महत्त्वाचं बोलायचे आहे असं म्हणत आहेत. मी आलेच असा निरोप पाठवला. तेवढ्यात गोपाळभाऊजी तिथून निघून गेले.

मला कळेना, एवढं काय बोलायचं होतं त्यांना? एवढी जुळवाजुळव कशाला करायला लागते त्यांना माझ्याशी बोलायला? एवढी परकी झाले का मी त्यांना? असा विचार करतच मी दिवाणखान्यात गेले.

आप्पासाहेब म्हणाले, "अहो, तुमचा सल्ला घ्यायचा होता मला. एक गोष्ट करायचा विचार आहे. बघा तुम्हाला काय वाटतं ते."

मी त्यांना म्हटलं, "बरंच नियोजन केलेलं दिसतंय. सांगा बरं आता आणखी नवीन काय करायचं आहे आपल्याला? काहीही करा, मी आहेच."

आप्पासाहेब हसून म्हणाले, "त्याची मला खात्री आहे. मागच्या वेळच्या अनुभवामुळे म्हटलं आधी तुम्हाला काय वाटतं ते बघू या."

"आता तर मला खूपच उत्सुकता वाटायला लागली हो. सांगा तरी नक्की काय आहे तुमच्या मनात ते." मी म्हणाले.

आप्पासाहेबांनी बोलायला सुरुवात केली, "एक सभा घ्यायचं म्हणतो आहे. जनजागृती करायला आपल्याला वेगवेगळे पर्याय शोधायला हवेत. आजकाल लोक आपलं म्हणणं लोकांसमोर मांडण्यासाठी सभा घेतात. म्हटलं आपणही हा पर्याय वापरून पाहावा."

ते ऐकून माझे तर डोळेच मोठे झाले. "बाप रे सभा? बरंच नियोजन करावं लागणार त्यासाठी." मी म्हणाले.

"होईल हो, तुम्ही नका काळजी करू. मी एकटा नसणार तिथं. माझ्या परिचयातील समविचारी लोकांनाही बोलवण्याचा विचार आहे माझा. माझे काही स्नेही कधीपासून मला सांगत होते, की तुझे विचार लोकांसमोर रोखठोकपणे मांड. त्यांच्या प्रश्नांची समोरासमोर उत्तरं दे, त्यामुळे त्यांच्या मनातले गैरसमज दूर होतील. भरकटलेल्या तरुण पिढीला आपल्या या समाजसुधारणेच्या प्रवाहामध्ये सामील करून घेता येईल. आजचा तरुण द्विधा मनस्थितीत आहे. जुन्या रूढींना कवटाळून बसावं, की नवीन विचारांचे जे वारे वाहत आहेत, त्यांच्या बाजूनं जावं हे त्यांना कळत नाही. कदाचित सभेमुळे त्यांच्या विचारांना दिशा मिळेल. तुम्हाला काय वाटतं? घ्यावी का सभा?" आप्पासाहेब विचारत होते. मी फक्त मान डोलावली.

मनामधून मात्र मी घाबरले होते. शेवटी आप्पासाहेब माझे पती होते. वर्तमानत्राद्वारे

त्यांनी जे विचार मांडले, त्याचे परिणाम आम्हाला भोगायला लागले होते. कार्तिक अजून लहान होता. जर सभा झाली आणि समाजकंटक लोकांनी परत आप्पासाहेबांवर हल्ला केला तर, अशी भीती मला वाटायला लागली. मात्र ज्या वाटेवर आम्ही चालत होतो, त्या वाटेवर ठायी ठायी काटेच होते. ते काटे दूर करून येणाऱ्या पुढच्या पिढीचा मार्ग सुकर करणं, हेच तर आमच्या जीवनाचं ध्येय होतं. अशा संकटांना सामोरं जाणं हे माझं आद्य कर्तव्य होतं. आप्पासाहेबांनी आमच्या लग्नापूर्वीच मला याची कल्पना दिलेली होती. त्यामुळे घाबरून त्यांचे पाय मागं ओढणं कधीच बरोबर नव्हतं. मी माझ्या मनाला समजावत होते.

मी आप्पासाहेबांना म्हणाले, "आपल्याला सभेची तयारी करावी लागेल ना?"

त्यावर आप्पासाहेब हसले आणि म्हणाले, "नियोजन करायला मी आहे, काही स्नेही आहेत पण मला तुमच्याकडून एक वेगळी गोष्ट हवी होती."

"सांगा ना मग लवकर, काय करू?" मी विचारलं.

"तुम्ही सभेमध्ये भाषण करायचंय." ते म्हणाले.

मी त्यांच्याकडे अविश्वासानं बघत म्हणाले, "हे काय भलतंच? समोर एवढे सगळे लोक असणार. मला बाई चार लोक जमले तरी त्यांच्यासमोर बोलायला होत नाही आणि इथं तर समोर किती लोक असतील. माझ्या तोंडातून तर शब्दच नाही निघायचा. नको बाई. एकतर मला एवढ्या मोठ्यानं बोलता येईल का? सगळंच त्रांगडं. त्यापेक्षा नकोच. तुम्ही तेवढं सोडून काहीही करायला सांगा, मी करायला तयार आहे."

आप्पासाहेब यावर काही बोलले नाहीत पण ते नाराज झाल्यासारखे वाटले. आताशा आप्पासाहेब लगेच नाराज होतात, असं माझं निरीक्षण होतं. हो, त्यांच्या डोक्यात किती विचार घोळत असतील. किती प्रकारच्या विवंचना असतील त्यांना. अशानं त्यांची तब्येत नाही बिघडली म्हणजे झालं.

"बघा, विचार करा." असं म्हणून ते सरळ उठून निघून गेले. मलाच मग कसंतरी झालं.

मी ठरवलं होतं की आप्पासाहेबांना कधीच नाराज करायचं नाही पण ते सांगत होते ती किती अवघड गोष्ट होती. तरीही आप्पासाहेब म्हणतात म्हणून मला हे दिव्य पार पाडायला हवंच होतं. मी आप्पासाहेबांच्या पाठोपाठ गेले. ते पलंगावर बसून कसलातरी विचार करत होते. मी त्यांच्या समोर जाऊन उभी राहिले.

"कसला विचार करताय एवढा?" मी त्यांना विचारलं. त्यांनी माझ्याकडे पाहिलं पण काहीच बोलले नाहीत.

"मी नाही म्हणाले म्हणून माझा राग तर नाही आला ना तुम्हाला?" मी त्यांना विचारलं.

“राग असा नाही हो, वाईट मात्र वाटलं. तुम्ही भाषण करायला एका पायावर तयार व्हाल, असं मला वाटलं होतं पण तुम्ही सरळ नाही म्हणालात. त्यामुळे माझा हिरमोड झाला. तुम्ही जर भाषण केलंत, तर त्याचा प्रभाव जास्ती पडेल असं मला वाटतं.” आप्पासाहेब म्हणाले.

शेवटी मी त्यांना सांगितलं, की मी भाषण करायला तयार आहे पण त्यांना मला ते भाषण लिहून द्यावं लागेल. तर आप्पासाहेब म्हणाले, “मनापासून हो म्हणताय ना?”

मी ‘हो’ म्हणाले. ते पुढे म्हणाले, “या सगळ्या गोष्टींचा तुम्ही स्वतः अनुभव घेतलेला असल्यामुळे तुम्ही जितक्या कळकळीनं बोलाल, तितक्या कळकळीनं कोणीच बोलू शकणार नाही. शिवाय आपल्याकडे आलेल्या मुलींना तुम्ही खूप जवळून ओळखता. त्यांची सेवा करता. त्यांच्या मनाला उभारी देता. मी एक पुरुष असल्यामुळे माझ्या मनात कितीही आलं, तरी मी या गोष्टी करू शकत नाही. सती जाणाऱ्या मुलींना मी फक्त वाचवतो. त्यांना फुलवण्याचं, धीर द्यायचं काम तुम्ही करता. माझ्या या चळवळीचा खरा कणा तुम्ही आहात. हे सगळं तुम्ही तुमच्या शब्दांत मांडलं, तर त्याचा किती प्रभाव पडेल याचा विचार तुम्ही करायला हवा.”

“बाप रे, मी स्वतःच लिहायचं माझं भाषण?”

“लिहायची काय गरज आहे? तुम्ही बोलायला सुरुवात करा. पुढचं आपोआप सुचेल. तुमचे अनुभव, तुमचे विचार हेच सांगायचं आहे.”

मी नुसती मान डोलावली. मनातून मात्र हे शिवधनुष्य मला पेलेल याची खात्री वाटत नव्हती.

आमच्या जवळच्याच सभागृहामध्ये सभा घ्यायचं ठरलं. त्यासाठी आप्पासाहेबांनी पत्रकावर छापायचा मजकूर तयार केला आणि तो गोपाळभाऊजी आणि मलाही वाचायला दिला. प्रमुख वक्त्यांमध्ये माझं नाव बघून माझ्या पोटात भीतीचा गोळा उभा राहिला पण कसंबसं मी स्वतःला सावरलं. मी त्यांना म्हणाले, “हे काय, माझं नाव का घातलं इथं? किती मोठे मोठे लोक बोलणार असतील. त्यात माझं नाव म्हणजे सूर्यापुढं काजवा.”

आप्पासाहेब म्हणाले, “तुम्ही स्वतःला कमी लेखू नका. तुम्ही कस्तुरी मृगासारख्या आहात. स्वतःच्याच कस्तुरीची तुम्हाला जाणीव नाही.”

मला हे ऐकून कसंसंच झालं. असं वाटत होतं, की मी भाषण द्यावं म्हणून ते मला हरभऱ्याच्या झाडावर चढवत होते. काहीही काय बोलत आहात तुम्ही आप्पासाहेब? असं माझ्या तोंडावर आलेलं वाक्य मी बोलले नाही. उगाच त्याच्यावरून ते नाराज व्हायचे. मी भाषण लिहिलं नाही, तरी त्यातले मुद्दे एका कागदावर लिहून घेतले. काही मुद्दे मला मुलींनी सुचवले. आवाज चढवून किती मोठ्यानं बोलता येतं, तेही आम्ही बघत होतो. हळूहळू मोठ्यानं बोलण्याची सवय झाली.

सभेची तयारी जोरात चालली होती. गोपाळभाऊजींनी आणि स्वतः आप्पासाहेबांनी पत्रकं वाटली. एक दोनदा त्यांना पोलिसांनी हटकलं. त्यांना वाटलं की ते पत्रक इतर लोक जे देशाला स्वतंत्र करण्यासाठी पूरक अशी पत्रकं वाटतात, तसलंच पत्रक आहे की काय पण मजकूर वाचल्यावर त्यांनी आडकाठी करायचं सोडून दिलं. सभागृहामध्ये लावायचे फलक जानकीनं बनवले. आम्ही तिला थोडीफार मदत केली.

सभेचा दिवस उगवला. आप्पासाहेब सकाळपासूनच धावपळ करत होते. त्यांचं आणि गोपाळभाऊजींचं हे आण, ते ने सुरू होतं. आम्ही जायची तयारी केली. मी साधीशीच सुती साडी नेसली. केसांचा अंबाडा बांधला. त्यावर आमच्या बागेतलं छोटंसं चाफ्याचं फूल माळलं. कार्तिकसाठी थोडंसं काही बांधून घेतलं. दुपारीच आम्ही सभागृहाकडे रवाना झालो. व्यासपीठावर चार-पाच खुर्च्या मांडल्या होत्या. त्याच्यासमोर मेज ठेवलेला होता. आम्ही त्याच्यावर पाणी भरून तांब्या-भांडी ठेवली. खाली एके ठिकाणी आमच्या घरातलं पाण्याचं पिंप भरून ठेवलं आणि त्यावर चार पेले ठेवले. तेव्हा आप्पासाहेब येणाऱ्या माणसांचा किती विचार करतात, असा विचार माझ्या मनात आला. सतीविरोधी कायदे इत्यादी माहिती देणारे फलक सभागृहामध्ये जागोजागी लावले होते. बसायला सतरंज्या अंथरल्या होत्या. एका बाजूनं काही खुर्च्या ठेवल्या होत्या. व्यासपीठावर एका बाजूला उभं राहून बोलायला जागा ठेवली होती.

जसजसा वेळ जात होता, तसतशी माझ्या मनातली धाकधूक वाढत होती. सभा नीट होईल ना? मला नीट बोलता येईल ना? माझा आवाज सगळ्यांपर्यंत पोहोचेल ना? कोणी येऊन सभा उधळून तर नाही ना लावणार, असे एक ना हजार प्रश्न माझ्या मनात येत होते.

हळूहळू लोक यायला सुरुवात झाली. आप्पासाहेबांचा अंदाज बरोबर होता. येणाऱ्यांपैकी बहुतेक लोक तरुण होते. सभागृह पूर्ण भरून गेलं. नंतर येणारे लोक पाठी उभे राहिले. आमच्या मुली एका बाजूला बसल्या होत्या. जानकीच्या मांडीवर कार्तिक होता, तर सुमन नर्मदेबरोबर बसली होती.

आप्पासाहेबांनी मला व्यासपीठावर असलेल्या खुर्चीवर बसायला सांगितलं. मला खूपच अवघडल्यासारखं वाटत होतं पण करते काय. बसले बाई जाऊन एका खुर्चीवर. आप्पासाहेब हळू आवाजात मला म्हणाले, “अहो, तुमचा चेहरा बघा कसा दिसतोय वाघ बघितल्यासारखा. घाबरू नका. एकदम आरामशीर बसा. तुम्हाला भाषण करताना समोर बघायची भीती वाटत असेल, तर समोर पाहा. जानकी बसली आहे तिच्याकडे बघून बोला. आत्मविश्वासानं बोला. चेहरा हसतमुख ठेवा. जरा जमतंय असं वाटलं की मग एकवार पूर्ण सभागृहाकडे पाहा. सगळे तुमचं भाषण ऐकण्यास किती उत्सुक

आहेत ते कळेल तुम्हाला. प्रत्येक शब्दाचा उच्चार अगदी स्पष्ट करा. सुरुवातच मोठ्या आवाजात करा, म्हणजे तुमचा आवाज लागेल.”

आप्पासाहेब मला असं काहीबाही सांगत होते, तेवढ्यात गोपाळभाऊजींनी त्यांना प्रमुख पाहुणे आल्याची वर्दी दिली. आप्पासाहेबांनी त्यांचं स्वागत केलं आणि त्यांना व्यासपीठावर घेऊन आले. ते बाटलीवाला साहेब होते. त्यांनीच आम्हाला त्यांचं घर दिलं होतं ना. गोरे उंचसे. सूट, बूट घातलेले आणि त्यांच्या डोक्यावर पारशी पद्धतीची टोपी होती. इतरही काही लोक व्यासपीठावर बसले होते. गंगाधरभाऊ बोलायला उभे राहिले. त्यांनी सगळ्यांची ओळख करून दिली. सगळ्यांनी सतीप्रथेविरुद्ध काही ना काही कार्य केलं होतं. एकजण तर बंगालवरून आले होते, घोष म्हणून. ते बंगालमध्ये सतीप्रथेविरुद्ध लढत होते. प्रत्येकानं येऊन त्यांचे विचार मांडले. खूप चांगल्या चांगल्या गोष्टी त्यांनी सांगितल्या. सती या प्रथेचा बीमोड कसा करावा, यासाठी त्यांनी काही सूचनाही दिल्या. समोर बसलेल्या लोकांची संमिश्र प्रतिक्रिया होती. काही लोकांना ते जे सांगत होते, ते पटत होतं, तर काही लोक बसल्या जागेवर चुळबुळ करत होते. बहुतेक त्यांना हे विचार पटत नव्हते.

गंगाधरभाऊंनी माझं नाव घेतलं. माझ्या छातीत धडधडायला लागलं. मी बोलायला उभी राहिले. मनात कुलदेवतेचं नाव घेतलं. एकदा समोर बघितलं. पूर्ण सभागृह तुडुंब भरलेलं आणि सगळे माझ्या बोलण्याची वाट बघत होते. सगळ्यांना बघून माझ्या हाताला घाम सुटला. काय बोलावं ते आठवेना. आप्पासाहेब बाजूला येऊन उभे राहिले आणि हळू आवाजात म्हणाले, “बोला तुम्ही. तुमच्या बोलण्यामुळे सती जाणाऱ्या स्त्रियांवर होणारे अत्याचार कमी होणार आहेत.”

मी एकदा आमच्या मुलींकडे पाहिलं. एकवार कार्तिक आणि सुमनला डोळे भरून पाहिलं. सगळ्या मुली माझ्याकडे आशेनं बघत होत्या. मला बोलण्यासाठी प्रोत्साहन देत होत्या. त्यांना बघून कुठून कोण जाणे माझ्या मनाला बळ मिळालं. मी सगळ्यांवर पुन्हा एकदा नजर फिरवून स्मितहास्य केलं. मग मात्र मी अगदी आत्मविश्वासानं बोलायला सुरुवात केली.

‘नमस्कार. मी उमा. आप्पासाहेबांची पत्नी. हो, मी अगदी अभिमानानं सांगते की मी आप्पासाहेबांची पत्नी आहे. त्यांनी सती जाणाऱ्या स्त्रियांसाठी खूप काही केलं आहे. मीही त्या स्त्रियांपैकी एक आहे. आज मी आणि माझ्यासारख्या काही स्त्रिया जिवंत आहेत, त्या केवळ आप्पासाहेबांमुळे. माझ्या पहिल्या यजमानांच्या जळत्या चितेवरून त्यांनी मला खाली उतरवलं. चितेच्या आगीच्या धगीमुळे मला चटके बसत होते. मी जिवाच्या आकांताने ओरडत होते पण कोणालाही माझी दया आली नाही. उलट मी चितेवरून पळून जाऊ नये, म्हणून माझ्याभोवती चार लोक उभे होते. माझ्या

किंचाळ्या ऐकू येऊ नयेत म्हणून मोठमोठ्यानं ढोल वाजवले जात होते. माझ्यासारख्या अनेक स्त्रिया या आगीत जळत आहेत. काही स्त्रियांचे हात, पाय बांधून त्यांना चितेवर ठेवलं जातं. माझ्या सुमनसारख्या लहान मुलीला आगीत झोकून द्यायलाही या लोकांना काही वाटलं नाही. स्त्रियाही माणूसच असतात. त्यांना माणुसकी दाखवा हो. स्वतःला एकदा चुलीतल्या लाकडाचा चटका देऊन बघितलं म्हणजे जळत असताना किती वेदना होतात, त्याची कल्पना येऊ शकेल. ही प्रथा आपल्या समाजातून नष्ट व्हायला हवी, अशी माझ्यासारख्या अनेक स्त्रियांची इच्छा आहे.

ज्या स्त्रियांना आम्ही सती जाण्यापासून वाचवतो, त्यांना आम्ही आमच्या घरी घेऊन जातो. अनेक स्त्रियांची खूप वाईट परिस्थिती असते. त्यांचं शरीर जळलेलं असतं आणि जगण्याची उमेद संपलेली असते. काही स्त्रियांना तर आम्ही वाचवूही शकलो नाही, याची बोच नेहमी आमच्या मनात असते. आम्ही सगळीकडे पोहोचू शकत नाही. त्यामुळे आप्पासाहेबांसारख्या आणखी काही लोकांनी पुढाकार घेऊन सती जाणाऱ्या स्त्रियांचा जीव वाचवला पाहिजे, असं मला वाटतं. त्यांचं पुढचं आयुष्य खरंच खूप खडतर असतं. त्यांचं पुनर्वसन करण्याची गरज आहे. त्यांना एक नवीन आयुष्य जगायला मिळायला हवं. समाजानं माणसाला माणसासारखं वागवावं, एवढीच माफक अपेक्षा आहे. त्यासाठी समाजाचा दृष्टीकोन बदलायला हवा. समाज म्हणजे कोण? तुम्ही-आम्हीच ना! मग स्वतःपासून सुरुवात करा. आपल्या आजूबाजूच्या सती जाणाऱ्या स्त्रियांना वाचवा. त्यांच्या घरातल्या लोकांना या अमानुष प्रथेपासून परावृत्त करा, अशी माझी तुम्हा सर्वांना कळकळीची विनंती आहे. एक ना एक दिवस ही प्रथा बंद होईल, अशी मला आशा आहे. माझे चार शब्द शांतपणे ऐकून घेतल्याबद्दल मी तुम्हा सगळ्यांची खूप खूप आभारी आहे,' असं म्हणून मी माझ्या खुर्चीवर जाऊन बसले.

आप्पासाहेब मला म्हणाले, "चांगलं बोललात."

तेव्हा मला अंगावर मूठभर मांस चढल्यासारखं वाटलं. मुलीही मला उत्तम झालं असं खुणेनं सांगत होत्या. तेवढ्यात माझं लक्ष कार्तिककडे गेलं. तो जानकीच्या मांडीवर इतका वेळ शांतपणे झोपला होता पण आता मात्र त्याची चुळबुळ सुरू झाली होती. मी व्यासपीठाच्या मागच्या बाजूनं खाली उतरले आणि जानकीच्या बाजूला जाऊन बसले. कार्तिकनं लगेच माझ्याकडे झेप घेतली.

आता आप्पासाहेब बोलायला उभे राहिले होते. तेवढ्यात काही लोक उभे राहून ओरडायला लागले, 'बंद करा हे सगळं.' पाठी उभ्या असलेल्या काही तरुणांनी त्यांना परत जागेवर बसवलं आणि गप्प राहण्याची ताकीद दिली. मी हे सगळं बघतच राहिले. आप्पासाहेबांच्या चेहऱ्यावरही आश्चर्य होतं.

आप्पासाहेबांनी बोलायला सुरुवात केली. त्यांनी त्यांच्या भाषणामध्ये सतीप्रथेबद्दल

सांगितलंच पण त्याचबरोबर स्त्रीशिक्षण, स्त्रियांना समान वागणूक, विधवा आणि परित्यक्ता स्त्रियांचे प्रश्न या सर्व गोष्टींचा समावेश केला होता. त्यांचं भाषण संपलं आणि कितीतरी वेळ टाळ्यांचा कडकडाट होत होता. गंगाधरभाऊंनी सगळ्यांचे आभार मानले आणि सभा संपली. बरेचसे तरुण आप्पासाहेबांना भेटायला उत्सुक होते. त्यांना आप्पासाहेबांबरोबर काम करण्याची इच्छा होती. आप्पासाहेब त्यांना मार्गदर्शन करत होते. त्यांनी त्या सगळ्यांना कचेरीमध्ये येऊन भेटायला सांगितलं.

दुसऱ्या दिवशी गोपाळभाऊजी अगदी कौतुकानं वर्तमानपत्र घेऊन आले. त्यात सभेची बातमी छापून आली होती. शिवाय त्यात माझंही खूप कौतुक केलं होतं. मला राहून राहून या गोष्टीचं आश्चर्य वाटत होतं. खरंतर गाड्याबरोबर नाळ्याची यात्रा तशातली माझी गत होती. पण आता हे कोणाला सांगणार. आप्पासाहेब अगदी कौतुकानं माझ्याकडे पाहत होते. मला ते म्हणाले, "बघा, मी काय सांगत होतो तुम्हाला?" मी त्यावर काहीच बोलले नाही.

सभा होऊन बरेच दिवस झाले होते, तरी आमच्या घरी त्यावरून चर्चा सुरूच होत्या. आमच्या सभेचे तरुण मनांवर पडलेले पडसाद दिसत होते. आता सती जाणाऱ्या स्त्रियांना वाचवण्याच्या कामासाठी आम्हाला काही तरुण मदत करत होते. स्वतःच्या घरामध्ये कोण सती जात असेल, तर त्याला विरोध करत होते. एकूणच सभेचा दूरगामी प्रभाव पडलेला दिसत होता. एवढं असलं तरी आम्हाला अजून यामध्ये खूप काम करायचं होतं.

प्रकरण : १७

गोपाळभाऊजींची अस्वस्थता आता माझ्या नजरेतून सुटत नव्हती. शेवटी मी एक दिवस सरळ मुद्द्यालाच हात घातला आणि त्यांना विचारलं, "भाऊजी, जे काही असेल ते स्पष्टपणे सांगा. मला तुमची ही अवस्था बघवत नाही."

गोपाळभाऊजींचा नाईलाज झाला. ते मान खाली घालून गप्प उभे राहिले जणू काही बोलायला शब्द शोधत असावेत. शेवटी म्हणाले, "वहिनी, खूप दिवस माझ्या मनात आहे, म्हणजे तुम्ही गैरसमज करून घेऊ नका. मला आपल्या म्हणजे माझ्या घरी जाऊन राहायचं आहे. ते आमचं वडिलोपार्जित घर आहे, त्या घराची झालेली पडझड मला बघवत नाही. माझं बालपण त्या घरात गेलं. माझी नाळ त्या घराशी जोडलेली आहे, तेव्हा मला कृपया त्या घरी जाऊन राहायची परवानगी द्या."

मला पहिल्यांदा वाईट वाटलं पण त्यांच्या दृष्टीनं विचार केला, तर ते बरोबर होते. जेव्हा मी त्या घराला पाहिलं, तेव्हा माझा जीव गलबलून आला होता, तर गोपाळभाऊजी त्याला अपवाद कसे असतील? मी त्यांना म्हणाले, "तुम्ही म्हणताय ते बरोबर आहे पण तुमच्या जेवणाखाण्याची सोय कुठं होणार?"

ते म्हणाले, "मला स्वयंपाक करता येतो आता. तुम्हाला बघून बघून शिकलो मी."

"ते सगळं ठीक आहे पण माझी अशी इच्छा आहे, की त्या घरी जाण्यापूर्वी तुमचे दोनाचे चार हात करून द्यावेत." मी म्हणाले.

गोपाळभाऊजी यावर काहीच बोलले नाहीत. सरळ निघून गेले. त्यांच्या मनात आणखीन कुठली गोष्ट खुपत होती कोण जाणे. मी ही घराची गोष्ट आप्पासाहेबांच्या कानावर घातली.

आप्पासाहेब बारीक डोळे करून विचारात पडलेले दिसले थोड्या वेळाने ते म्हणाले, "त्यांच्या दृष्टीनं बरोबरच आहे. ते त्यांचं स्वतःचं घर आहे आणि आपल्या घराची ओढ प्रत्येकाला असते. होऊ देत त्यांच्या मनासारखं. फक्त त्या घराची डागडुजी करावी

लागेल. इतकी वर्षं अंमळ दुर्लक्षच झालं नाही त्या घराकडे? बोलवा जरा गोपाळांना."

मी गोपाळभाऊजींना हे बोलवत असल्याचं सांगितलं. ते जरा चिंतेत असल्यासारखे वाटले. मी त्यांना म्हणाले, "आप्पासाहेब म्हणता आहेत की तुम्ही तिथं जायला त्यांची काहीच हरकत नाही. फक्त थोडंसं बोलायचं होतं त्यांना."

गोपाळभाऊजींनी मान डोलावली आणि ते बाहेर आले.

"या गोपाळ, असे बसा समोर." आप्पासाहेब म्हणाले.

गोपाळभाऊजी बसले. आप्पासाहेबांनी बोलायला सुरुवात केली, "तुम्ही जे तुमच्या घरी परतायचं म्हणता आहात, ते अगदीच बरोबर आहे पण हे तुम्ही थेट मलाही सांगू शकला असतात, नाही का? अजूनही वहिनीच जास्त जवळच्या वाटतात का तुम्हाला?"

गोपाळभाऊजींना काय उत्तर द्यावं, ते कळेना. ते उगाच 'ते तसं काही नाही.. ते म्हणजे आपलं...' असं काहीबाही बोलायला लागले. मी आप्पासाहेबांच्या चेहऱ्यावर मिश्कील हसू पाहिलं आणि म्हणाले, "नका हो अशी थट्टा करू त्यांची."

आप्पासाहेब आता मोठ्यानं हसायला लागले आणि गोपाळभाऊजींनी सुटकेचा निःश्वास टाकला. आप्पासाहेब पुढं म्हणाले, "बरं मी काय म्हणतो, तुमच्या घराची जरा डागडुजी करावी लागेल. काही काळजी करू नका. माझ्या ओळखीचे रंगराव म्हणून एकजण आहेत. ते तुमच्या घरात जी काही पडझड झाली असेल, त्याची दुरुस्ती करून देतील. घराचं रंगकामही करून घेता येईल. आपण एक काम करू या, एक-दोन दिवसांत आपण त्यांना घेऊन तिथं पाहणी करायला जाऊ म्हणजे कसं, आपल्याला शक्य तितक्या लवकर काम सुरू करता येईल."

गोपाळभाऊजी म्हणाले, "हो चालेल. आप्पासाहेब, आणखी एक गोष्ट. तुम्ही राग मानू नका पण जो काही खर्च येईल, तो मी स्वतः करेन. माझ्या पगारातील काहीएक रक्कम मी दर महिन्याला शिल्लकीत टाकत होतो त्यामुळे माझ्याकडे पुरेसे पैसे जमा झाले आहेत. मला वाटतं, तेवढ्यानं भागून जाईल."

आप्पासाहेब म्हणाले, "जशी तुमची मर्जी गोपाळ पण काही मदत लागली, तर हा तुमचा मोठा भाऊ सदैव तुमच्याबरोबर असेल, हे ध्यानात असू द्या."

गोपाळभाऊजी म्हणाले, "आप्पासाहेब, हे मी कधीच विसरू शकत नाही. तुम्ही नेहमीच मला मोठ्या भावाची माया दिली आहे."

आप्पासाहेब पुढे बोलायला लागले, "बरं दुसरी गोष्ट अशी, की एवढ्या मोठ्या घरामध्ये तुम्ही एकटेच राहणार आहात का? की आणखीन कोणाला बरोबर न्यायचं मनात आहे तुमच्या?"

गोपाळभाऊजी मान खाली घालून बसले. ते काहीच बोलत नाहीत बघून आप्पासाहेब म्हणाले, "तुम्हाला सोबत म्हणून कोणाला न्यायचं हे तुम्ही आधीच ठरवलं आहे, की

आम्ही आता तुमच्यासाठी मुली बघायला सुरुवात करू? घराची डागडुजी पूर्ण होईपर्यंत हे एक कार्य पार पडलेलं चांगलं. काय म्हणता? म्हणजे कसं, तुम्हाला आणि आमच्या वहिनींना एकदमच गृहप्रवेश करता येईल. लग्नही तुमच्या घरातच लावू हवं तर. आता सांगा, काय आहे तुमच्या मनात? अगदी निःसंकोचपणे सांगा. तुमचे निर्णय आम्हाला मान्य असतील आणि आमचा तुम्हाला पाठिंबाही असेल."

गोपाळभाऊजी आप्पासाहेबांच्या नजरेला नजर मिळवत नव्हते. लाजत होते का ते? की त्यांच्या मनात उलाघाल होत होती, हे काही कळत नव्हतं.

"बोला गोपाळराव." आप्पासाहेब म्हणाले. गोपाळभाऊजींनी चमकून वर पाहिलं.

"हो आता तुम्ही मोठे झालात. तुम्हाला आता राव म्हणायला हवं ना?" आप्पासाहेब वातावरण हलकं करण्यासाठी थट्टेच्या सुरात म्हणाले.

"आप्पासाहेब, मी कितीही मोठा झालो तरी तुमच्यासाठी आणि वहिनींसाठी तोच गोपाळ असणार, याची खात्री बाळगा आणि कृपा करून माझ्या नावामागे तुम्ही तरी राव लावू नका." गोपाळभाऊजी म्हणाले.

त्यांनी पुढे बोलायला सुरुवात केली, "कसं सांगू काही कळत नाही पण माझ्या मनात खरोखर एक मुलगी आहे."

आम्हाला हे ऐकून खूप आनंद झाला.

"हे फक्त माझ्या बाजूनं आहे. त्यांना हे कितपत रुचेल हे मला माहीत नाही. त्यामुळे त्यांचं नाव उच्चारायला मला जरा अवघड जात आहे." गोपाळभाऊजी म्हणाले.

"तुम्ही काही काळजी करू नका. तुम्ही फक्त नाव सांगा. मग पुढचं सगळं आम्ही बघतो." मी म्हणाले.

गोपाळभाऊजींनी अगदी हळू आवाजात नाव सांगितलं, 'नर्मदा'.

"काय?" मी जोरात ओरडले.

"अहो जरा हळू." आप्पासाहेब म्हणाले. माझ्यासाठी हा खूप मोठा आश्चर्याचा धक्का होता. नर्मदा बडबड्या स्वभावाची होती. गोपाळभाऊजी मात्र बरोबर तिच्या उलट स्वभावाचे होते. जसजसे ते मोठे झाले, तसा त्यांचा स्वभाव अगदी शांत होत गेला. लोकांना मदत करायचा स्वभाव मात्र दोघांमध्ये सारखाच होता.

आप्पासाहेब हसले आणि म्हणाले, "मी काही बोलत नसलो, तरी माझं लक्ष होतं बरं तुमच्याकडे गोपाळ. मला अंदाज होताच. फक्त तुम्ही ते कधी सांगता, याची मी वाट बघत होतो."

मला बाई रागच आला आप्पासाहेबांचा. त्यांना माहीत होतं पण मला कधी एका शब्दानं बोलले नाहीत ते. मी तेव्हा काही बोलले नाही. म्हटलं नंतर एकांतात असताना बोलता येईल. आप्पासाहेब पुढं म्हणाले, "अगदी योग्य निर्णय घेतला आहे तुम्ही

गोपाळ. नर्मदा अगदी तुम्हाला योग्य अशा आहेत.”

मी गोपाळभाऊजींना म्हणाले, “तुम्ही काही एक काळजी करू नका. मी बोलते नर्मदेशी.” गोपाळभाऊजींनी मान डोलावली.

जेवणं वगैरे आटोपल्यावर मी कार्तिकला निजवलं आणि आप्पासाहेबांकडे मोर्चा वळवला. त्यांना विचारलं, “काय हो, तुम्हाला गोपाळभाऊजींच्या मनातलं माहीत होतं आणि तरीही तुम्ही मला त्याचा अजिबात थांगपत्ता लागू दिला नाहीत. असं का?”

ते हसले आणि म्हणाले, “अहो, रागवू नका. हवं तर कान पकडतो.”

असं म्हणून त्यांनी खरंच कान पकडले. मला कसंसंच झालं. मी त्यांना म्हणाले, “हे काय नको ते करत आहात? आधी कान सोडा पाहू.”

त्यांनी हसत हसत कान सोडले आणि म्हणाले, “तुम्हाला न सांगण्यामागे ठोस कारण असं काही नाही पण अगदी खरं सांगायचं तर गोपाळांच्या मनामध्ये खळबळ माजली होती. त्यांचा निर्णय पक्का होत नव्हता. अशामध्ये जर मी तुम्हाला त्यांच्याबद्दल सांगितलं असतं, तर तुम्ही लगेच त्यांना जाऊन विचारलं असतं. तेच मला नको होतं. त्यांना त्यांचा वेळ दिला त्यामुळे ते अगदी सारासार विचार करून योग्य त्या निर्णयावर आले, जे मला हवं होतं.”

मी त्यावर काही प्रतिक्रिया दिली नाही.

“बरं, मी जरा नर्मदेकडे बोलून बघते,” असं मी त्यांना सांगितलं, तर ते ‘बरं’ म्हणाले.

मी नर्मदेच्या खोलीमध्ये गेले. गोदाक्कांचं लग्न झाल्यापासून नर्मदा खोलीमध्ये एकटीच होती. बघितलं तर ती निजायच्या तयारीमध्ये होती. मला बघून म्हणाली, “उमाक्का, तुम्ही कशाला तसदी घेतली? मला बोलवायचं ना. मी आले असते.”

मी तिला म्हणाले, “थोडं महत्त्वाचं बोलायचं होतं, म्हणून आत्ता आले.”

नर्मदेच्या चेहऱ्यावर प्रश्नचिन्ह होतं. जास्त वेळ न दवडता मी मूळ मुद्द्याला हात घातला.

“नर्मदा, आमचे गोपाळभाऊजी कसे वाटतात तुला?” तिला प्रश्नाचा रोख कळला नव्हता किंवा ती तसं दाखवत नव्हती.

“कसे म्हणजे, बरे आहेत की. सगळ्यांशी मिळूनमिसळून वागतात. सगळ्यांना मदत करतात. कुठलीही गोष्ट करायची मनावर घेतली, की ती तडीस गेल्याशिवाय त्यांना चैन पडत नाही.” नर्मदा म्हणाली.

“अरे वा, थोड्याच काळात बरोबर जोखलंस की त्यांना. ही खूप चांगली गोष्ट आहे. ते आता त्यांच्या मूळ घरामध्ये परत जाणार आहेत. ते गेले की घर किती सुनंसुनं वाटेल ना?” मी मुद्दाम तिच्या चेहऱ्यावरच्या भावांचं निरीक्षण करत होते. तिच्या मनात चलबिचल झाल्यासारखी वाटली. मी मनात ताडलं, की तिलाही बहुतेक

गोपाळभाऊजींचा सहवास आवडत असावा पण ती यावर काहीच बोलली नाही.

"मी आणि आप्पासाहेबांनी ठरवलं आहे, की ते तिथं जायच्या आधी त्यांचे दोनाचे चार हात करून द्यावेत म्हणजे कसं, आम्हालाही त्यांची एवढी चिंता लागून राहणार नाही."

"हो, बरोबर आहे तुमचं उमाक्का. चांगली, त्यांना शोभेल अशी मुलगी बघून त्यांचं लग्न करून द्या. त्यांचा संसार अगदी नीटनेटका होईल." नर्मदा म्हणाली.

"मुलगी बघायची तशी काही गरज नाही. गोपाळभाऊजी आणि आम्हा दोघांच्या पाहण्यात एक मुलगी आहे."

"हे तर सोन्याहून पिवळं झालं. मला विचारायचा अधिकार नाही, तरीही एक उत्सुकता म्हणून विचारते, कोण आहे ती मुलगी?"

"तुला अधिकार नाही कसा? उलट तुलाच तर अधिकार आहे." मी म्हणाले.

नर्मदा विचारात पडली. "कारण ती मुलगी दुसरी तिसरी कोणी नसून तूच आहेस. गोपाळभाऊजींच्या मनात तुझ्याशी विवाह करायची इच्छा आहे." मी तिला सांगितलं.

नर्मदेच्या चेहऱ्यावरचे भाव बदलले. ती म्हणाली, "नको उमाक्का, मला भरीस पाडू नका. ते खरंच खूप चांगले आहेत. त्यांना कोणीही चांगली मुलगी मिळू शकते."

"मग तुझ्यामध्ये काय खोट आहे नर्मदे?" मी विचारलं.

"माझं काय आहे ते तुम्हाला माहीत नाही का उमाक्का? मी एक विधवा आहे. त्यांनी जर माझ्याशी लग्न केलं तर? माझा पाय जळलेला आहे. माझ्यासारखी अधू बायको ते कसे काय स्वीकारू शकतात? मला कोणाचीही दया नको आहे."

तिचं हे बोलणं मला लागलं. मी तिला म्हणाले, "तसा तर माझाही पाय जळलेला आहे. आप्पासाहेबांनी माझ्यावर दया केली असेल, असं तुला वाटतं का?"

त्यावर ती काही बोलली नाही. शांतपणे मान खाली घालून बसली. काही क्षणांनंतर तिने बोलायला सुरुवात केली, "उमाक्का, मला माफ करा. मला तुम्हाला दुखवायचं नव्हतं पण माझ्या मनात जे होतं ते बोलले."

"असो. तुझं भलं व्हावं, हे मला आणि आप्पासाहेब दोघांनाही वाटतं. गोपाळभाऊजी अगदी मनापासून तुझ्यावर प्रेम करतात. हो, त्याला प्रेमच म्हणायला हवं. त्यांच्या डोळ्यात दिसलं मला ते. त्याला दयेचं नाव देऊन त्यांच्या प्रेमाचा अपमान करू नकोस. त्यांना खूप वाईट वाटेल. तरीही तुझ्या मनात त्यांच्याशी विवाह करायची इच्छा नसेल, तर आम्ही तुला जबरदस्ती अजिबात करणार नाही. शेवटी प्रत्येकाला स्वतःचं असं मत असतं आणि दुसऱ्यांनी त्याचा आदर करावा, या मताचे आम्ही आहोत. तरीही एकदा तू गोपाळभाऊजींशी या विषयावर बोलावं, असं मला वाटतं. तुला अवघड वाटत असेल, तर तेव्हा मी समोर असेन. निःसंकोचपणे दोघं समोरासमोर बोलून घ्या आणि तुमचा जो

काही निर्णय असेल, तो आम्हाला मान्य असेल." असं सांगून मी विषय संपवला आणि तिथून बाहेर निघाले.

दुसऱ्या दिवशी मी गोपाळभाऊजींना नर्मदेच्या खोलीमध्ये बोलवून घेतलं. मी गोपाळभाऊजींना सांगितलं, की त्यांच्या मनात काय आहे ते मी नर्मदेच्या कानावर घातलं आहे. तिची स्वतःची अशी काही मतं आहेत. त्याबद्दल ती तुम्हाला सांगेलच. नर्मदेनं एक दीर्घ श्वास घेतला आणि बोलायला सुरुवात केली, "गोपाळराव, तुम्ही खरंच खूप चांगले आहात. माझ्या मतानुसार मी खरंच तुमच्या योग्यतेची नाही. माझा एक पाय थोडासा का होईना जळलेला आहे शिवाय मी विधवा आहे. तुम्ही एवढे शिकलेले, सवरलेले, मोठ्या घरातले. तुम्हाला काय अगदी सुस्वरूप मोठ्या घरातली, धडधाकट मुलगी मिळेल. माझ्याशी लग्न करून तुमच्या स्वतःच्या आयुष्याची माती करून घेऊ नका."

गोपाळभाऊजी म्हणाले, "नर्मदा, तुम्ही आता किती दिवस आप्पासाहेब आणि वहिनींच्या सान्निध्यात आहात, तरी अजूनही तुमचे असे विचार आहेत, हे ऐकून मला खेद वाटला. मी त्यांच्या तालमीत वाढलो आहे. माझे विचार इतरांपेक्षा वेगळे आहे. विवाह हा फक्त रंगरूप पाहून करू नये, असं मला वाटतं. माझं तुमच्या रंगरूपाशी आणि तुमच्या भूतकाळाशीही काहीही देणंघेणं नाही. मी फक्त वर्तमानकाळात जगतो आणि भविष्याचा विचार करतो. मी तुम्हाला आता बरेच दिवस पाहत आहे. तुमचा स्वभाव मला आवडला. आपले विचारही जुळतात. तुम्ही माझ्यासाठी योग्य आहात, असं मला मनापासून वाटतं. आपला संसार अगदी नेटकेपणानं होईल, अशी मला अगदी शंभर टक्के खात्री आहे. विवाह झाल्यानंतर तुम्हाला कसलीही तसदी म्हणून पडणार नाही, याची मी हवं तर खात्री देतो. बाकीच्या सगळ्या गोष्टी दुय्यम आहेत. तुम्ही मला फक्त एवढंच सांगा, की तुम्ही माझ्याशी विवाह करण्यास तयार आहात का? मला कुठलीही गोष्ट घुमवून फिरवून बोलता येत नाही. जे आहे, जसं आहे, ते स्पष्टपणे सांगण्याचा माझा स्वभाव आहे. तुम्ही हो म्हणालात, तर आत्ताच आपण आप्पासाहेबांना सांगू. पुढचा मुहूर्त काढू आणि जोडीनं आपल्या घरामध्ये प्रवेश करू. नाही म्हणालात, तरी काही हरकत नाही. तुम्ही माझ्या नशिबात नव्हता, असं मी समजेन. तुमचा जो काही निर्णय असेल, तो मला मान्य आहे."

नर्मदा तशीच मान खाली घालून बसली होती. आमच्या दोघांच्याही नजरा तिच्यावर रोखलेल्या होत्या. मान वर न करता ती म्हणाली, "मला विचार करायला थोडा अवधी द्या."

गोपाळभाऊजी 'बरं' म्हणाले आणि तिथून निघून गेले. ते गेल्यावर मीही तिला म्हणाले, "बरं, आता झोप शांतपणे."

मी तिच्या खोलीचं दार लावून आमच्या खोलीत गेले. आप्पासाहेब माझी वाट बघत होते. त्यांनी विचारलं, "काय म्हणाल्या नर्मदा?"

मी त्यांना सांगितलं, की तिनं विचार करायला अवधी मागितला आहे. आप्पासाहेब म्हणाले, "बरोबर आहे त्यांचं. शेवटी हा आयुष्याचा प्रश्न आहे. हा असा निर्णय आहे जो अगदी विचारपूर्वक घ्यावा लागतो. शेवटी इतक्या वर्षांचे संस्कार असतात, त्यांना सहजासहजी तिलांजली देणं अवघड असतं. त्यांच्या मनामध्ये द्वंद्व सुरू असणार. बघू या, त्यांच्या संस्कारांचा विजय होतो, की आपल्या विचारांचा. नर्मदांनी गोपाळांना होकार द्यावा, अशी मी आशा करतो."

नर्मदेचा काय निर्णय असेल, याचा मी रात्रभर विचार करत होते. तिनं 'हो' म्हटलं असतं, तर किती बरं झालं असतं, असा विचार करतच मी निद्रादेवीच्या आधीन झाले.

प्रकरण : १८

दुसऱ्या दिवशी आप्पासाहेब आणि गोपाळभाऊजी सकाळीच घराची अवस्था बघायला निघाले. ते आधी रंगरावांकडे जाणार होते. घराची चावी मंगलावन्संकडे होती. त्यांचे यजमान चावी घेऊन परस्पर त्या घरी येणार होते. आप्पासाहेब आणि गोपाळभाऊजी संध्याकाळी परत आले. गोपाळभाऊजी जरा अस्वस्थ वाटत होते. मी आप्पासाहेबांकडे चौकशी केली, तेव्हा कळलं की घरात बरीच पडझड झाली होती. घराची अवस्था बघून त्यांच्या डोळ्यात पाणी आलं. कदाचित तिकडच्या आठवणी चाळवल्या असतील म्हणूनसुद्धा असेल. रंगरावांनी घराला अगदी नवीन करून देतो, अशी गोपळभाऊजींना ग्वाही दिली होती. सगळं काम त्यांनी अंगावर घेतलं होतं. सुतार, गवंडी सगळे त्यांच्या ओळखीचे होते. आप्पासाहेबांचं काम म्हणून त्यांनी दरामध्ये बऱ्यापैकी सवलतदेखील दिली होती. गोपाळभाऊजींनी त्यांना थोडे पैसे आगाऊ दिले होते. चला बाई, एक मोठं काम हातावेगळं होणार होतं.

दुसऱ्या दिवशी सकाळीच दार वाजलं. आप्पासाहेबांनी दार उघडलं. दारावर उभ्या असलेल्या व्यक्तीला आप्पासाहेब म्हणाले, “नमस्कार, आत या ना. बसा.”

ती व्यक्ती आत येऊन बसली. मी आतमध्ये कामात होते. मला वाटलं, असेल कोणी आप्पासाहेबांच्या ओळखीचं किंवा गोदाक्का आल्या तशा कोणी बाई आल्या असतील. समोरची व्यक्ती काहीच बोलत नाही, असं बघितल्यावर आप्पासाहेबांनी मला हाक मारली. मी तोपर्यंत अंदाज घेत होते. हाक मारल्यावर मी लगेच बाहेर गेले आणि बघते तर काय, समोर गीता उभी होती. तिला बघून माझा बांध फुटला. मी धावत जाऊन तिला मिठी मारली आणि म्हणाले, “गीता, किती वर्षांनी भेटतोय ग आपण. तू एकटीच आलीस? आई-बाबा कुठं आहेत? ते नाही आले? बरे आहेत ना ते दोघं?”

ती काहीच बोलत नव्हती. तिच्या डोळ्यातून घळाघळा पाणी येत होतं. आप्पासाहेब मला म्हणाले, “अहो, त्यांना बसायला सांगा आधी. गूळपाणी आणून द्या, मग निवांत

बोलत बसा."

मी भानावर आले. "हो की, ये बस. थांब हं, मी गूळपाणी आणते," असं म्हणून मी आत जायला वळले, तर तेवढ्यात जानकी गूळपाणी घेऊन आली. गीता फक्त पाणी प्यायली. मी तिला थोडा अवसर दिला. थोड्यावेळानं ती बोलू लागली, "ताई, मला खूप वाटायचं ग तुला येऊन भेटावं पण बाबांच्या धाकापुढं माझी कधी हिंमतच झाली नाही. त्यादिवशी आई-बाबा तुझ्याकडून घरी आले. आई खूप रडत होती आणि बाबा तिला शांत राहायला सांगत होते. त्यांनी आम्हाला सांगितलं, की जरी तुमची ताई सती गेली नसली, तरी ती आमच्यासाठी मेलेली आहे. आमच्या एका डोळ्यातून आनंदाचे आणि दुसऱ्या डोळ्यात दुःखाचे अश्रू वाहत होते. तू सती गेली नाहीस, जिवंत आहेस याचा आनंद, तर आम्ही तुला आता कधीच भेटू शकणार नाही, याचं दुःख. माझ्या मनात तुझी काळजी दाटून यायची. तू कुठं असशील? काय करत असशील? असे विचार माझ्या मनात यायचे. या घरात तिचं नावही काढायचं नाही, अशी बाबांनी आम्हाला सक्त ताकीद दिली होती त्यामुळे आम्ही मूग गिळून गप्प बसलो होतो.

"आईला तुझी खूप आठवण येत होती. तुझी लहानपणीची बाहुली हातात घेऊन रडत असताना मी तिला कितीतरी वेळा पाहिलं होतं. बाबांविरुद्ध ब्र काढायची हिंमत मात्र तिच्यात नव्हती. एकदा घराच्या पाठल्यादारी आई पाणी शेंदत होती. तिच्या पायाखालचा दगड निसटला आणि ती खाली पडली. तिला उठता येईना. मी आणि ललितानं तिला कसंबसं उचलून घरात आणलं. तिला हालचाल करता येईना. वैद्यबुवांनी खूप उपचार केले पण तिला आराम पडलाच नाही."

मी अधीरतेनं विचारलं, "मग आता कशी आहे आईची तब्येत? बरी आहे ना ती? मला तिला भेटायचं आहे. आपण आत्ताच निघू या. कधी एकदा आईला बघते असं झालंय."

गीता म्हणाली, "ताई, तू आता तिला नाही भेटू शकणार, गेल्या वर्षी आई गेली. शेवटच्या काही दिवसांत तिची शुद्ध हरपली होती. सारखी दाराकडे बघत राहायची. तिला तू आल्याचे भास व्हायचे. शेवटच्या क्षणीही तिच्या तोंडात तुझंच नाव होतं. तुला बोलवून घेण्यासाठी मी बाबांना किती विनवण्या केल्या पण ते बधले नाहीत. शेवटी तुला भेटायची आस मनात ठेवूनच आईनं शेवटचा श्वास घेतला."

माझा माझ्या कानांवर विश्वास बसत नव्हता. मी माझ्या आईला गमावलं होतं. मी टाहो फोडला, 'आई...' आमच्या सगळ्या मुली घाबरून बाहेर आल्या आणि माझ्याकडे बघायला लागल्या. मी तिथंच बसकण मारली. गीता माझ्या बाजूला येऊन बसली आणि म्हणाली, "ताई, तुला स्वतःला सावरायला हवं. बाबांना आधार द्यायला हवा. ते रुग्णशय्येवर आहेत. त्यांना आता आपल्या वागणुकीचा पश्चाताप होतोय. त्यांनीच

मला तुझ्याकडे पाठवलं. ते डोळ्यात प्राण आणून तुझी वाट बघत आहेत. आपल्याला लवकरात लवकर निघायला हवं."

आप्पासाहेब पुढं झाले आणि म्हणाले, "अहो चला, जायची तयारी करा. शक्य तितक्या लवकर निघू. मी टांगा आणतो."

मी भरभर तयारी केली. कार्तिकला घेतलं आणि आम्ही निघालो. पूर्ण रस्ताभर माझ्या लहानपणापासूनचे प्रसंग डोळ्यांसमोर येत होते. विचार करता करता घर कधी आलं कळलंच नाही. टांग्याची चाहूल लागताच ललिता बाहेर आली. मला बघून तिला खूप आनंद झाला. ती मला येऊन बिलगली. आमच्या डोळ्यातून अश्रू वाहायला लागले. ललितानं कार्तिकला आपल्या कडेवर घेतलं आणि त्याच्या तोंडावरून हात फिरवून त्याचे गालगुच्चे घेतले. तोपण गुलाम लाड करून घेत होता.

आप्पासाहेब प्रथमच माझ्या माहेरी आले होते. आम्ही आत गेलो. बाबा खाटेवर झोपले होते. त्यांची अवस्था बघवत नव्हती. हाडांच्या काड्या झाल्या होत्या. डोळे निस्तेज झाले होते. मला बघितल्यावर त्यांनी क्षीण आवाजात मला हाक मारत विचारलं, "यमूताई आलीस?"

मी मान डोलावली आणि त्यांच्या बाजूला जाऊन बसले. बाबा बोलायला लागले, "मी तुझा अपराधी आहे ग यमू. सतीच्या चितेवरून खाली उतरल्यावर मी तुझ्याकडे ढुंकूनही पाहिलं नाही. पुढं तुझं काय झालं, याची साधी चौकशीही केली नाही. कसे दिवस काढले असशील पोरी."

त्यांनी त्यांचा हात माझ्या डोक्यावर ठेवायचा प्रयत्न केला पण त्यांना ते जमलं नाही. मी त्यांचा हात हातात घेतला. त्यांनी एक हलकासा श्वास घेतला आणि म्हणाले, "तुझ्या आईची तुला भेटायची फार इच्छा होती पण मी ती पुरी होऊ दिली नाही. लोक काय म्हणतील, त्यांनी आम्हाला वाळीत टाकलं तर, याची मला भीती वाटायची. त्या भीतीनं एका बापाच्या काळजावर कुरघोडी केली आणि मी तुझ्या आईची शेवटची इच्छादेखील पूर्ण करू शकलो नाही. तुझ्या या अभागी पित्याला माफ करशील ना? खरंच मी एक दुष्ट बाप आहे. माझ्या आत्म्याला नरकातसुद्धा जागा मिळणार नाही."

मी त्यांच्या तोंडावर हात ठेवला आणि म्हणाले, "बाबा, असं नका हो बोलू. शेवटी तुम्ही या समाजाचे घटक आहात. खूप कमी लोक आहेत, ज्यांनी या समाजाच्या विरुद्ध जाण्याचा प्रयत्न केला. समाजाचे विचार बदलायचा वसा घेतला."

बाबा म्हणाले, "हो, मला माहीत आहे. त्यांच्यापैकी एक आमचे जावईबापू आहेत."

बाबांनी कष्टानं हात जोडले आणि म्हणाले, "जावईबापू, तुम्ही माझ्या मुलीचा जीव वाचवला. तिला एक नवीन आयुष्य प्रदान केलंत. आणखी किती स्त्रियांचे जीव तुमच्यामुळे वाचत आहेत. तुमच्यासारखे थोर पती माझ्या यमूला लाभले, याच्यापेक्षा

मोठं भाग्य काय असेल?"

आप्पासाहेब उठून बाबांच्या जवळ आले. त्यांनी बाबांचे दोन्ही हात हातात घेतले आणि स्वतःच्या डोक्याला लावत म्हणाले, "तुमचे हात जोडण्यासाठी नाहीत, तर आशीर्वाद देण्यासाठी असावेत, असं मला वाटतं सासरेबुवा. मी कोणी मोठा नाही. एक सर्वसामान्य माणूस आहे. फक्त माझ्या जीवनाचं ध्येय मी ठरवलेलं आहे. ते ध्येय गाठण्यासाठी मार्गक्रमणा करतो इतकंच आणि त्याला भरभक्कम साथ मिळते ती यांची."

बाबा हसले आणि म्हणाले, "यमुताई, तू म्हणे सभेत खूप छान भाषण केलंस. अशीच प्रगती करत राहा हो. माझे आशीर्वाद सदैव तुमच्या..."

बाबांचं वाक्य पूर्ण व्हायच्या आधीच त्यांना खोकल्याची उबळ आली. मी घाबरीघुबरी झाले. मी त्यांच्या पाठीवरून हात फिरवत होते. तेवढ्यात ललिता पाण्याचा तांब्या घेऊन आली. मी त्यांना ते पाणी पाजलं. ते परत मागे रेलून झोपले. एवढं बोलल्यामुळे त्यांना धाप लागली होती. मी त्यांना म्हटलं, "तुम्ही बोलू नका जास्त. स्वस्थ पडून रहा बघू."

बाबा म्हणाले, "नको पोरी, बोलू दे मला. आता नाही, तर पुन्हा कधीच बोलता येणार नाही."

थोडा श्वास घेऊन ते म्हणाले, "आप्पासाहेब, तुम्ही प्रथमच आमच्या घरी आलात. खरंतर तुमची किती बडदास्त ठेवायला हवी पण काय करू, आमची परिस्थिती नाही हो. जे काही असेल, ते गोड मानून घ्या."

आप्पासाहेब म्हणाले, "तुम्ही मला तुमचा मुलगा समजा. कृपा करून असं काहीही मनात आणू नका. मला परिस्थितीची जाणीव आहे. आपण एक करू या, तुम्ही आत्ता आमच्याबरोबर चला. मोठ्या दवाखान्यात तुम्हाला तपासून घेऊ. तुम्ही अगदी खडखडीत बरे व्हाल."

त्यावर बाबा म्हणाले, "आता ती वेळ निघून गेली आहे. आता माझी स्वतःचीच जगायची इच्छा राहिली नाही. मला मरण यावं ते या माझ्या स्वतःच्या घरी, हीच माझी शेवटची इच्छा आहे. माझा जीव अडकला होता तो यमूसाठी. तिनं मला माफ केलं. आता मी मरायला मोकळा. तिच्या या दोन धाकट्या बहिणींची जबाबदारी घ्याल का हो आप्पासाहेब? माझ्यामागं त्यांचं कसं होणार, ही चिंता मला जाळत होती."

आप्पासाहेबांनी मान डोलावली आणि म्हणाले, "या दोघींची चिंता तुम्ही करू नका. आजपासून या दोघीही माझ्या लहान बहिणी आहेत, असं मी मानेन."

बाबांच्या चेहऱ्यावर हसू पसरलं आणि ते परत मागे रेलून झोपले. मी त्यांच्याकडे बघत होते. अचानक बाबांची मान तिरपी झाल्याचं माझ्या लक्षात आलं. मी ती सरळ करायला गेले, तेव्हा माझ्या लक्षात आलं, की त्यांची प्राणज्योत मालवली आहे. बाबा

भेटले, तेही काही क्षणांपुरतेच. आमच्या घराच्या मागेच आप्पासाहेबांनी बाबांना भडाग्नी दिला.

भरल्या अंतःकरणानं आम्ही परत घरी आलो. बरोबर गीता आणि ललिता होत्या. त्या अगदी मलूल झाल्या होत्या. मी गीता आणि ललिता दोघींची व्यवस्था नर्मदेच्या खोलीमध्ये केली. मला माहीत होतं, की नर्मदा त्या दोघींना या दुःखातून लवकर बाहेर काढेल.

माझी मनःस्थिती ठीक नव्हती, हे सगळ्यांना माहीत होतं. सगळे मला संभाळून घ्यायचा प्रयत्न करत होते. नंतर मात्र मीच विचार केला, की किती दिवस मी माझं दुःख कुरवाळत बसणार? मी आता फक्त एक मुलगी नव्हते, तर किती मुलींची आई होते. त्यांच्याकडे बघून मी माझं दुःख विसरायला हवं. पुन्हा उभं राहायला हवं. गीता आणि ललिताला त्यांच्या कोषातून बाहेर काढायला हवं. मी पदर खोचला आणि चेहऱ्यावर हसू आणून स्वयंपाकघरात आले. मला बघून सगळ्यांना हुरूप आला. नर्मदेनंही आपलं काम चोख बजावलं होतं. गीता आणि ललिता बाकीच्या मुलींमध्ये लगेच मिसळल्या.

प्रकरण : १९

नर्मदेनं अजूनही तिचं उत्तर दिलं नव्हतं. तिथं घराची डागडुजी झाली होती. आता फक्त रंग लावायचा बाकी होता. गोपाळभाऊजी मला म्हणाले, "वहिनी, तुम्ही याल का एकदा आपलं घर बघायला?"

त्यांनी त्या घराला 'आपलं घर' म्हटलं होतं. आपलं? आता ते घर माझं नव्हतं. गोपाळभाऊजींचं होतं. त्यांना वाईट वाटू नये म्हणून मी म्हणाले, "चालेल. कधी जाऊ या बोला ना."

ते म्हणाले, "खरंतर मला तुमच्याबरोबर आणखीन कोणालातरी घेऊन जायचं होतं पण..."

त्यांनी पण अर्धाच सोडला असला, तरी त्यांच्या मनातली सल मला कळत होती. आता मलाच काहीतरी करायला हवं होतं.

त्यादिवशी गोदाक्का मला आणि सगळ्यांना भेटायला घरी आल्या. नानासाहेबांनी खास त्यांच्या बग्गीमधून त्यांना पाठवलं होतं. येताना त्यांनी त्यांच्या शेतातल्या भाज्या आणल्या होत्या. मी त्यांना म्हणाले, "गोदाक्का, तुम्ही आम्हाला भेटायला आलात हेच खूप होतं आमच्यासाठी. आणखी हे सगळं कशाला?"

तर त्या म्हणाल्या, "या भाज्या मी स्वतः लावलेल्या आहेत. बघा तरी किती गोड आहेत भाज्या."

मला त्यांचं कौतुक वाटलं. त्या किती बदलल्या होत्या. त्यांच्या चेहऱ्यावर एक प्रकारचं तेज आलं होतं. पूर्वी त्यांच्या चेहऱ्यावर दुःखाची एक किनार दिसायची. ती आता लोपली होती म्हणजे एकूणच लग्न त्यांना अगदी फावलं होतं. नानासाहेबांबद्दल तर त्या न थकता सांगत होत्या. 'ते मनानं खूप चांगले आहेत. मला खूप चांगलं वागवतात. मी एखादी गोष्ट मागितली नाही, तरी मला काय हवंय ते त्यांना बरोबर कळतं. नानासाहेब असे आणि नानासाहेब तसे.' त्यांचं हे बोलणं ऐकून मला खूप समाधान वाटत होतं. त्या

त्यांच्या संसारामध्ये सुखी होत्या. आप्पासाहेबांच्या मेहनतीचं सार्थक झालं होतं. त्या आल्यामुळे सगळ्याच खूप खूश झाल्या होत्या. मी नवीन आलेल्या मुलींची आणि त्याचबरोबर गीता आणि ललिताशी त्यांची ओळख करून दिली. गोदाक्कांनी त्यांची आस्थेनं विचारपूस केली. माझे आई-वडील वारले, हे कळल्यावर त्यांना खूप वाईट वाटलं. त्यांनी माझं सांत्वन केलं.

दुपारी जेवणानंतर मी गोदाक्कांना आमच्या खोलीत बोलावलं. मी बोलता बोलता सहज त्यांना गोपाळभाऊजींबद्दल सांगितलं. गोदाक्कांना गोपाळभाऊजींचा निर्णय अगदी योग्य वाटला. मी त्यांना सांगितलं, "ते घर आता पहिल्यासारखं झालं आहे, लवकरच गोपाळभाऊजी तिथं राहायला जातील. आमची फार इच्छा होती, की तिथं जाण्यापूर्वी गोपाळभाऊजींचे दोनाचे चार हात करावे पण नाईलाज. गृहलक्ष्मी अजून हो म्हणायला तयार नाही. काय करावं ते सुचत नाही."

तेव्हा गोदाक्का म्हणाल्या, "उमाक्का, एकदा मी बोलून बघू का नर्मदेशी?"

मी म्हणाले, "खरंच बोलाल का तुम्ही? तुम्ही अगदी जिवापाड सेवा केली होती तिची. तुमच्या दोघींमध्ये एक बंध तयार झाला होता. ज्या गोष्टी ती माझ्याशी नाही बोलू शकणार, त्या गोष्टी कदाचित ती तुमच्याशी बोलेल असं मला वाटतं."

गोदाक्का म्हणाल्या, "मी प्रयत्न करून बघते." त्या नर्मदेच्या खोलीत गेल्या. मी भरतकाम करत बसले. हातानं भरतकाम करत असले, तरी माझं पूर्ण लक्ष नर्मदेकडे होतं. त्यांचं काय बोलणं होत असेल? नर्मदा काय सांगेल? गोदाक्का तिचं मन वळवण्यात यशस्वी होतील ना, की त्यांच्या पदरी निराशा येईल... असे विचार माझ्या मनात येत होते.

गोदाक्का माझ्या खोलीत आल्या. तोपर्यंत कार्तिक झोपला होता आणि मी गीता, ललिताबरोबर आमच्या आईबाबांबद्दल बोलत बसले होतो. गोदाक्का म्हणाल्या, "उमाक्का, मी बोलले नर्मदेशी. तिच्या मनामध्ये अजूनही खूप गोंधळ आहे. गोपाळ खूप चांगले आहेत, असं ती म्हणाली पण तिच्यावर जो आयुष्यभर पाळलेल्या विचारांचा पगडा आहे, तो तिला योग्य निर्णय घेण्यापासून परावृत्त करत आहे. मी तिला खूप समजवायचा प्रयत्न केला. तिला हेसुद्धा सांगितलं, की शेवटी हे तुझं आयुष्य आहे. मिळालेल्या संधीचं सोनं करायचं तुझ्या हातात आहे. मीपण एक विधवा होते पण आता विवाह झाल्यावर माझं संपूर्ण आयुष्य बदललं आहे. मला आता सवाष्णीचा मान मिळतोय. मुख्य म्हणजे माझं स्वतःचं आपलं माणूस माझ्याकडे आहे. त्यांच्यावर जीव ओवाळून टाकायला मला आवडतं. त्यांना हवं नको बघताना मला खूप आनंद मिळतो. सुख आणि दुःखाच्यावेळी आमची एकमेकांना साथ असणार आहे. आमचं दोघांचंही एकमेकांवर जिवापाड प्रेम आहे. तेही मला अगदी फुलासारखं जपतात. माझ्या मनाचा

विचार करतात. गोपळांचा स्वभाव किती चांगला आहे. दुसऱ्यांना सुखी बघण्यासाठी ते किती झटत असतात. त्यांच्यासारखी व्यक्ती पती म्हणून लाभणाऱ्या मुलीचं भाग्य थोर. ते भाग्य नियती तुझ्या पदरात टाकत आहे. ते अव्हेरू नकोस. तुझ्यावरचं त्यांचं प्रेम त्यांनी व्यक्त केलं आहे. त्या प्रेमाचा तू स्वीकार करावास असं मलाच नाही, तर सगळ्यांनाच वाटतंय. अगदी तरीही तुला त्यांना नाहीच सांगायचं असेल, तर ते लवकरात लवकर सांग. एखाद्याचा जीव फार वेळ टांगणीला लावून ठेवणं योग्य नव्हे. मी माझ्या परीनं तिला समजवायचा प्रयत्न केला आहे. आता बघू ती काय उत्तर देते ते."

गोदाक्कांनी संध्याकाळी आमचा निरोप घेतला. मी त्यांना सांगितलं, "गोदाक्का, अशाच येत जा अधूनमधून. तुम्ही आलात, की मनला कसं प्रसन्न वाटतं." त्यांनी स्मितहास्य केलं आणि त्या टांग्यामध्ये बसल्या.

संध्याकाळी मी भाकऱ्या थापत होते आणि नर्मदा भाजत होती. माझं नर्मदेकडे पुरेपूर लक्ष होतं. ती अगदी विचारात गढलेली होती. एक दोन भाकऱ्या करपल्या, तेव्हा मग मला बोलावं लागलं, "नर्मदा, तुझी तब्येत ठीक आहे ना ग? नसेल तर सांग हो. नाहीतर जा जाऊन पड बरं. मी ललिताला सांगते भाकऱ्या भाजायला."

नर्मदा एकदम दचकली. तिच्या विचारांची शृंखला तुटली. "अं... नाही, नाही, मी भाजते ना. तब्येत बरी आहे माझी." ती म्हणाली.

"मग काय झालं? मला सांगशील का?" मी विचारलं.

नर्मदा एक क्षण नुसतं माझ्या तोंडाकडे बघत राहिली, मग म्हणाली, "दुपारी गोदाक्का माझ्याशी बोलायला आल्या होत्या, त्याचाच विचार करत होते."

"हो का? काय म्हणाल्या त्या?" मी वेड पांघरून पेडगावला गेल्यासारखं केलं.

"खास असं काही नाही. असंच इकडचं तिकडचं." तिनं सारवासारव करायचा प्रयत्न केला. मी त्यावर काही बोलले नाही. तिला थोडा वेळ दिला. अवघड विषयावर सुरुवात कशी करावी, हे कदाचित तिला कळत नव्हतं. काही वेळानंतर तिनंच परत बोलायला सुरुवात केली, "गोदाक्का सांगत होत्या ते मला पटलं. उगाच कशाला एखाद्याचा जीव टांगणीला लावून ठेवायचा. जे काही असेल ते स्पष्टपणे सांगायचं आणि मोकळं व्हायचं."

पुढे ती काही बोलली नाही. तिच्या चेहऱ्यावरून काही थांगपत्ता लागत नव्हता.

जेवणखाण आटोपल्यावर कार्तिकला झोपवून मी नर्मदेकडे गेले. तिनंच बोलायला सुरुवात केली, "उमाक्का, तुम्हाला किती काळजी आहे माझी. किती कळकळीनं तुम्ही आणि आप्पासाहेब आम्हा सगळ्यांसाठी करता. तुमच्या जिवाला किती घोर असेल ते मी समजू शकते. मी तुमच्या शब्दाबाहेर जाऊ इच्छित नाही. मी गोपाळरावांशी विवाह करायला तयार आहे."

मला तिचा एकूणच सूर वेगळा वाटत होता. मी तिला म्हणाले, "आमच्या शब्दाखातर होकार देऊ नकोस नर्मदे. गोपाळभाऊजींशी विवाह करणं तुझ्या मनाला पटत असेल आणि ते तुला पसंत असतील, तर आणि तरच हो म्हण. मी तुला आधीच सांगितलं होतं, की तुझा जो काही निर्णय असेल, तो आम्हाला मान्य असेल."

नर्मदा म्हणाली, "गैरसमज करून घेऊ नका उमाक्का. अगदी खरं सांगायचं तर गोपाळरावांमध्ये शोधली तरी खोट सापडणार नाही. माझ्याच मनाची तयारी होत नव्हती. मी खूप भोगलं आहे. त्यामुळे पुढं पाऊल टाकायला कचरत होते. माझ्या आयुष्यात एवढं सुख येईल, हेच मला पटत नव्हतं. आज गोदाक्का येऊन माझ्याशी बोलल्या, तेव्हा माझे डोळे उघडले. मी खरंच मनापासून गोपाळरावांबरोबर विवाह करायला तयार आहे."

मी नर्मदेच्या डोक्यावरून हात फिरवला आणि म्हणाले, "आता तुझ्या पदरात फक्त सुख आणि सुखच असेल, याची मला खात्री आहे."

मी आमच्या खोलीत गेले. बघते तर काय, कार्तिक उठला होता आणि आप्पासाहेब त्याला थोपटताना अंगाई गीत गात होते, 'निज निज रे सानुल्या!' मी दारात उभी राहून ऐकत बसले. गोड आवाज होता आप्पासाहेबांचा. त्यांना या रूपात बघणं मला खूप आवडलं. कार्तिक परत झोपला आणि आप्पासाहेबांना मी दरवाजात उभी असलेली दिसले. ते माझ्याकडे बघून हसले. मी नर्मदेनं गोपाळभाऊजींना होकार दिला, ही बातमी ताबडतोब आप्पासाहेबांना सांगितली. ते खूप खूश झाले.

"म्हणजे शेवटी गोपाळांच्या आयुष्यातील एक मोठा तिढा सुटला तर. चला, हे गोपळांना सांगू या." ते म्हणाले.

"अहो वेळ काळ काही आहे की नाही? गोपाळभाऊजी कधीच झोपले असतील. आत्ता कुठं त्यांना त्रास द्यायचा?" मी म्हणाले.

"अहो त्रास कसला, उलट त्यांच्या बेचैन झालेल्या मनाला ही बातमी ऐकल्यावर थंडावा मिळेल. ते झोपायला लवकर जरूर जात असतील पण झोपले नसतील याची मला खात्री आहे."

"हे तुम्हाला कसं माहिती?" मी म्हणाले.

ते हसायला लागले आणि म्हणाले, "मी या अवस्थेतून गेलो आहे. तुम्ही नाही का, हो म्हणायला असाच वेळ घेतला होतात. केवढी तपश्चर्या करायला लागली मला आणि मग त्याचं फळ म्हणून शेवटी हे टपोरं फूल आमच्या पदरात पडलंच."

मी लाजून म्हणाले, "इश्श... तुमचं आपलं ना काहीतरीच असतं हो आप्पासाहेब."

ते आणखीनच हसायला लागले आणि म्हणाले, "चला, आता जाऊ या गोपाळांकडे?"

शेवटी हो-नाही करता करता आम्ही गोपाळभाऊजींच्या खोलीकडे गेलो.

गोपाळभाऊजी खरंच जागे होते. अजून जागे का विचारल्यावर ते म्हणाले, “झोप येत नव्हती. मग उगाच पुस्तक वाचत पडलो होतो.”

मी बघितलं तर तिथं कुठलंही पुस्तक दिसत नव्हतं. “का बरं झोप येत नव्हती?” आप्पासाहेबांनी विचारलं. गोपाळभाऊजी यावर काहीच बोलले नाहीत.

“मी तुमच्या झोपेवर अगदी रामबाण उपाय केला तर?” आप्पासाहेब विचारत होते. गोपाळभाऊजी प्रश्नार्थक नजरेनं त्यांच्याकडे बघत होते. शेवटी आप्पासाहेबांनी कोंडी फोडली.

“तुमच्या घराच्या मालकीणबाई घरात प्रवेश करायला तयार झाल्या हो.” ते म्हणाले. गोपाळभाऊजींचा चेहरा लगेच उजळला. त्यांचा त्यांच्या कानांवर विश्वास बसत नव्हता.

“खरंच?” त्यांनी विचारलं.

“हो, हे काय आत्ताच तिचा होकार मिळाला आणि तडक ही बातमी सांगायला आम्ही तुमच्याकडे आलो.” मी म्हणाले.

गोपाळभाऊजी म्हणाले, “तरीच, मी विचार करत होतो, की इतक्या रात्री उशिरा तुम्ही कसे काय माझ्याकडे आलात. मला वाटलं काही झालंय की काय.”

“हो, झालं आहे ना. आमच्या गोपाळांची झोप उडालेली होती. ते रात्रभर तळमळत होते म्हणून तर होकार मिळाल्यावर इतक्या तातडीनं तुमच्याकडे यायला लागलं. आता एक काम करा. ते न वाचलेलं पुस्तक नीट बंद करून कपाटात ठेवा आणि शांत झोपा. हो, इतक्या दिवसांची झोप पुरी करायची आहे ना. चला, आता आम्हीही झोपायला जातो.” आप्पासाहेब म्हणाले. गोपाळभाऊजी मनापासून हसले. त्यांच्या खोलीचा दरवाजा बंद करून आम्ही आमच्या खोलीमध्ये परतलो.

सकाळी मी देवाला गूळखोबरं दाखवून गोपाळभाऊजी आणि नर्मदेसाठी मनोमन प्रार्थना केली. गोपाळभाऊजींना मी नर्मदेशी एकदा बोलून घ्यायला सांगितलं. या वेळेला मात्र मी त्यांच्याबरोबर थांबले नाही. बोलून झाल्यावर ते दोघं बाहेर आले, तेव्हा अगदी समाधानी वाटत होते. मी त्या दोघांना समोर बसवून त्यांची मीठमोहऱ्यांनी दृष्ट काढली. अगदी दृष्ट लागेल अशीच जोडी दिसत होती दोघांची.

त्यादिवशी आम्ही गोपाळभाऊजींचं घर बघायला गेलो. मी घराच्या फाटकाकडे उभी राहून घराकडे बघत होते. घराचं संपूर्ण रंगरूप पालटलं होतं. केलेले बदल खूपच चांगले होते पण मूळ घराचा चेहरामोहरा मात्र तोच होता. आम्ही आत गेलो. समोरच तुळशीवृंदावन दिमाखात उभं होतं. मी त्याला नमस्कार केला. माझ्यापाठोपाठ नर्मदेनंही त्याला नमस्कार केला. ‘आता जरी ते मोकळं असलं, तरी नंतर तिथं तुळशीमातेचं वास्तव्य असू दे. ती अगदी बहरू दे,’ अशी मी मनोमन प्रार्थना केली. तिथून आम्ही

बाहेरच्या पडवीत आलो. तिथल्या झोपाळ्यावर उगाच हे बसलेले मला आठवले. अजूनही मला यांची आठवण का यावी? कदाचित त्या घराच्या आठवणी ह्यांच्याशिवाय पुऱ्या होत नसतील. आम्ही संपूर्ण घर बघून घेतलं. रंगरावांनी आपलं काम अगदी चोख केलं होतं. स्वयंपाकघरात मला काशीमाई आणि मी वावरत असायचो ते आठवलं. मी माझ्या भूतकाळात रमले होते आणि नर्मदा तिच्या भविष्यकाळात. हे घर कधी माझं होतं आणि आता ते तिचं होणार होतं. तिच्या आणि गोपाळभाऊजींच्या डोळ्यात उद्याची स्वप्नं दिसत होती.

संपूर्ण घर फिरून आम्ही दिवाणखान्यात आलो. कामगार अजून घरावर शेवटचा हात फिरवत होते. तेवढ्यात रंगराव येताना दिसले. गोपाळभाऊजींनी माझी आणि नर्मदेची त्यांच्याशी ओळख करून दिली. ते माझ्या पाय पडले, तेव्हा मला कसंसंच झालं. ते म्हणाले, “वहिनीसाहेब, आप्पासाहेबांसारख्या थोर व्यक्तीचा संसार तुम्ही चालवत आहात. त्यांना साथ देत आहात. हे कोणा ऐऱ्यागैऱ्याचं काम नाही. तुमचे चरणस्पर्श करायला मिळाले, हे मी माझं भाग्य समजतो.”

तेव्हा मी त्यांना म्हणाले, “काही नाही हो, मी आपली चारचौघींसारखी सर्वसामान्य बाई. कृपा करून मला असं थोरपण देऊ नका. मला ते जचत नाही.”

त्यावर ते म्हणाले, “तुमचे विचार अगदी आप्पासाहेबांसारखेच आहेत.”

नंतर त्यांनी गोपाळभाऊजींना विचारलं, “कुठं कुठं आणि कुठला कुठला रंग द्यायचा आहे ते सांगा. मी लिहून घेतो.”

गोपाळभाऊजी मला म्हणाले, “सांगा वहिनी.”

मी म्हणाले, “तो हक्क आता नर्मदेचा आहे, तेव्हा तिला विचारा.”

ती सांगायला तयार नव्हती पण मी निक्षून तिलाच सांगायला लावलं. गोपाळभाऊजींच्या मनातली इच्छा पूर्ण झाली, हे बघून मला खूप आनंद झाला.

प्रकरण : २०

गोपाळभाऊजींचं घर आता पूर्णपणे तयार झालं होतं. आता घरातही नर्मदा आणि गोपाळभाऊजींच्या लग्नाची लगबग सुरू झाली होती. गोपाळभाऊजींच्या मनात होतं, की लग्न त्यांच्या घरातच पण अगदी साधेपणानं करावं. त्यांच्या घरात थोडंफार सामान न्यायला सुरुवात केली. आदल्या दिवशी वाङ्निश्चय आणि दुसऱ्या दिवशी लग्न करायचं, असं ठरलं.

सगळी खरेदी गोपाळभाऊजींनी ऐपतीप्रमाणे केली पण आप्पासाहेबांकडून एक पैसाही घेतला नाही. नर्मदाही समजूतदार होती. अंगठी, मंगळसूत्र आणि दागिन्यांची खरेदी झाली. संसाराला आवश्यक गोष्टींचीही खरेदी झाली.

लग्नाच्या जेवणाची तयारी झाली. भाज्या मात्र गोदाक्कांच्या शेतावरच्या आणल्या होत्या. लग्नाच्या आदल्या दिवशी आम्ही गोपाळभाऊजींच्या घरी गेलो. बाहेर प्रवेशद्वारावर केळीचे खांब लावले. तिथंच काही तरुण पहाऱ्याला बसले होते. मी आप्पासाहेबांकडे प्रश्नार्थक नजरेनं पाहिलं. तेवढ्यात गोपाळभाऊजी पुढं आले आणि म्हणाले, "हे माझे मित्र. विवाह निर्विघ्नपणे संपन्न व्हावा अशी त्यांची मनापासून इच्छा होती. मी नको म्हणालो, तरी हे पहारा द्यायला इथं येऊन बसलेत."

त्यांच्यापैकी एकजण पुढं आला आणि म्हणाला, "गोपाळ, तू माझ्या बहिणीचा जीव वाचवलास. त्यापुढं हे काहीच नाही.

माझ्याकडे बघून तोच तरुण पुढं म्हणाला, "अगदी काहीही विरोध न होता हा विवाह पार पडेल वहिनीसाहेब. तुम्ही निश्चिंत राहा."

मला यावर काय बोलावं काही कळेना.

आम्ही आत गेलो. तिथं मंगलावन्संनी आमचं अगदी भरभरून स्वागत केलं. दुपारी गोपाळभाऊजी आणि नर्मदेचा वाङ्निश्चय झाला. रात्री आम्ही आधी गोपाळभाऊजींना हळद लावली. मग उष्टी हळद नर्मदेला लावली. हळद लावल्यावर दोघांच्या चेहऱ्यावर

तेज आलं.

दुसऱ्या दिवशी सकाळीच आम्ही स्वयंपाकाला लागलो. तिथं वावरताना मला माझे जुने दिवस आठवत होते. काशीमाईची राहून राहून आठवण येत होती. किती आठवणींनी माझ्या मनामध्ये काहूर उठलं होतं. भूतकाळाची आठवण करून घ्यायची नाही, असं मनाला कितीही समजावलं, तरी आठवणींनी माझ्याभोवती फेर धरला होता. त्यात काही आठवणी ह्यांच्यापण होत्या. मेलेल्या माणसाबद्दल वाईट विचार करू नये म्हणतात पण त्यांच्याशी निगडित सगळ्या आठवणी मनाला डागण्या देणाऱ्याच होत्या. शेवटचे काही दिवस जे काही ते माझ्याशी चांगलं वागले तेवढंच. तेव्हा मात्र त्यांना आपल्या वागणुकीचा पश्चाताप होत होता. मी त्यांना माफ केलं होतं, हेही मला सारखं आठवत होतं. वेळ कमी होता आणि डोक्यात अनेक विचार फिरत होते पण सवयीनं हात मात्र चटाचटा काम करत होते. मधेच मुलींपैकी कुणी हाक मारून मला माझ्या तंद्रीतून बाहेर काढत होतं. एकीकडे गीता आणि जानकी नर्मदेला तयार करत होत्या. नर्मदा बाहेर आली तेव्हा इतकी सुंदर दिसत होती. मी पटकन जाऊन तिच्या कानामागं काजळाचा तीट लावला. गोपाळभाऊजी तर तिच्याकडे बघतच राहिले.

लग्न तर रजिस्टर पद्धतीनं होणार होतं. आप्पासाहेबांचे मित्र यशोधरभाऊजी आले होते. जानकीनं गोपाळभाऊजी आणि नर्मदेच्या हातात तिनं केलेले हार दिले. दोघांनी ते हार एकमेकांच्या गळ्यात घातले. यशोधरभाऊजींनी त्यांच्या हातातल्या कागदपत्रांवर गोपाळभाऊजी आणि नर्मदेची स्वाक्षरी घेतली. साक्षीदार म्हणून मी आणि आप्पासाहेबांनी स्वाक्षरी केली. यशोधरभाऊजींनी मग सगळ्यांना सांगितलं, की श्रीयुत गोपाळ आणि सौ नर्मदा हे आजपासून एकमेकांचे पती-पत्नी झाले आहेत, असे मी सरकारच्या वतीने जाहीर करतो. मी, मंगलावन्स, गोदाक्का, इंदू वहिनी आम्ही सगळ्यांनी गोपाळभाऊजी आणि नर्मदेचं औक्षण केलं. नर्मदेला जेव्हा मी प्रथम हळदी कुंकू लावत होते, तेव्हा तिच्या डोळ्यातून चुकार अश्रू बाहेर पडला. मी तिची मनःस्थिती ओळखू शकत होते. आता या घडीला तिच्या मनात काय विचार सुरू होतं, हे मी समजू शकत होते. औक्षण केल्यानंतर मी आणि मंगलावन्संनी नर्मदेची ओटी भरली. नर्मदा भरल्या डोळ्यांनी त्या ओटीकडे बघत होती. मी तिच्या कपाळाला तांदूळ चिकटवले. एकही तांदूळ खाली पडला नाही. तेव्हा मी तिच्या कानात म्हणाले, 'बघ नर्मदे, किती प्रेम आहे गोपाळभाऊजींचं तुझ्यावर. एक तांदूळ पडेल तर बिशाद.' ती काही बोलली नाही फक्त गालातल्या गालात हसली. माझं म्हणणं कदाचित तिला पटलं असावं.

दुसरीकडे मला गोपाळभाऊजींचं कौतुक वाटतं होतं. मी जेव्हा लग्न करून या घरात पहिल्यांदा आले, तेव्हा ते किती लहान होते. 'आक्काबाई आक्काबाई' म्हणून माझ्या

आवतीभोवती वावरत असत. जेव्हा ह्यांनी मला अंधारकोठडीमध्ये बंद केलं होतं, तेव्हा काशीमाई लपतछपत मला जेवण द्यायला आली होती. त्यावेळेला तिला सावध करायला गोपाळभाऊजी आले होते. त्यावेळी ते मला म्हणाले होते, 'मी मोठा झालो की दादांना बदलण्याचा प्रयत्न करणार.' खरंच हे असते तर ह्यांची विचारसरणी बदलायला जमलं असतं का गोपाळभाऊजींना? 'मी माझ्या पत्नीला अशा प्रकारची वागणूक कधीच देणार नाही,' असं गोपाळभाऊजी म्हणाले होते. इतक्या लहान वयामध्ये केवढी समज होती त्यांना. आज त्यांचे शब्द आठवले आणि माझा विश्वास बसला की ते आपल्या पत्नीला बरोबरीनं वागवतील. तिला योग्य तो सन्मान देतील. नर्मदेला त्यांनी आपली पत्नी म्हणून निवडलं, ही खरं म्हणजे कितीतरी मोठी गोष्ट होती. यामुळे त्यांना किती त्रास सहन करायला लागणार होता हे त्यांना आमच्याकडे बघून माहिती होतं, तरीही त्यांनी एवढं मोठं पाऊल उचलायचं धाडस केलं. यासाठी ते खरंच कौतुकास पात्र होते.

गोपाळभाऊजी आप्पासाहेबांच्या तालमीत अगदी तयार झाले होते हो. त्यांनी घालून दिलेल्या वाटेवर ते बिनचूक पुढं जात होते. उद्या ते आप्पासाहेबांच्या खांद्याला खांदा लावून उभे राहिले, तरी मला त्याचं आश्चर्य वाटणार नाही. किती मोठे झाले होते गोपाळभाऊजी. त्यांचे विचारही प्रगल्भ झाले होते.

सगळा समारंभ अगदी छान पार पडला. आई आणि अण्णासाहेब घरी जायला निघाले, तेव्हा त्यांनी आम्हाला तिकडे आल्याशिवाय जायचं नाही, अशी प्रेमळ ताकीद दिली. मी सगळ्या मुलींना घरी जायला सांगितलं. जाताना मुली नर्मदेच्या गळ्यात पडून ओक्साबोक्शी रडत होत्या. नर्मदेची अवस्था काही वेगळी नव्हती. मंगलावन्सही परतल्या. किती दिवसांनी त्या भेटल्या होत्या. गोपाळभाऊजींना अगदी कौतुकानं बघत होत्या. मंगला वन्सनी गोपाळभाऊजी आणि नर्मदेच्या डोक्यावरून हात फिरवला आणि त्यांना 'सुखी रहा' असा आशीर्वाद दिला. 'तुमचा भरला संसार बघायला मी येत जाईन हो' असंही त्या म्हणाल्या.

नर्मदा म्हणाली, "या ना वन्स. तेवढाच तुमचा सहवास आम्हाला लाभेल." गोपाळभाऊजींनी स्मितहास्य केलं.

गोपाळभाऊजी आणि नर्मदेला एकदम घर रिकाम झालं असं वाटायला नको म्हणून आप्पासाहेब आणि मी तिथेच थांबलो. गोपाळभाऊजींनी स्वतःसाठी माडीवरची खोली निवडली होती. ते आम्हाला माडीवरच्या दुसऱ्या खोलीत थांबायला सांगत होते. ती खोली मला फार ओळखीची होती. किती वर्षं मी त्या खोलीमध्ये राहिले होते. मी त्या खोलीमध्ये थांबायचं प्रकर्षानं टाळलं. उगाच नको नको त्या गोष्टी आठवून मनस्ताप करून घेण्यात अर्थ नव्हता. आम्ही खालच्याच एका खोलीमध्ये थांबलो. मी नर्मदेला

दुधाचा पेला तयार करून वर पाठवलं. तिला वर जाताना पाहिलं आणि कितीही नको म्हटलं तरी मला मी याच जिन्यावरून दुधाचा पेला घेऊन वर गेले होते, ते आठवलं. त्याच्या पुढचा प्रसंगही आठवला. मी डोळे घट्ट मिटले आणि स्वतःला निक्षून सांगितलं, की आता अजिबात त्या आठवणींमध्ये गुंतून पडायचं नाही. आता माझ्या आयुष्यात आप्पासाहेब आले आहेत. एक सुंदर स्वप्न सत्यात उतरलं आहे. त्याची जास्त कदर करायची.

नंतर मी आम्ही थांबलेल्या खोलीमध्ये आले. आप्पासाहेब माझी वाट पाहत होते. मला बघितल्यावर ते म्हणाले, "अहो, खूप दमला असाल ना तुम्ही? आज पूर्ण दिवस पायाला जणू भिंगरी लागली होती तुमच्या. प्रत्येक गोष्टीमध्ये अगदी जातीनं लक्ष घातलं होतं तुम्ही. खरंच, कमाल म्हणायची तुमची. चला, अखेर आपल्या गोपाळ आणि नर्मदा दोघांचा विवाह काहीही अडथळे न येता अगदी चांगल्या प्रकारे पार पडला. आता इथं शांतपणे निजा. कार्तिकला हवं तर मी बघतो."

मी स्मितहास्य केलं आणि म्हणाले, "तुम्ही काय कमी धावपळ केली? कार्तिक शांत झोपला आहे. तुम्हीपण झोपा आता."

आम्ही पाठ टेकतच होतो तेवढ्यात बाहेर काहीतरी आवाज आले. आप्पासाहेबांनी मला इथंच थांबा असं सांगितलं आणि बाहेरच्या बाजूला गेले. जिन्यावरून गोपाळभाऊजी खाली आले. पाठोपाठ नर्मदाही आली. मी खोलीच्या बाहेर आले. आप्पासाहेब गोपाळभाऊजींना सांगत होते, की तुम्ही बाहेर पडू नका. जे काही असेल ते आम्ही बघतो पण गोपाळभाऊजी काही ऐकणाऱ्यांपैकी नव्हते. ते आप्पासाहेबांबरोबर बाहेर गेलेच. मी आणि नर्मदा आम्ही दोघी दिवाणखान्यात बसलो. माझा आणि नर्मदेचाही जीव टांगणीला लागला होता. बाहेर कसले कसले आवाज येत होते. थोड्यावेळानं सगळं शांत झालं. आप्पासाहेब आणि गोपाळभाऊजी आत आले. आप्पासाहेब मला म्हणाले, "काही काळजी करू नका. सगळं काही ठीक आहे. काही लोकांना हा विवाह रुचला नाही म्हणून ते या वेळेला वऱ्हाड म्हणून आले होते. गोपाळांच्या मित्रांनी त्यांची उत्तम सरबराई केली. आता त्यांनी इतका छान पाहुणचार घेतला आहे, की ते पुन्हा येतील असं वाटतं नाही."

मी नर्मदेला धीर द्यायला गेले. ती तशी खमकी होती. उलट ती मलाच सांगायला लागली, "उमाक्का, आता मला या गोष्टींची सवय झालेली आहे. तुम्ही काही काळजी करू नका. यापुढे अशा प्रसंगांना तोंड द्यायला मी समर्थ आहे."

मी तिच्याकडे बघतच राहिले. मला मनातून मात्र खूप बरं वाटलं. गोपाळभाऊजींना अगदी योग्य पत्नी लाभली आहे, याची खात्री पटली. आता माझ्या मनात जी धाकधूक होती, की या दोघांचं या घरात कसं होणार ती संपूर्णपणे मिटली होती.

दुसऱ्या दिवशी गोपाळभाऊजींच्या मित्रांचे आम्ही आभार मानले. मी आणि नर्मदेनं मिळून सगळ्यांसाठी थालीपिठं केली. सगळे तृप्त होऊन आपापल्या घरी पांगले. सगळी तयारी करून आम्हीही तिथून निघालो. दोघांना सोडून जायचं मन करत नव्हतं पण शेवटी हे संसाराचं रहाटगाडं होतं, ते ओढायलाच हवं होतं ना. दोघांनी आम्हाला नमस्कार केला. आप्पासाहेब म्हणाले, "तुम्हाला भरभरून यश मिळू दे."

मी आशीर्वाद दिला 'तुम्हा दोघांना सुखसमृद्धी आणि आरोग्य लाभो.' मी गोपाळभाऊजींना म्हणाले, "नीट जपून राहा. काळजी घ्या स्वतःची. काल प्रसंग आलेला पण निभवला."

गोपाळभाऊजी हसले आणि म्हणाले, "वहिनी, आमची काही काळजी करू नका. पुन्हा असे प्रसंग आले तरी आम्ही डगमगणार नाही."

मी नर्मदेच्या डोक्यावरून हात फिरवला आणि आम्ही त्यांचा निरोप घेऊन निघालो.

प्रकरण : २१

आईंना आप्पासाहेबांनी सांगितलं होतं त्याप्रमाणे आम्ही घरी गेलो. बाहेरच्या दरवाजापाशी आम्ही आलो आणि अण्णासाहेब म्हणाले, “तिथंच थांबा. आत पाऊल टाकू नका.”

त्यांचे हे उद्‌गार ऐकून मी गोंधळून गेले. मागच्या वेळेला आम्ही आलो, तेव्हा ते असंच काहीसं म्हणाले होते. क्षणार्धात माझ्या डोळ्यासमोरून तो पूर्ण प्रसंग तरळून गेला. तेव्हा आप्पासाहेबांनी हे घर सोडलं होतं त्याला कारण मी होते. त्यानंतर नाही नाही म्हणता म्हणता आज इतक्या काळानंतर आम्ही या दाराच्या चौकटीवर आलो होतो. मी आप्पासाहेबांकडे पाहिलं तर ते मिश्कीलपणे हसत होते. त्यांना बघून माझ्या डोक्यात प्रकाश पडला. तेवढ्यात समोरून आई लगबगीनं येताना दिसल्या. त्यांनी कार्तिकवरून भाकर तुकडा ओवाळला आणि बाहेर उडवला. मग त्याच्या डोक्यावरून पाणी फिरवलं आणि त्याच्या डोळ्यांना लावलं. त्या तोंडभरून हसल्या आणि म्हणाल्या, “आता या आत.”

आम्ही आत आलो आणि आईंच्या आणि अण्णासाहेबांच्या पाया पडलो. आम्ही कबूल केल्याप्रमाणे तिथं गेलो याचं दोघांनाही खूप समाधान वाटलं.

“चला आता आत जाऊ.” अण्णासाहेब म्हणाले.

आम्ही बाहेरची पडवी ओलांडून आत गेलो. तो चौसोपी वाडा मला पहिल्यांदाच आतून बघायला मिळाला. मागच्या वेळेला मला त्या पडवीतूनच बाहेर पडायला लागलं होतं. आतमध्ये तुळशी वृंदावन आणि चारी बाजूनं व्हरांडा होता. त्या व्हरांड्यामध्ये काही मुलं खेळत होती. व्हरांड्यासमोर चारी बाजूनं अनेक खोल्या होत्या. काही खोल्यांमध्ये लोकं वावरत होती. वडिलोपार्जित वाडा असल्यामुळे बहुतेक चुलत चुलत भावंडं राहत असावीत पण त्यांच्यापैकी एकही जण बाहेर आला नाही. एका बाजूनं वर जायला जिना होता. समोरच्या झोपाळ्यावर एक गृहस्थ बसले होते. आम्हाला बघितल्यावर ते उठले आणि समोरच्या खोलीत अदृश्य झाले. तिथंच एक बाई सुपात तांदूळ पाखडत होत्या.

आप्पासाहेब म्हणाले, "ते आत्ता आत गेले ते माझे छोटे काका आणि ह्या माझ्या छोट्या काकी."

आम्ही त्यांच्या पाया पडलो. त्या तोंडातल्या तोंडात काहीतरी पुटपुटल्या. त्यांच्या चेहऱ्यावर सूक्ष्म नाराजीचे भाव मला दिसले. बहुतेक मी तिथं गेले, हे त्यांना पसंत पडलं नसावं पण त्यांची अण्णासाहेबांपुढं बोलायची टाप नसावी. आम्ही थोडं विसावलो. आई म्हणल्या, "जा जरा हात तोंड धुऊन या."

आप्पासाहेब मला आणि कार्तिकला पाठल्या दारी घेऊन गेले. तिथल्या विहिरीच्या पाण्यानं आम्ही हात पाय धुतले आणि तोंडावर पाण्याचे हबके मारले. पाणी अगदी थंडगार आणि गोड होतं.

आईंनी मला आमच्या स्वयंपाकखोलीमध्ये बोलावलं. मी तिथं गेले. समोर मेथी ठेवलेली होती. मी ती विळीवर चिरायला घेतली. आप्पासाहेबांना मेथीची भाजी आवडते म्हणून आई आज मुद्दाम मेथीची भाजी करत होत्या. दुसरीकडे त्या चण्याची डाळ शिजवून त्यात गूळ घालत होत्या.

"आज पुरणपोळ्या करू या. आप्पाला आवडतात ना." त्या म्हणाल्या.

माझी भाजी चिरून होईपर्यंत तिथं काम करणारी रखमा आली. तिनं पुरण वाटायला घेतलं. 'मी मेथीची भाजी करते,' असं मी आईंना सांगितलं. तर त्या नको म्हणाल्या.

"त्यापेक्षा एक काम कर. जा आणि कार्तिक काय करतोय ते बघ. नाहीतर त्याला इथंच घेऊन ये. रोज तुझ्याच हातचं खातो ग माझा लेक. आज जरा त्याला माझ्या हातचं खाऊ घालते. तो परत कधी माझ्या हातचं जेवायला येईल काय माहीत." त्या म्हणाल्या.

आज आईची माया अगदी ओसंडून वाहत होती. तेवढ्यात कार्तिक स्वतःच तिथं आला. आईंनी पितळेच्या वाटीत मुगाचा लाडू काढून कार्तिकला दिला आणि म्हणाल्या, "हा खाऊन कसा झालाय तो सांग हो."

कार्तिकनं लाडवाचा पहिलाच घास खाल्ला आणि म्हणाला, "आजी, फूप धान आहे लादू. मला आनी दे हा."

हे ऐकून आजीबाई कृतकृत्य झाल्या. त्यांनी लगेच लाडवांचा डबा उघडून कर्तिकच्या पुढं ठेवला आणि म्हणाल्या, "तुला हवे तेवढे लाडू खा हो."

मग काय, कार्तिकनं आणखीन चार लाडू घेतले. शेवटी मला मधे बोलावं लागलं. मी त्याला म्हणाले, "कार्तिक, जास्त लाडू खाल्लेस तर पोटात दुखेल हो. आणखी आजी पुरणपोळी करतेय. ती खायला तुझ्या पोटात जागाच नाही राहणार. मग रे काय करशील?"

त्यानं लगेच सगळे लाडू ठेवून दिले.

"खाऊ दे ग त्याला." आई म्हणाल्या.

कार्तिकनं मात्र दोन लाडवांवर समाधान मानलं. त्याचं लाडू खाऊन झाल्यावर मी त्याला म्हणाले, "बाहेर व्हरांड्यात मुलं खेळतायत ना, जा तू त्यांच्याबरोबर खेळ." त्यानं मान डोलावली आणि बाहेर गेला.

तेवढ्यात छोट्या काकी आत आल्या. त्यांनी तांदूळ धुवायला घेतले. आईंनी भाताचं आधण ठेवलं होतं, त्यात ते तांदूळ त्यांनी ओतले. त्यानंतर त्यांनी फडताळातून दही बाहेर काढून चरवीत घातलं आणि रवीनं घुसळायला सुरुवात केली. एवढ्या वेळात त्यांनी माझ्याकडे किंवा आईंकडे ढुंकूनही पाहिलं नाही किंवा काही बोलल्या नाहीत. मी त्यांना म्हणाले, "द्या मी घुसळते."

तर त्यांनी माझ्याकडे एक जळजळीत कटाक्ष टाकला. मी दोन पावलं मागं सरकले. मग त्यांनी परत ताक घुसळायला सुरुवात केली. बराच वेळ घुसळल्यावर त्यांनी लोण्याचा गोळा हातावर तोलला आणि भांड्यात काढून ठेवला. आईंनी लगेच थोडं लोणी एका वाटीत काढलं आणि माझ्याकडे देऊन म्हणाल्या, "जा, हे लोणी माझ्या बाळकृष्णाला दे."

मी ती वाटी घेऊन बाहेर गेले. बघते तर काय, कार्तिक अण्णासाहेबांबरोबर झोपाळ्यावर बसला होता आणि ते त्याला श्रीकृष्णाची गोष्ट सांगत होते. आजोबा आणि नातू दोघंही रंगात आले होते. आप्पासाहेब समोरच्या खुर्चीवर बसून हे दृश्य बघत होते. त्यांच्या चेहऱ्यावर समाधान दिसत होतं. मला बघून त्यांनी तोंडावर बोट ठेवून शांत राहायला सांगितलं. खरंच किती गोड वाटत होती आजोबा नातवाची जोडी. त्यांची तंद्री भंग करावी, असं मलाही वाटत नव्हतं. मी दोन क्षण तिथंच उभी राहिले. गोष्ट संपल्यावर कार्तिकनं टाळ्या वाजवल्या आणि म्हणाला, "आजो थान होती गोष्त. आनखीन एक शांगा ना."

तेवढ्यात मी पुढं झाले आणि म्हणाले, "आजीनं बघ तुझ्यासाठी काय दिलंय."

कार्तिकनं पाहिलं आणि म्हणाला, "लोनी? त्या चोत्या कित्नासालकं?"

मी मान डोलावली आणि त्याला लोणी भरवलं. आजोबा भरल्या डोळ्यांनी नातवाकडे कौतुकानं बघत होते. मी कार्तिकला म्हणाले, "ये आपण तुझं तोंड धुऊ या. सगळं लोणी लागलं आहे बघ तोंडाला."

तो हसायला लागला आणि माझा हात धरून पाठल्या दारी आला. मी तिथल्या गडूमधल्या पाण्यानं त्याचं तोंड धुतलं आणि विचारलं, "अरे कार्तिक, तू त्या मुलांबरोबर खेळलास का?"

त्यानं एवढंसं तोंड करून सांगितलं, "मी गेलो होटो ग. पन त्यांनी मला घेतलंच नाही. तू नको म्हनाले. त्ये अछ का म्हनाले ग आई?"

मी त्याला जवळ घेतलं आणि म्हणाले, "असू दे. नाही घेतलं तर नाही घेतलं. तू

माझ्याबरोबर बस हां."

"नको, आज्यो आहेत ना, मी त्यांच्या बलोबल खेलतो." तो धावतच परत बाहेर गेला.

मी परत स्वयंपाकखोलीत आले. आईंनी पुरणपोळ्या लाटायला सुरुवात केली, तेव्हा मी त्या भाजायला घेतल्या. थोड्यावेळानं मी त्यांना म्हणाले, "द्या मी करते. तुम्ही थोडा आराम करा आता."

त्यांनी पदरानंच घामेजलेलं तोंड पुसलं आणि हुश्श करत पाटावर बसल्या. बाजूच्या माठातून पाणी प्यायल्या आणि स्वतःच्याच पदरानं वारा घ्यायला लागल्या. मी पटापट पोळ्या करायला सुरुवात केली. त्या माझ्याकडे बघत राहिल्या आणि म्हणाल्या, "बाकी कामाचा उरक बऱ्यापैकी आहे हो तुला सूनबाई. आज चार सुना असत्या माझ्या पण त्याला नशीब लागतं. माझी तीन मुलं लहानपणीच वारली. त्यानंतर आप्पा झाला आणि मग पाठोपाठ मनू झाली. आप्पाला अगदी तळहाताच्या फोडासारखा जपला हो. त्याचा एक एक शब्द कधी खाली पडू दिला नाही. खूप लाडाकोडात वाढला आप्पा. लहान असताना दिसायचापण अगदी गोंडस. कुरळे केस, नाजूक जिवणी. कार्तिक आत्ता थोडासा तसाच दिसतो. अगदी आप्पावर गेलाय हो कार्तिक. आप्पा अभ्यासात खूप हुशार होता. मोठा झाल्यावर वकिली करायची म्हणाला. लागलीच यांनी त्याला इतक्या दूर पाठवलं, तेव्हा माझा जीव टांगणीला लागलेला असायचा. तो शिक्षण पूर्ण करून परत आला, तेव्हा माझ्या जिवात जीव आला. त्यानं इथं राहूनच काम सुरू केलं, तेव्हा मला जरा बरं वाटलं. जे काही करतो, ते डोळ्यासमोर राहून करतो म्हणून समाधान वाटायचं. त्यात तू आलीस आणि हा गेला घर सोडून. हेपण अगदी हट्टाला पेटले होते. मधल्या मधे माझं मरण.

नंतर एकदम लक्षात येऊन म्हणाल्या, "मला तसं नव्हतं म्हणायचं. तू वाईट वाटून घेऊ नकोस. मला म्हातारीला हल्ली बोलताना काही भानच राहत नाही."

मी म्हणाले, "नाही हो आई, मला त्याचं काही वाटत नाही. तुम्ही जिवाला त्रास करून घेऊ नका." यावर मात्र त्यांनी गप्प राहणंच पसंत केलं.

जेवण तयार झाल्यावर मी ताटपाणी घेतलं. अण्णासाहेब आणि आप्पासाहेबांना जेवायला बोलवायला गेले. बघते तर काय अण्णासाहेब घोडा झालेले आणि कार्तिक त्यांच्या पाठीवर बसला होता. त्यांना बघून मी धावतच गेले आणि कार्तिकला म्हणाले, "अरे अरे कार्तिक, हे काय करतो आहेस तू? खाली उतर बरं आधी. आजोबांची पाठ दुखेल ना रे."

तो पटकन खाली उतरला. आजोबा म्हणाले, "कार्तिक, तुझा घोडा दमला बरं का आता."

आप्पासाहेब मिश्कीलपणे हसत हे दृश्य बघत होते. मी त्यांना म्हणाले, "आप्पासाहेब, निदान तुम्ही तरी त्याला समजवायचं ना."

आप्पासाहेब म्हणाले, "घोडा स्वतः सवारीसाठी तयार होता, मग मी कसं मधे पडायचं?"

मी लटक्या रागानं त्यांच्याकडे पाहिलं आणि म्हणाले, "बरं चला. पान वाढली आहेत. आई बोलवत आहेत जेवायला."

ते दोघं जेवायला स्वयंपाकखोलीत आले. मी कार्तिकला भरवायला घेतलं. आप्पासाहेब आज अगदी चवीचवीनं जेवत होते. आईंच्या हातचं त्यांना बऱ्याच वर्षांनी जेवायला मिळालं होतं. शेवटी आईच्या हातची चव कोणीच विसरू शकत नाही हेच खरं. आईसुद्धा त्यांना अगदी आग्रह करकरून वाढत होत्या. मायलेकाचं प्रेम पाहून मी अगदी कृतकृत्य झाले. जेवणं आटोपली आणि आईंनी दोघांना विडा करून दिला. विडा खाऊन झाल्यावर अण्णासाहेब वामकुक्षी घ्यायला निघून गेले.

आता आजीची नातवाबरोबर वेळ व्यतीत करायची इच्छा होती. आईंनी कार्तिकला मांडीवर बसवलं आणि हळू आवाजात काहीतरी गुणगुणायला लागल्या. थोडावेळ गेल्यावर आप्पासाहेब म्हणाले, "चला, आता निघायला हवं."

आईंचं मन काही भरलं नव्हतं. त्या 'आणखी थोडावेळ थांबा रे,' असं म्हणत होत्या. मी त्यांना म्हणाले, "काल रात्रीपासून मुली घरी एकट्या आहेत. त्यांना जास्त वेळ एकटं कसं सोडणार ना. त्यामुळे आता आम्हाला निघावंच लागेल."

मी निघायची तयारी केली. आईंनी कितीतरी डबे भरून दिले. किती आणि काय काय त्या डब्यांमध्ये भरलेलं होतं. पापड, भरल्या मिरच्या, दोन प्रकारचे लाडू, चकल्या, वेगवेगळी पिठं. ते डबे बघून आप्पासाहेब हसायला लागले आणि मला म्हणाले, "मी शिकत असताना सुट्टीवरून परत जायचो, तेव्हा हे असेच डबे भरून द्यायची आई. मी एवढं सगळं घेऊन जाऊ शकत नाही, हे तिला समजावता समजावता माझ्या नाकी नऊ यायचे.

मग ते आईंना उद्देशून म्हणाले, "आठवतं का ग तुला?"

"हो हो, सगळं आठवतंय हो. न आठवायला काय झालं? यावेळी मात्र मी तुझं काही एक ऐकणार नाही. हे सगळे डबे तुला न्यावेच लागतील. तुला नको असेल, तर राहू दे. हे सगळं मी माझ्या सुनेसाठी आणि नातवासाठी दिलेलं आहे." आई म्हणाल्या.

आईची माया ती, कशी अव्हेरणार? शेवटी मी ते सगळे डबे आणि पिशव्या बांधून घेतल्या. तोपर्यंत अण्णासाहेब बाहेर आले. आप्पासाहेबांनी त्यांना सांगितलं, "निघतो आता आम्ही."

अण्णासाहेबांनी मान डोलावली. आम्ही दोघांच्या पाया पडलो. आप्पासाहेबांनी टांगा आणला आणि आम्ही निघालो. आई भरल्या डोळ्यांनी आम्हाला बघत होत्या.

घरी परतलो. सगळं काही आलबेल होतं. आता मुली आमच्याशिवाय राहायला तयार झाल्या होत्या. आधी आलेल्या मुलींनी नेहमीप्रमाणे नंतर आलेल्या मुलींना अगदी शिक्षणाचे धडे देणंही चुकवलं नव्हतं. आप्पासाहेब हे बघून खूप खूश झाले. ते म्हणाले देखील, "कितीही काही झालं तरी तुम्ही शिक्षणात खंड पडू देता कामा नये. येत्या काळात शिक्षण फार महत्त्वाचं ठरणार आहे. शिक्षणामुळे आपलीच नाही, तर आपल्या देशाचीही प्रगती होईल. आपल्या देशाला या गुलामगिरीतून लवकरच मुक्तता मिळेल, अशी मला खात्री आहे. स्वातंत्र्य मिळाल्यावर सुशिक्षित जनतेची गरज लागेल, तेव्हा त्याची तयारी आपण आत्तापासूनच करायला हवी."

सगळ्या मुली त्यांचे हे विचार ऐकून भारावून गेल्या होत्या.

प्रकरण : २२

दोन दिवसांनी आमच्याकडे एक माणूस आला. तो घाईत होता. दरवाजातूनच उभ्या उभ्या त्यानं आप्पासाहेबांना काहीतरी सांगितलं आणि पुढच्या क्षणाला तो निघून गेला. त्या माणसाचं बोलणं ऐकून आप्पासाहेब सुन्न झाले. ते दरवाजात नुसतेच उभे होते. मी त्यांना हाक मारली. त्यांनी मागं वळून पाहिलं तर त्यांच्या डोळ्यात भीती दिसत होती. ते मला म्हणाले, “चला, आपल्याला ताबडतोब निघायला हवं. वाऱ्याच्या वेगानं तिथं पोहोचायला हवं. नाहीतर अनर्थ होईल.”

मी आप्पासाहेबांना म्हणाले, “हो हो निघू या लगेच पण आधी काय झालं ते तरी सांगा.”

आप्पासाहेब खूप अस्वस्थ झाले होते. मला म्हणाले, “वेळ दवडू नका. नाहीतर आपण मनूताईला गमावून बसू. तिचे यजमान वारले. ही बातमी जशी आईला कळली, तसं लगेच तिनं आमच्या शेजारच्या भास्कराबरोबर निरोप पाठवला. चला आता लवकर.”

मी लगबगीनं आवरलं. कार्तिकला ललिताकडे दिलं आणि आम्ही निघालो. आमच्याबरोबर काही तरुण होते, जे आमच्या चळवळीमध्ये सामील झाले होते. माझ्याबरोबर गीता होती. आम्ही स्मशानाजवळ पोहोचलो, तेव्हा जोरजोरात ढोल वाजवायचा आवाज येत होता. आम्ही आमचा वेग वाढवला. आप्पासाहेबांचा चेहरा तर बघवत नव्हता. शेवटी मनूवन्स त्यांच्या सख्ख्या बहीण होत्या. त्यांच्या मनात किती खळबळ उडाली असेल याची मला कल्पना होती. आम्ही स्मशानामध्ये पोहोचलो. सख्खा भाऊ असूनही खरंतर वन्संच्या सासरच्यांनी मुद्दामच आप्पासाहेबांना काही कळवलं नव्हतं. त्यांना कळलं तर ते लगेच आपल्या बहिणीला वाचवायला येतील, हे त्यांना पक्कं माहिती होतं. तरी आईंनी जितक्या लवकर पाठवता येईल तितक्या लवकर आमच्याकडे निरोप पाठवला होता. स्मशानातलं दृश्य हृदय पिळवटून टाकणारं

होतं. चिंतामणरावांच्या चितेला अग्नी दिलेला होता. त्यांचं डोकं मांडीवर ठेवून मनूवन्स बसल्या होत्या. त्या वेदनेनं किंचाळत होत्या आणि आजूबाजूचे लोक हा प्रसंग दगडाच्या हृदयानं उघड्या डोळ्यानं बघत होते. एकाच्याही हृदयाला पाझर फुटला नव्हता.

आप्पासाहेब धावतच आत आले. तिथल्या लोकांनी त्यांना अडवायचा प्रयत्न केला पण आमच्याबरोबर असलेल्या तरुणांनी त्यांचा मुकाबला केला आणि आमची वाट मोकळी करून दिली. मी आणि गीता आम्ही दोघींनी बाजूला असलेल्या हौदातलं पाणी भराभर चितेवर ओतायला सुरुवात केली. तेवढ्या वेळात मनूताई पडल्या होत्या. त्यांचे डोळे बंद होते. मी त्यांच्या अंगावर रग घातला. आप्पासाहेबांनी मनूवन्संना तसंच उचललं आणि धावत सुटले. तोपर्यंत पोलीस तिथं पोहोचले होते. त्यांनी लोकांना अडवायला सुरुवात केली. आम्ही टांग्यामध्ये बसलो. आमच्याबरोबर शरद नावाचे एक गृहस्थही होते. टांगेवाल्या दादांनी शक्य तितक्या लवकर टांगा पळवायला सुरुवात केली. मी मनूवन्संची नाडी तपासली. अजून चालू होती म्हणजे आम्हाला अजूनही काही करता येण्यासारखं होतं. आप्पासाहेबांच्या डोळ्यातून घळाघळा अश्रू वाहत होते. त्यांनी वन्संचं डोकं आपल्या मांडीवर ठेवलं होतं.

आम्ही दवाखान्यात पोहोचलो. तिथल्या लोकांनी मनूवन्संना ताबडतोब आत नेलं. डॉक्टरांनी लगेच मनूवन्संना तपासलं आणि आणि त्यांच्यावर उपचार करायला सुरुवात केली. त्यांनी आम्हाला सांगितलं, की त्या बेशुद्ध पडल्या आहेत. त्यांच्या मनावर खोलवर आघात झालेला असावा. भीतीनं असे लोक बेशुद्ध पडतात. शिवाय त्या भाजलेल्या आहेत. आम्ही त्यांना वाचवण्यासाठी शर्थीचे प्रयत्न करू पण त्यांच्या जिवाचा आम्ही भरवसा देऊ शकत नाही. आप्पासाहेब यावर काही बोलले नाहीत. ते मटकन खाली बसले. मी त्यांना सावरायचा प्रयत्न केला.

"असं हातपाय गाळून कसं चालेल? मला तुम्हाला नेहमीच पहाडासारखं कणखरपणे उभं राहिलेलं बघायची सवय आहे. तुम्हीच धीर सोडला, तर मग आम्ही कोणाच्या तोंडाकडे बघायचं? हार मानू नका. तो तुमचा स्वभावही नाही म्हणा. मनूवन्संना काहीही होणार नाही. त्या बऱ्या होतील."

तेवढ्यात समोरून आई आणि अण्णासाहेब येताना दिसले. आई माझ्याजवळ आल्या आणि म्हणाल्या, "तुमच्याबरोबर आलेल्या लोकांनी आम्हाला इकडचा पत्ता दिला. मला मनूला बघायचं आहे. ती कशी आहे? कुठं आहे?"

आईचं मन ते. त्यांना काळजी वाटणारच. मी त्यांना सांगितलं, की त्यांच्यावर उपचार सुरू केले आहेत. अजून त्यांना बघायची परवानगी नाही. आईंचा जीव वरखाली होत होता. त्या बाकड्यावर बसल्या. अण्णासाहेब म्हणाले, "खरंतर तिच्या या

अवस्थेला मीच कारणीभूत आहे. स्वतःच्या डोळ्यांसमोर तिला सती जाताना बघत होतो. माझं मन आक्रंदत होतं. तिला वाचवायला हवं, काहीतरी कर, असं माझं मन मला ओरडून ओरडून सांगत होतं पण माझे हात-पाय गळून गेले होते. असं वाटत होतं, जणू काही माझे पाय कोणीतरी जखडून ठेवले आहेत. मनात असूनही मी माझ्या मुलीला वाचवण्यासाठी पुढं गेलो नाही. कारण समाजाची भीती. या रूढी आपल्याला मनाला जे वाटतं, ते करायला अडवत असतात." ते रडू लागले. त्यांना रडताना बघणं खूप विचित्र वाटत होतं. आई मान खाली घालून बसल्या होत्या. त्या हवालदिल झाल्या होत्या. आप्पासाहेबांनी अण्णासाहेबांना कवेत घेतलं. अण्णासाहेबांचं अंग गदगदून हलत होतं आणि आप्पासाहेब त्यांच्या पाठीवरून हात फिरवत होते.

आप्पासाहेब त्यांना म्हणाले, "तुम्ही स्वतःला दोषी मानू नका. आता आपण आणलं आहे ना मनूला इथं? ती बरी होईल. पहिल्यासारखी हिंडूफिरू लागेल."

अण्णासाहेब आणि आई जरावेळ बसले आणि जरा वेळाने निघून गेले.

तिन्हीसांजा होत आल्या तसे शरदभाऊजी मला म्हणाले, "वहिनी, आता तुम्ही आणि आप्पासाहेब घरी जा. मी आणि या इथं आहोतच." त्यांनी गीताकडे निर्देश करून सांगितलं.

गीता म्हणाली, "हो ताई, कार्तिक तुझी वाट बघत असणार. तू जा."

मला तिथून अजिबात निघावंसं वाटत नव्हतं पण मी काय करू शकत होते? मी एक आईदेखील होते. आप्पासाहेब तिथून निघायला तयार झाले नाहीत. मनू शुद्धीवर आल्याशिवाय मी इथून हलणार नाही, असं त्यांनी स्पष्टपणे सांगितलं. मला आप्पासाहेबांची काळजी वाटत होती. त्यांची अवस्था चांगली नव्हती. स्वतःच्या बहिणीला या अवस्थेत बघून ते मानसिकदृष्ट्या खूप खचले होते. माझा दोन्हीकडे जीव ओढत होता. शेवटी मन घट्ट करून मी घरी गेले.

घरी कार्तिक माझी वाट बघत होता. मला बघताक्षणी त्यानं येऊन मला मिठी मारली आणि 'आई, तू एकटीच आली? बाबा कुटे गेले?' असं विचारलं.

मी त्याला सांगितलं, "बाबा जरा एका कामामध्ये अडकले आहेत. काम झालं की येतील हो घरी. तू हिरमुसू नको बरं." तो यावर काही बोलला नाही. मी त्याला अलगद खाली उतरवलं. त्याचं आवरलं आणि जानकीनं भरून दिलेला डबा घेऊन परत दवाखान्यात गेले.

वन्स अजूनही शुद्धीवर आल्या नव्हत्या. डॉक्टरांचे प्रयत्न अजूनही सुरूच होते. मी शरदभाऊजींना आणि गीताला सांगितलं, की तुम्ही आता घरी जा. आप्पासाहेब तसंही इथून हलणार नाहीत. आता मी त्यांच्याबरोबर इथेच राहते. शरदभाऊजींना खरंतर हे पटत नव्हतं पण व्यवहारही बघायला हवा ना. सगळेच एकदम इथं थांबले तर कसं

होणार. शेवटी शरदभाऊजी आणि गीता दोघंही निघाले.

शरदभाऊजी म्हणाले, “मी ह्यांना तुमच्या घरी सोडतो. मग माझ्या घरी जाईन.” मी ‘बरं’ म्हणाले. ते दोघं निघाले.

मी आप्पासाहेबांना म्हणाले, “मी जेवण आणलं आहे. चला, दोन घास खाऊन घ्या.”

आप्पासाहेब म्हणाले, “मनू अशी या अवस्थेत असताना मी कसा जेवू तुम्हीच सांगा. माझ्या घशाखाली घास उतरेल का?”

मी त्यांना म्हणाले, “असं करून कसं चालेल? तुम्हाला पुढची धावपळ करायला ताठ उभं राहायला हवं. त्यासाठी खाल्लं पाहिजे ना?”

मी बळंबळंच त्यांना चार घास खायला लावले. मग मीही थोडंसं खाऊन घेतलं आणि मनूवन्संच्या बाजूला जाऊन बसले. त्यांची प्रकृती अजूनही गंभीर होती.

दुसऱ्या दिवशी सकाळी मनूवन्संना शुद्ध आली. त्या वेदनेनं कण्हायला लागल्या. मी लगेच डॉक्टरांना बोलवायला गेले. डॉक्टर आले. त्यांनी मनूवन्संना तपासलं आणि परिचारिकाबाईंना काय काय करायचं त्या सूचना दिल्या. माझ्याकडे वळून ते म्हणाले, “काळजी करू नका. आम्ही आहोत.”

त्यांनी कागदावर काहीतरी लिहिलं आणि तो कागद माझ्याकडे देऊन म्हणाले, “ही काही औषधं मागवून घ्या आणि जरा वेळ बाहेरच बसा. आम्हाला काही उपचार करायचे आहेत.”

मी त्यांना ‘बरं’ म्हटलं आणि बाहेर आले. आप्पासाहेब बाहेर बाकड्यावर बसले होते. खरंतर त्यांचा डोळा लागला होता. मी जवळ गेल्यावर त्यांना माझी चाहूल लागली आणि ते जागे झाले. मला बघतच त्यांनी विचारलं, “कशी आहे मनू? शुद्धीवर आली का? तुम्ही बाहेर का आलात? काही निरोप होता का?”

मी त्यांना सांगितलं, “आता त्या शुद्धीवर आल्या आहेत. डॉक्टर त्यांच्यावर उपचार करत आहेत, म्हणून मला बाहेर पाठवलं आहे. त्यांनी ही औषधं आणायला सांगितली आहेत.”

आप्पासाहेबांनी तो कागद माझ्याकडून घेतला आणि ते बाहेर गेले. तेवढ्यात समोरून गीता आणि शरदभाऊजी येताना दिसले. गीतानं माझ्याकडे मनूवन्संच्या तब्येतीची चौकशी केली. शरदभाऊजी बाहेरच थांबले. मी, गीता आणि आप्पासाहेब मनूवन्संना बघायला आत गेलो. मनूवन्संच्या जास्त जवळ जायची परवानगी नव्हती. त्यामुळे आम्ही थोडं अंतर ठेवून उभे होतो. मनूवन्संनी आम्हाला बघितलं. त्यांच्यात बोलायची ताकद नव्हती. त्यांच्या डोळ्यांतून अश्रू वाहत होते. आप्पासाहेब थोडेसं पुढं झाले आणि त्यांना बघून क्षीणसं हसले. तेवढ्यात परिचारिकाबाई म्हणाल्या, “फक्त

एकानंच थांबा इथं. बाकीचे कृपया बाहेर जा.”

आम्ही सगळे बाहेर आलो. शरदभाऊजी मला म्हणाले, “आम्ही इथं थांबतो. तुम्ही आणि आप्पासाहेब आता घरी जा.”

आप्पासाहेब मात्र निघायला तयार नव्हते. त्यांचा तिथून पायच निघत नव्हता. मी त्यांना म्हणाले, “आता वन्संनाही शुद्ध आली आहे. आप्पासाहेब, तुम्ही रात्रभर जागरण केलं आहे. कितीही नाही म्हटलं तरी शरीराला विश्रांतीची गरज असते. तेव्हा तुम्ही आता घरी चला बरं.”

हो-नाही करता करता आप्पासाहेब घरी यायला तयार झाले.

आम्ही घरी आलो. मला बघून कार्तिक लगेच मला येऊन चिकटला. रात्री तो ललिताकडे होता. ललिता म्हणाली, “आता एक मुलगा मोठ्ठा झालाय बरं का. रात्री मावशीला अजिबात त्रास दिला नाही.”

मी कार्तिकचे लाड केले. त्याला न्हाऊ माखू घातलं आणि आप्पासाहेबांकडे मोर्चा वळवला. मी आप्पासाहेबांच्या अंघोळीच्या पाण्यात जाडं मीठ घातलं. अंघोळ केल्यावर त्यांना म्हटलं जरा जेवून घ्या, तर उगाच चिवडल्यासारखं केलं आणि पानाला नमस्कार करून उठून निघून गेले. मी त्यांच्यासाठी हळद घालून दूध घेऊन गेले आणि त्यांना जबरदस्ती प्यायला लावलं. आईंनी खोबऱ्याचं तेल दिलेलं ते आप्पासाहेबांच्या डोक्यावर घालून थोडं चोळून दिलं. ते काही करून घ्यायच्या मनःस्थितीत नव्हते पण माझ्यापुढं त्यांचं काही चाललं नाही. कुशीवर वळता वळता ते गाढ झोपी गेले. अगदी लहान मुलासारखे झोपले होते ते.

त्यांचा डोळा लागतो ना लागतो तोपर्यंत गोपाळभाऊजी आणि नर्मदा घरी आले. गोपाळभाऊजी आप्पासाहेबांवर चिडले होते. ते त्यांना काहीतरी बोलणार होते पण आप्पासाहेबांची अवस्था बघून ते गप्प बसले. ते मला म्हणाले, “वहिनी, मला तुमचा खूप राग आलेला आहे. एवढं सगळं घडलं आणि तुम्ही मला कळवलं देखील नाही. आमचं लग्न झालं, आम्ही त्या घरात राहायला गेलो, म्हणजे काय आम्ही परके झालो का?”

मी त्यांना सांगितलं, “नवीन लग्न झालं ना तुमचं मग लगेच कशाला तुम्हाला त्रास, कदाचित आप्पासाहेबांनी असा विचार केला असेल.”

“हीच माझी पारख केलीत तुम्ही वहिनी?” ते म्हणाले. मी यावर काहीच बोलले नाही. शेवटी गोपाळभाऊजी माझ्यासमोरून उठून निघून गेले. नर्मदा मला म्हणाली, “ह्यांचं बोलणं मनावर घेऊ नका. मनात काही नसतं पण असं पटकन बोलून जातात. आजकाल असेच वागतात ते. जाऊ दे. मी काय म्हणते, आता तुम्ही स्वस्थ झोपा. आम्ही जातो दवाखान्यामध्ये.”

मी काही बोलणार तर गोपाळभाऊजी आले आणि म्हणाले, “आम्ही यावर तुमचं मत विचारलेलं नाही. नर्मदा, चला निघू या.”

मी म्हणाले, “निदान दोन घास खाऊन तरी जा.” मी लगेच दोघांना जेवण वाढलं. दोघं जेवून निघाली.

थोड्यावेळानं गीताबरोबर आई आणि अण्णासाहेब आले. त्यांना बघून आप्पासाहेबांना खूप आनंद झाला. अण्णासाहेब म्हणाले, “काय करणार, मुलीच्या जिवापुढं का सोवळंओवळं मोठं आहे? आज आम्ही ठरवलं आहे की सगळे किंतु परंतु सोडून द्यायचे आणि फक्त मनूची काळजी घेणं एवढं एकच ध्येय ठेवायचं, झालं. म्हणून आज आम्ही तुझ्या या घरात पाय ठेवला.”

आप्पासाहेब म्हणाले, “काहीही असो. तुम्ही आमच्याकडे आलात यातच आम्ही धन्यता मानतो. आज किती मोठं पाऊल उचललं आहे तुम्ही अण्णासाहेब. तुमच्या नसांनसांमध्ये भिनलेली विचारसरणी सोडून दिलीत. तुम्ही आमच्या या विचारप्रवाहाला जोडले गेलात, याचा मला खूप आनंद झाला आहे.”

हळूहळू मनूवन्संची प्रकृती सुधारत होती. आता त्या डॉक्टरांच्या उपचाराला चांगला प्रतिसाद देत होत्या. काही दिवसांनी डॉक्टरांनी त्यांना घरी सोडलं. आम्ही त्यांना आमच्याकडे घेऊन आलो. मी मनूवन्संची व्यवस्था जानकीबरोबर केली. त्या यायच्या आधी त्यांची सगळी तयारी करून ठेवली. दुसऱ्या दिवशी आम्ही त्यांना आमच्या घरी घेऊन आलो. त्यांना नीट चालता येत नव्हतं, म्हणून मी त्यांना आधार दिला आणि त्यांना त्यांच्या खोलीपर्यंत सोडलं. आप्पासाहेब थोड्या वेळासाठी मनूवन्संच्या शेजारी बसले. बोलले काहीच नाहीत. फक्त मनूवन्संना बघत होते. भावाबहिणीचा बहुतेक विनाशब्दांचा संवाद सुरू होता. काही वेळानंतर आप्पासाहेबांनी मनूवन्संच्या डोक्यावरून हात फिरवला आणि ते बाहेर निघून गेले.

मनूवन्स विश्रांती घेत होत्या. जेवण तयार झाल्यावर मी त्यांचं जेवण घेऊन त्यांच्या खोलीत नेलं आणि त्यांच्या पलंगासमोर असलेल्या मेजावर ठेवलं. त्यांना उठून बसवलं आणि जेवायला सांगितलं. जेवून झाल्यावर मनूवन्संना मी डॉक्टरांनी दिलेली औषधं दिली आणि आराम करायला सांगितलं.

सगळं आटोपल्यावर मी मनूवन्संना बघायला गेले. त्यांची झोप झाली होती. त्या दरवाजाकडे टक लावून बघत होत्या. जानकी आप्पासाहेबांनी आणलेलं पुस्तकं वाचत होती. मनूवन्संनी माझ्याकडे बघून स्मितहास्य केलं. मी त्यांच्या जवळ जाऊन बसले.

“बरं वाटतं का आता?” मी त्यांना विचारलं.

त्यांनी मान डोलावली आणि म्हणाल्या, “आधीपेक्षा बरंच म्हणावं लागेल. मला

आप्पादादाशी बोलायचं आहे. त्यांना वेळ असेल तेव्हा बोलवता का वहिनी?"

'वहिनी...' त्यांनी मला प्रथमच वहिनी म्हणून हाक मारली होती. याचा अर्थ त्यांनी आमचं नातं स्वीकारलं होतं. मला खूप समाधान वाटलं.

मी लगेच आप्पासाहेबांकडे गेले. ते अभ्यासिकेमध्ये होते. कसल्यातरी कामात होते. मला बघितल्यावर त्यांनी विचारलं, "काही बोलायचं होतं का?"

"हो. म्हणजे मनूवन्संना तुमच्याशी काहीतरी बोलायचं होतं. त्यांनी तुम्हाला बोलावलं होतं."

आम्ही मनूवन्संकडे आलो. आप्पासाहेबांना बघितल्यावर त्या म्हणाल्या, "अरे आप्पादादा, तू लगेच आलास? तुला जेव्हा वेळ मिळेल तेव्हा ये असं सांगितलं होतं मी वाहिनींकडे."

आप्पासाहेब पुढं झाले आणि म्हणाले, "तुझ्यासाठी माझ्याकडे वेळच वेळ आहे मनू. तू बोलावलंस आणि मी ताबडतोब हजर झालो नाही, असं कधी झालं आहे का? याच वेळेला मला यायला उशीर झाला आणि तुझी ही अवस्था झाली. मला परत उशीर करायचा नाही आहे मनू. बोल, तुला जे सांगायचं आहे ते सांग. तुझा प्रत्येक शब्द झेलायला मी तयार आहे."

मनूवन्संच्या डोळ्यांतून अश्रू वाहायला लागले. आप्पासाहेबांनी त्यांच्या हातावर थोपटल्यासारखं केलं. भर ओसरल्यावर मनूवन्स म्हणाल्या, "आप्पादादा आणि वहिनी मी तुमच्या दोघांची अपराधी आहे. मी चुकले. जेव्हा स्वतःवर सती जायची पाळी आली, तेव्हा मला सती जाणाऱ्या स्त्रियांचं दुःख कळलं. ज्याचं जळतं त्यालाच कळतं, हे काही खोटं नाही. सती जाणाऱ्या स्त्रियांना वाचवण्यासाठी, त्यांना नवीन आयुष्य देण्यासाठी, तू आणि वहिनी किती तळमळीनं झटत आहात. मी कुंपणाबाहेर उभी राहून खडे मारायचं काम करत होते. तुला तुझ्या या कामापासून परावृत्त करायचा मी किती प्रयत्न केला होता पण तू मात्र माझे आणि इतर लोकांचे परखड बोल शांतपणे ऐकून घेत होतास. तू कधीच मला फटकारून बोलला नाहीस. लोकांनी तुला किती प्रकारे त्रास दिला पण तू बधला नाहीस. आपलं कार्य करत राहिलास. तुला या तुझ्या कार्यात वहिनींनी अगदी सावलीसारखी साथ दिली. तू आजारी असताना मी तुला बघायला आले होते, तेव्हा मी वहिनींचा किती अपमान केला होता पण त्या माउलीनं ते सगळं मनामध्ये न ठेवता दिवसरात्र माझी शुश्रूषा केली. माझ्या कातड्याचे जोडे करून तुमच्या दोघांच्या पायात घातले, तरी ते पुरे पडणार नाही. तुम्ही दोघं माझ्यासाठी एवढं करताना बघून मला मेल्याहून मेल्यासारखं वाटतं.

त्यांनी हात जोडले आणि पुढं म्हणाल्या, "फक्त एकदाच तुम्ही दोघं मला सांगा, तुम्ही मला माफ केलं आहे ना?"

आप्पासाहेबांनी मनूवन्सच्या तोंडावर हात ठेवला आणि म्हणाले, “हे काय बोलत आहेस मनू. तुला माफ करणारे आम्ही कोण? तुझ्या डोळ्यांवरची रूढीप्रियतेची पट्टी निघाली यातच मला समाधान आहे. आता एक करायचं, आधीचं सगळं विसरून जायचं आणि नव्या उमेदीनं नवीन आयुष्य सुरू करायचं, बरं का!”

मीही त्यांना म्हणाले, “वन्स, झालं गेलं गंगेला मिळालं. आता पुन्हा कधी पूर्वीच्या गोष्टींचा विचार करायचा नाही. आजपासून आपलं नवीन नातं फुलायला लागलं आहे. बहिणींचं नातं. तुम्ही मला अगदी माझ्या बहिणीसारख्या आहात. मनामध्ये किंतु परंतु अजिबात न ठेवता मनमोकळेपणानं बोला. तुम्ही लवकरात लवकर बऱ्या होणार आहात. बरं होणं हे सर्वस्वी तुमच्याच हातात आहे. तुम्ही स्वतःच्या पायांवर उभ्या रहाल, त्यादिवशी खरंच आप्पासाहेब कृतकृत्य होतील.”

आप्पासाहेबांनी डोळ्यांच्या पापण्या मिटून, हो बरोबर आहे असं दर्शवलं. मनूवन्सच्या चेहऱ्यावर तजेला दिसू लागला. आमच्या दोघांचं बोलणं त्यांनी मनावर घेतलेलं दिसत होतं. हळूहळू मनूवन्संची तब्येत सुधारत होती. त्या आता थांबत थांबत का होईना घरामध्ये वावरू लागल्या होत्या.

एक दिवस आमच्या घराचं दार वाजलं. जानकीनं दार उघडलं. एक चौदा-पंधरा वर्षांची लग्न झालेली मुलगी दारात उभी होती. तिचा तोंडावळा साधारण ओळखीचा वाटला. मी तिला आत येऊन बसायला सांगितलं. ती बसतच होती, तेवढ्यात कोण आलं आहे हे बघायला आप्पासाहेब बाहेर आले. तिला बघितल्यावर आप्पासाहेबांना खूप आनंद झाला.

“सुमती, तूच आहेस ना ग?” त्यांनी विचारलं.

तिनं मानेनं ‘हो’ म्हणून सांगितलं.

“खूप वर्षांनंतर बघतोय तुला. कशी आहेस?” आप्पासाहेबांनी विचारलं.

“मी ठीकच आहे आप्पामामा, आई कशी आहे?”

तिच्या या प्रश्नानं मला धक्काच बसला. आप्पासाहेबांनी एक सुस्कारा टाकला आणि म्हणाले, “तशी बरी आहे ती आता. तू उभी का? बस ना.” ते म्हणाले.

सुमती बसली. तेवढ्यात तिचा आवाज ऐकून मनूवन्स बाहेर आल्या. त्यांना बघितल्यावर सुमती धावतच मनूवन्सच्या जवळ गेली आणि तिनं त्यांच्या गळ्यात हात टाकले. ती आणि मनूवन्स दोघीही हमसाहमशी रडू लागल्या. सुमती रडत रडत म्हणाली, “आई, मला माफ कर. मनात असूनही मी तुझ्यासाठी काही करू शकले नाही. तुला भेटण्यासाठी तळमळत होते पण इतके दिवस शक्य झालं नाही. घरातले सगळे नात्यातल्या एका लग्नात गेले आहेत. मी बाहेरची झाले तर उगाच गोंधळ नको

म्हणून त्यांनी मला नेलं नाही. मी हीच संधी साधून घरातून बाहेर पडले आणि इथं आले. मध्यंतरी आजी मला भेटायला आली होती. तिनं मला तू इथे आहेस हे सांगितलं. तेव्हापासून तुला कधी एकदा पाहीन असं झालं होतं."

मनूवन्स सुमतीच्या डोक्यांवरून हळूवारपणे हात फिरवत होत्या. त्या म्हणाल्या, "आता उगी राहा बरं. शहाणी माझी बाई ती. मी तुझी अवस्था समजू शकते. एवढं मनाला नको लावून घेऊ. आता मी बरी आहे. मामा-मामी माझी खूप चांगली काळजी घेतात."

हळूहळू सुमती शांत झाली. माय लेकीच्या खूप गप्पागोष्टी चालल्या होत्या. आप्पासाहेब त्यांना बघून आनंदित होत होते. मी मनूवन्संना विचारून मुद्दाम सुमतीच्या आवडीचा साग्रसंगीत स्वयंपाक केला. जेवायला बसल्यावर सुमतीच्या आनंदाला पारावर राहिला नाही. जेवून झाल्यावर ती म्हणाली, "मामी, खूप छान झालं होतं जेवण. आज कितीतरी वर्षांनी मी आवडीचं जेवण जेवले आणि आवडलं म्हणून भरपेट जेवले. नाहीतर लग्नानंतर आपल्याला काही आवड आहे, हेच विसरून गेले होते. घरात सगळं काही पुरुषांच्याच आवडीचं. स्त्रियांनाही आवड असते, हे कोणाच्या कसं लक्षात येत नाही? आमच्याकडे तर सगळ्या स्त्रियांनी यजमान ज्या ताटात जेवले, त्याचं ताटात जेवायची पद्धत आहे. त्यांनी टाकलेली भाजी किंवा आमटी गप्प खायला लागते. मी पहिल्या दिवशी त्यांनी टाकलेली भाजी खाल्ली नाही. ती मलाही आवडली नव्हती. तर सासूबाईंनी घर डोक्यावर घेतलं. इतकं बोलल्या की काय सांगू? वरून ह्यांची बोलणीपण खावी लागली ती निराळीच. हे बरं आहे, यांना वेगळा न्याय आणि मला वेगळा. असं का असतं?"

मी तिला म्हणाले, "आपण तर हे बदलू शकत नाही पण एक मात्र खरं की हे तुझं माहेर आहे हो. जेव्हा केव्हा काही खावंसं वाटेल, तेव्हा तडक इथं निघून यायचं."

तिला परत येता येईल का? हा प्रश्न तिच्या डोळ्यात होता पण तरीही तिनं 'हो' म्हणून मान डोलावली.

"आता मला निघायला हवं. सगळे जर माझ्याआधी घरी आले, तर काय होईल याची कल्पना करवत नाही." सुमती म्हणाली.

ती निघण्यापूर्वी आमच्या सगळ्यांच्या पाया पडली आणि मग निघाली. मनूवन्स बराच वेळ बाहेर बसल्या होत्या. किती आठवणी त्यांच्या मनात दाटल्या असतील. त्या त्यांच्याच विचारामध्ये गढून गेल्या होत्या. दिवेलागण झाली तशा त्या आत आल्या आणि त्यांच्या खोलीमध्ये निघून गेल्या.

दुसऱ्या दिवशी आई आणि अण्णासाहेब आले. मनूवन्संना बघितल्यावर आईंना बरं

वाटलं. त्यांनी वन्संची चौकशी केली. त्या मला म्हणाल्या, "उमा, मनू परत तिच्या पायांवर उभी राहिली ही तुझीच मेहनत आहे बाई. खूप केलंस माझ्या पोरीसाठी."

मी म्हणाले, "त्या माझ्याही कोणीतरी लागतातच ना आई. मग मी त्यांच्यासाठी काही केलं तर कुठं बिघडलं."

आप्पासाहेब म्हणाले, "हो, इथं आलेली प्रत्येक व्यक्ती ही आमची कोणी ना कोणीतरी लागतेच. माणुसकीचं नात आहे आमच्यामध्ये."

त्यांचं बोलणं ऐकून मला बोलताना मी काय चूक केली, ते कळलं. या घरी राहणाऱ्या सगळ्या स्त्रिया आमच्यासाठी सारख्याच असायला हव्यात. ही सख्खी बहीण, ती नात्यातली नाही, असा दुजाभाव करता कामा नये. खरंतर इथं येणाऱ्या प्रत्येक स्त्रीची आम्ही अशीच काळजी घेत होतो. मी काही बोलले नाही पण मनाशी पक्की खूणगाठ बांधली, की यापुढं बोलताना विचारपूर्वक शब्द वापरेन. सगळ्या मुली माझ्याकडे आशेनं बघत असतात. माझ्या अशा बोलण्यामुळे त्यांचं मन दुखावू शकतं. मी मान डोलावून आप्पासाहेब जे बोलत आहेत, ते बरोबर आहे, मला पटत आहे, असं दर्शवलं.

जेवणखाण आटोपल्यावर आईंनी मनूवन्संना घरी नेण्याचा मानस बोलून दाखवला पण मनूवन्स म्हणाल्या, "आई, तुला मनापासून असंच वाटणार, की मी तुझ्याबरोबर यावं. तुझ्या भावना मी समजू शकते पण व्यावहारिकदृष्ट्या विचार केला, तर मी तुझ्याबरोबर येणार नाही. आणि हेच योग्य आहे. इथल्या सगळ्या मुलींनी माझी खूप काळजी घेतली. आता परतफेड करायची माझी पाळी आहे. मी इथंच राहणार. इथं येणाऱ्या पीडित स्त्रियांची शुश्रूषा करणार. या सर्व मुलींची काळजी घेणार. त्यांच्याबरोबर राहून मला माहीत नसलेल्या नवनवीन गोष्टी शिकणार. आता मी आप्पादादाच्या या चळवळीला वाहून घेणार आहे. मला हा जो पुनर्जन्म मिळाला आहे, तो मी सत्कारणी लावणार."

त्यांचं हे बोलणं ऐकून मला अगदी भरून आलं.

आप्पासाहेब म्हणाले, "वाह, मनू अगदी योग्य निर्णय घेतला आहेस तू."

आई मात्र या उत्तरानं खजील झाल्या. त्या म्हणाल्या, "तरीही तू एकदा आमच्याबरोबर येण्याचा विचार केलास, तर मला बरं वाटेल."

शेवटी अण्णासाहेबच म्हणाले, "अहो, ती इथं राहते म्हणतेय ना, मग तिला आपल्याबरोबर यायचा आग्रह करू नका. जरा दुसऱ्या बाजूनंही विचार करा. आपण राहतो ते घर आपल्या एकट्याचं नाही. तिथं आमचे इतर भाऊबंदही राहतात. त्यांची विचारसरणी कशी आहे, हे तुम्हाला चांगलंच ठाऊक आहे. मनू जरी आपल्याबरोबर आली, तरी तिथं ती सुखानं राहू शकणार नाही. मी काय किंवा तुम्ही काय, हे सहन करू शकू का? तसंही आता आपल्या दोघांचं वय झालेलं आहे. आपण तिला किती

दिवस पुरे पडणार? आपल्यानंतर ती एकटीच पडणार. याउलट या सर्व मुलींमध्ये राहून तिला आनंद मिळेल. तिथल्यापेक्षा ती इथं जास्त आनंदात राहील. मला पहिल्यापासूनच तुम्हाला हे सांगायचं होतं पण तुमचा उत्साह बघून मला तुमचा हिरमोड करायचा नव्हता. आता तुमची माया पातळ करा आणि तिनं घेतलेल्या निर्णयाचं स्वागत करा."

आई बिचाऱ्या अगदी सैरभैर झाल्या. त्यांनी डोळ्यांना पदर लावून अश्रू टिपले आणि म्हणाल्या, "काय वेळ आणली आहे दैवानं आमच्यावर. पोटच्या गुलीला सन्मानानं घरी घेऊन जाता येत नाही. असो. मनू, होऊ दे बाई तुझ्या मनासारखं. इथं आप्पा आणि उमा आहेत. त्यामुळे काळजी करण्यासारखं काही नाही."

आप्पासाहेबांनी आईंचे दोन्ही खांदे धरले आणि म्हणाले, "तू काळजी करूच नकोस. लहानपणापासून हिनं मला जेवढं छळलं आहे, त्या एकेक गोष्टीचं मी पुरेपूर उट्टं काढणार आहे."

त्यावर आम्ही सगळे हसलो. आई आणि अण्णासाहेब माघारी गेले, ते मनूवन्संना बरोबर न घेता. मनूवन्संच्या आयुष्यातील एक नवीन पर्व आता सुरू झालं होतं.

प्रकरण : २३

आप्पासाहेब कचेरीतून आले तेच एकदम उत्साहामध्ये. आल्या आल्या त्यांनी मला हाक मारली, "अहो, ऐकलंत का? आनंदाची बातमी आहे. लवकर बाहेर या."

मी कसली बातमी विचारल्यावर आप्पासाहेब मनापासून हसले आणि म्हणाले, "आपल्या गीताताईंना समोरून मागणी आली आहे."

मी म्हणाले, "बाई हो का? नवरामुलगा कोण आहे?"

आप्पासाहेब म्हणाले, "तुम्ही ओळखता त्यांना. आपले शरदराव. गोपाळ गेल्यापासून किती मदत होते आपल्याला त्यांची. मनूच्या वेळेला अगदी घरच्यासारखे होते आपल्याबरोबर. इतक्या दिवसांच्या सहवासामध्ये त्यांना गीताचा स्वभाव आवडला. त्यांना मनापासून वाटतं, की गीता त्यांच्या आयुष्यात आली, तर त्यांचा संसार चांगला होईल. गीताला मात्र विचारावं लागेल."

हे ऐकून मला खूप आनंद झाला. आप्पासाहेब जरा स्थिरस्थावर झाल्यावर आम्ही गीताला आमच्या खोलीत बोलावलं आणि शरदभाऊजींबद्दल सांगितलं. ती खूप गोंधळून गेली. तिच्या डोळ्यात अश्रू होते. आप्पासाहेब तिला म्हणाले, "गीताताई, तुम्ही नीट विचार करून उत्तर द्या. जर तुम्हाला हे लग्न मान्य नसेल, तर तसं तुम्ही कसलाही संकोच न ठेवता सांगू शकता. शरदराव आता तसंही आपल्याला परके नाहीत. त्यांच्याबद्दल तुम्हाला सगळं माहीत आहे. त्यांची सगळी माहिती हवं तर मी तुम्हाला सांगतो. गावाकडे त्यांची वडिलोपार्जित जमीनजुमला आहे. मोठ्ठं घर आहे. त्यांचे भाऊबंद तिथंच असतात. वडिलांनी संन्यास घेतला आहे. आई आणि मोठे भाऊ गावालाच असतात. शरद शिकण्यासाठी म्हणून इथं आले आणि इथंच स्थायिक झाले. आपल्या चळवळीकडे आकर्षित झाले आणि त्यांनी यामध्ये स्वतःला वाहून घेतलं. त्यांचं स्वतःचं कापडाचं दुकान आहे. कामाला माणसं ठेवलेली आहेत. खाऊनपिऊन

सुखी आहेत. आणखी काही विचारायचं असेल, तर तुम्ही विचारू शकता. एकदा आपण त्यांना बोलावू. तुम्हाला काही प्रश्न विचारायचे असतील, तर विचारू शकता. तुम्हाला जर हे लग्न मान्य नसेल, तरी आम्ही कोणीही तुम्हाला हे लग्न करायला भाग पाडणार नाही. तुमचा निर्णय हा अंतिम निर्णय असेल."

गीताने फक्त स्मितहास्य केलं. काही बोलली नाही. तिनं फक्त मान डोलावली आणि ती आमच्या खोलीतून बाहेर गेली. आप्पासाहेब मला म्हणाले, "त्यांच्या मनामध्ये काय आहे ते एकदा विचारून घ्या."

मी त्यांना 'हो' म्हणून सांगितलं.

सगळं आवरल्यावर मी गीताच्या खोलीमध्ये गेले. गीता आणि ललिता काहीतरी बोलत होत्या. मला बघून ललिता म्हणाली, "ये ताई ये. गीताताईनं सांगितलं मला सगळं. मला ऐकून खूप आनंद झाला. ही गीताताई बघ ना वेडी कुठची. रडते आहे मगापासून."

मी काळजीनं गीताला विचारलं, "काय झालं गीता? लग्नाचं विचारलं म्हणून तुझ्या मनाला लागलं का?"

गीतानं 'नाही' म्हणून मान डोलावली. ती म्हणली, "ताई, आता माझं लग्न होईल याची मी आशा सोडून दिली होती. पूर्वी बाबा माझ्या लग्नासाठी खूप धडपडले पण सगळीकडे त्यांना अपयश आलं. काहीवेळा बघायचा कार्यक्रम झाला होता पण मुलाकडच्या लोकांना आपल्या गावातले लोक तुझ्याबद्दल सांगायचे आणि मग तिकडून नकार यायचा. जीव कंटाळून गेला होता अगदी. शेवटचे मला बघायला आले आणि नकार आला, तेव्हा मी बाबांना विनवलं की आता माझ्यासाठी स्थळ बघणं बंद करा. पुन्हा हा विषय जर काढलात, तर मी माझ्या जिवाचं बरं वाईट करून घेईन. माझ्या या धमकीला मात्र बाबा घाबरले आणि त्यांनी माझ्यासाठी स्थळ बघायचं थांबवलं. आम्ही सुटकेचा निःश्वास टाकला. लोकांना दुसऱ्याच्या आयुष्यात ढवळाढवळ करायला काय आवडतं तेच मला कळत नाही. असं करून त्यांना आसुरी आनंद मिळतो. दुसऱ्याचं चांगलं झालं की काही लोकांच्या पोटात दुखतं."

मी गीताला जवळ घेतलं. तिच्या चेहऱ्यावरून हात फिरवला आणि म्हणाले, "माझ्यामुळे तुम्हाला खूप त्रास झाला गीता.

मला हे सगळं ऐकून खूप वाईट वाटत होतं. माझ्या डोळ्यांतूनही अश्रू वाहायला लागले. रडण्याचा कढ ओसरल्यावर मी माझे डोळे पुसले आणि गीताला म्हणाले, "आता त्या पूर्वीच्या गोष्टी आठवून उगाच जिवाला त्रास करून घेऊ नका. बाबांनी आता तुम्हा दोघींना माझ्यावर सोपवलं आहे. पुढं सगळं चांगलंच होणार आहे. येणाऱ्या भविष्याचा चांगल्या मनानं स्वीकार केलास, तर बरं होईल. अरे हो, बाकीचं सगळं ठीक

आहे पण मूळ मुद्दा बाजूलाच राहिला. तुला शरदभाऊजी पसंत आहेत की नाहीत?"

गीता एकदम गप्पच बसली. ती काही बोलली नाही, तरी तिच्या चेहऱ्यानं तिच्या मनातलं उत्तर आम्हाला सांगितलं. तिचे डोळे खाली होते. ती लाजत होती. मी तिला म्हणाले, "मला उत्तर मिळालं हो गीता. मी आप्पासाहेबांना उद्याच शरदभाऊजींना बोलवायला सांगते."

आमच्या खोलीत आल्यावर मी आप्पासाहेबांना सांगितलं, की गीताचा होकार आहे. आप्पासाहेब अगदी खूश झाले. दुसऱ्या दिवशी शरदभाऊजी आले. गीता त्यांच्याबरोबर बोलली आणि त्यांचा विवाह होणार यावर शिक्कामोर्तब झालं.

लग्न आमच्या घरी करायचं ठरलं. मुलींनी खूप चांगली तयारी केली. लग्न लावून द्यायला आमचे गोपाळभाऊजी हे घरचे भटजी होतेच. लग्न अगदी चांगल्या प्रकारे पार पडलं. माझ्या बहिणींचं लग्न व्हावं म्हणून माझी आई मला निमूटपणे सती जायला सांगत होती. मी सती न गेल्यामुळे माझ्या माहेरच्या लोकांना किती काय सहन करावं लागलं. शेवटी आई आणि बाबा दोघांनाही गीताचं लग्न काही त्यांच्या डोळ्यानं पाहता आलं नाही पण त्यांची इच्छा तरी पुरी झाली, यातच मला समाधान होतं.

लग्नाच्या निमित्तानं नर्मदा आणि गोपाळभाऊजी आले होते. त्यांना मी म्हटलं, "चार दिवस आल्यासारखे रहा जरा. तेवढाच नर्मदेला विरंगुळा."

तेव्हा गोपाळभाऊजी थोडे चलबिचल झाल्यासारखे वाटले. ते म्हणाले, "नको. खूप कामं आहेत. घरी लवकर परतायला हवं."

मी त्यांना आग्रह करत होते पण ते ऐकायलाच तयार नव्हते. मला असं वाटत होतं, की ते काहीतरी लपवत आहेत. मी त्यांना म्हटलंदेखील, "एवढे काय कामाचे डोंगर उपसायचे आहेत ते सांगा तरी."

पण त्यांनी ताकास तूर लागू दिली नाही. शेवटी मी त्यांच्यासमोर हात टेकले.

मी नर्मदेला घोळात घ्यायचं ठरवलं. मी तिला फुलांच्या माळा करायला जरा वेगळं बसवलं. तिला मदत करायच्या निमित्तानं मी तिच्याजवळ जाऊन बसले आणि बोलता बोलता विषय काढला, "गोपाळभाऊजी थोडे अस्वस्थ वाटत आहेत मला. काय झालं काय एवढं ते मला सांगशील का? आम्ही तुमचेच आहोत. काही त्रास असेल तर तो सांगायला हवा ना, म्हणजे त्यातून काहीतरी मार्ग काढता येईल."

नर्मदेच्या चेहऱ्यावरचे भाव झरझर बदलले. ती काही बोलत नव्हती पण तिला काहीतरी सांगायचं होतं. सांगू की नको या द्विधा अवस्थेमध्ये ती होती. शेवटी हो नाही करता करता तिनं त्यांचं गुपित मला अगदी हलक्या आवाजात सांगितलं. ती म्हणाली, "गोपाळराव मुळात त्या घरी राहायला गेले त्याच्या पाठीमागे त्यांचं एक ध्येय होतं.

आप्पासाहेबांना जेव्हा ते न्यायालयामध्ये खटला चालवताना मदत करायचे, तेव्हा त्यांचा संबंध देशासाठी लढणाऱ्या लोकांशी आला होता. ते असे लोक होते, ज्यांच्यावर ब्रिटिश सरकारनं अनेक खोटेनाटे आरोप करून त्यांच्यावर कारवाई केली होती. त्यांच्यावर खटला भरला होता. त्या लोकांचे काही साथीदारही होते, जे भूमिगत झाले होते किंवा भूमिगत होण्यासाठी जागा शोधत होते. गोपाळभाऊजी अशा लोकांना त्यांच्या घरामध्ये लपायला जागा देत होते. त्यांची चोख व्यवस्था ठेवत होते. त्यांचे निरोपही त्यांच्या साथीदारांपर्यंत पोहोचवत होते."

नर्मदेनं मला शपथ देऊन सांगितलं, की तिनं मला हे सांगितलं आहे हे गोपाळभाऊजींना मुळीच कळता कामा नये. नाहीतर ते डोक्यात राग घालून काय करतील याचा नेम नाही. ती पुढं म्हणाली, "माझा याला पाठिंबा आहे. किती वर्षं आपण या गुलामगरीत राहणार? आता वेळ आली आहे आपल्या देशासाठी काही करण्याची. अगदी प्रत्यक्ष नसला, तरी या कार्यात आम्हाला अशा प्रकारे हातभार लावता येत आहे, हे आमचं भाग्य समजायचं."

मला हे सगळं ऐकून धक्काच बसला. हे म्हणजे जळता निखारा हातात घेण्यासारखं होतं. या विषयावर मी गोपाळभाऊजींशी बोलण्यात काही अर्थच नव्हता. मी ठरवलं, की हे लग्न आटपल्यावर आप्पासाहेबांच्या कानावर हे सगळं घालायचं.

लग्नसमारंभ संपन्न झाला आणि वेळ बघून मी आप्पासाहेबांना म्हणाले, "थोडं खाजगी बोलायचं होतं. वेळ आहे का तुमच्याकडे?"

मला आणि खाजगी बोलायचं आहे हे ऐकून आप्पासाहेबांना आश्चर्य वाटलं. ते म्हणाले, "हरकत नाही. तुम्ही अभ्यासिकेमध्ये या. आपण बोलू या."

मी तिथं गेले. आप्पासाहेबांनी दार बंद करून घेतलं आणि माझ्यासमोर येऊन बसले. ते मला म्हणाले, "हं, आता बोला काय बरं एवढं खासगी बोलायचं होतं तुम्हाला?"

"मला जरा गोपाळभाऊजींबद्दल सांगायचं होतं." मी म्हणाले.

"का, नर्मदाताईंना काही त्रास आहे का? मला खात्री आहे, गोपाळ त्यांना अगदीच समजून घेत असतील पण तरी त्यांच्यामध्ये काही घडलं आहे का?" आप्पासाहेब परत परत विचारत होते.

मी आप्पासाहेबांना म्हणाले, "अहो आप्पासाहेब, जरा माझं ऐकून तरी घ्या. आज असे काय तर्कवितर्क करत आहात तुम्ही?"

आप्पासाहेब म्हणाले, "बरं बरं, आता मी एक शब्दही बोलणार नाही. अगदी हाताची घडी तोंडावर बोट ठेवतो हवं तर."

असं म्हणून त्यांनी खरंच हाताची घडी घातली आणि तोंडावर बोट ठेवलं. त्यांना तसं बघून मी दोन क्षण गप्पच बसले. नको त्या वेळेला कसली मस्करी सुचते ह्यांना असा

विचार माझ्या मनात आला. जाऊदे, मी जे सांगायला आले ते सांगते असं म्हणत मी मान झटकली आणि सांगायला सुरुवात केली, "नर्मदा म्हणत होती की गोपाळभाऊजी क्रांतिकारी लोकांना त्यांच्या घरात लपायला जागा देतात. त्यांचे निरोपही त्यांच्या साथीदार लोकांपर्यंत पोहोचवतात. हे काय नसतं खूळ त्यांनी डोक्यात घेतलं आहे कळत नाही. जर कोणाला समजलं, तर त्यांचं अख्खं आयुष्य तुरुंगात जाईल. मला बाई खूप काळजी वाटते. तुम्ही त्यांना समजावता का? असं भलतंसलतं काही करू नका म्हणावं. आपण बरं नि आपलं काम बरं. सांगाल ना नक्की त्यांना? आणि हो, हे आपल्याला नर्मदेकडून कळलं हे त्यांना अजिबात कळू द्यायचं नाही, नाहीतर उगाच डोक्यात राग घालून घेतील आणि नर्मदेला नाही नाही ते बोलतील."

आप्पासाहेब गंभीर झाले. ते दोन क्षण शून्यात नजर लावून बसले. मी त्यांना हटकलं नाही. थोड्यावेळानं त्यांनी बोलायला सुरुवात केली, "हे बघा, गोपाळ आता मोठे झाले आहेत. त्यांना आपलं चांगलंवाईट नीटच कळतं. मी त्यांना काय समजावणार? तसंही हे मला आधीच माहीत होतं. तुम्ही काळजी करत बसणार म्हणून तुम्हाला बोललो नाही."

आता मात्र मला आश्चर्य वाटत होतं पण माझी भीती आणखी वाढली. मी त्यांना विचारलं, "म्हणजे बघा, ही बातमी पसरायला वेळ लागणार नाही. आधी मला सांगा, तुम्हाला कसं कळलं?"

आप्पासाहेब म्हणाले, "अहो, जेव्हा गोपाळांनी घराची डागडुजी करायला घेतली, तेव्हा खोल्यांना तळघर बांधून घेतलेलं मी पाहिलं होतं. तेव्हाच मला शंका आली होती. मी त्यानंतर एकदा गोपाळांना त्याबद्दल स्पष्टच विचारलं. आधी ते सांगायला कचरत होते पण मी त्यांना विश्वास दिला, तेव्हा त्यांनी मला याबद्दल सांगितलं."

मला आप्पासाहेबांचा रागच आला. मी त्यांना रागातच विचारलं, "तुम्ही ना आताशा बऱ्याच गोष्टी मला सांगत नाहीत, असं माझ्या लक्षात यायला लागलं आहे. हे बरं नव्हे हो. मी तुमची अर्धांगिनी आहे त्यामुळे तुम्हाला माहीत असलेली प्रत्येक गोष्ट मला कळली पाहिजे. तो हक्कच आहे माझा. यावेळेला माफ करते पण यापुढे हे चालणार नाही."

आप्पासाहेब मला म्हणाले, "अहो, मी त्यांना वचन दिलं होतं, की मी याची वाच्यता कोणाकडेही करणार नाही. हे बाहेर जरा जरी कळलं, तर त्याचे काय परिणाम होतील हे तर तुम्हाला माहिती आहेतच. उद्या चुकून तुमच्या तोंडून हे कुठं बाहेर पडलं, तर काय होईल? शिवाय तुम्ही काळजी करत बसणार म्हणून नाही सांगितलं."

माझ्या डोळ्यात टचकन पाणी आलं. मी म्हणाले, "तुमचा एवढाही विश्वास नाही का हो माझ्यावर? हेच ओळखलंत का तुम्ही मला? एखादी गोष्ट जर कोणाला कळू द्यायची नसेल, तर माझा प्राण गेला तरी ती गोष्ट माझ्या ओठांवर येणार नाही."

आप्पासाहेबांनी त्यांचे कान धरले आणि म्हणाले, "बरं बुवा मी चुकलो. मला क्षमा कराल का राणीसरकार?"

त्यांना तसं बघून मला आणखीनच कसंतरी वाटलं. मी म्हणाले, "आधी कान सोडा पाहू. असे बरे दिसत नाहीत हो तुम्ही आप्पासाहेब.

त्यांनी हसत कान सोडले. "मूळ मुद्दा जिथं होता तिथंच राहिला. तुम्ही जरा समजावा ना त्यांना." मी म्हणाले.

"अहो, मी काय समजावणार त्यांना? ते जे करत आहेत, ते अगदी योग्य करत आहेत असं माझं मत आहे. हे जेव्हा मला कळलं, तेव्हा मला उलट आनंदच झाला. मी त्यांना त्यांच्या कार्यात 'यश लाभो' असा आशीर्वादही दिला. इंग्रजांनी आपल्यावर खूप वर्षं राज्य केलं. किती वर्षं आपण या गुलामगिरीमध्ये काढणार आहोत? इंग्रजांना आपल्या देशातून हाकलून लावणं आता आवश्यक झालं आहे. गोपाळ या कार्याला हातभार लावत आहेत, ही खरंच अभिमानाची गोष्ट आहे. तुम्ही काळजी करू नका. गोपाळ योग्य ती काळजी घेत असतीलच. त्यांना तुमच्या म्हणण्याप्रमाणे काही झालंच तर हा आप्पा कशासाठी आहे? मी त्यांना जमेल तेवढे प्रयत्न करून यातून बाहेर काढायचा प्रयत्न करेन."

आप्पासाहेब असं म्हणतात म्हणजे काय बोलणंच खुंटलं. यापुढं त्यांना भरीस घालण्यात काही अर्थ नाही, हे माझ्या ध्यानात आलं. मी फक्त 'बरं' एवढं म्हणून अभ्यासिकेमधून काढता पाय घेतला.

गीताचं लग्न झालं त्याच दिवशी गोपाळभाऊजी आणि नर्मदा त्यांच्या घरी रवाना झाले. त्यांना जाताना पाहून माझ्या काळजात लकलक होत होतं. त्यांची काळजी मला चैन पडू देत नव्हती.

प्रकरण : २४

ज्या गोष्टीची भीती वाटत होती, ती शेवटी घडलीच. कोणीतरी गोपाळभाऊजींबद्दल चुगली केली. ब्रिटिश पोलीस त्यांच्या घरी गेले आणि त्यांनी घराची झडती घेतली. त्यांना तळघर सापडलं नाही. ते हात हलवत परत गेले. जिन्याच्या खाली तळघरात जायचा रस्ता होता. बाहेरून दिसताना ते कपाटासारखं दिसायचं. त्यामुळे कोणाला शंकाही यायची नाही, की याच्या पाठीमागं तळघरात जायचा रस्ता आहे. तळघरात गोपाळभाऊजींनी अगदी चोख व्यवस्था ठेवली होती. क्रांतिकारी लोकांना ते स्वतः जेवण खाली नेऊन द्यायचे. स्वयंपाक अर्थातच नर्मदा करायची. सुरुवातीला तिला भीती वाटायची पण नंतर मात्र तिची भीड चेपली. ती वाड्यामध्ये जशी काही ती दोघंच आहेत, अशा पद्धतीनं वावरत असे.

नर्मदा सती जाण्यापासून वाचलेली आणि त्यात दुसरं लग्न झालेली स्त्री असल्यामुळे आजूबाजूला राहणाऱ्या बाकीच्या स्त्रिया तिला आपल्यात सामील करून घ्यायला नाखूश असायच्या. ती दृष्टीस जरी पडली, तरी त्या स्त्रिया आपली वाट बदलायच्या. तिची सावलीही आपल्या अंगावर पडणार नाही, याची त्या पुरेपूर काळजी घ्यायच्या. एवढं करूनही चुकून जरी सावली पडलीच, तर तुळशीचं पाणी अंगावर शिंपडल्याशिवाय घरात प्रवेश करायच्या नाहीत. एवढं काय सोवळं होतं त्यांचं देव जाणे. लग्न झाल्यावर नर्मदा आपल्या घरी गेली, तेव्हा तिला हे सगळं बघून खूप वाईट वाटायचं पण नंतर नंतर तिला इतकी सवय झाली, की तिला त्याचं काही वाटेनासं झालं. आता तर हे तिच्या पथ्यावरचं पडलं. इतर स्त्रियांशी काही संबंध न आल्यामुळे तिच्याकडून क्रांतिकारी लोकांबद्दल काहीही माहिती बाहेर जाण्याची शक्यताच नव्हती.

आजूबाजूच्या लोकांना मात्र बहुतेक गोपाळभाऊजींचा संशय आला होता. आधीच ह्यांनी गावातल्या लोकांना काही कमी त्रास दिला नव्हता. त्यांच्या जमिनी आपल्या घशात घातल्या होत्या. त्यांच्या पोरींबाळींवर वाईट नजर टाकलेली होती. ते गेले

त्यानंतर सखारामभाऊजींनी त्यांच्याच पावलावर पाऊल टाकून त्यांचाच कित्ता गिरवला होता. त्यांना तुरुंगवास झाला, तेव्हा किती लोकांना हायसं वाटलं असेल कोण जाणे. आता त्यांच्या जागेवर गोपाळभाऊजी आले होते. ते कितीही चांगले वागले, तरी लोक त्यांच्याकडे संशयानंच बघणार ना, कारण त्या घराण्याचा नावलौकीकच तसा बदनाम होता. त्या घराण्यावर हे गावातले लोक खार खाऊन होतेच शिवाय आता काय त्यांना उट्टं काढायल आयतं कारण मिळालं होतं.

एका अतिहुशार गावकऱ्यानं गोपाळभाऊजींवर पाळत ठेवली. ते कुठं जातात, कोणाला भेटतात याची खडान्‌खडा माहिती त्यानं मिळवली. गोपाळभाऊजी एवढे चलाख तरीही त्यांना हा माणूस आपला पाठलाग करत आहे, याची जराही शंका आली नाही. एका क्रांतिकारी इसमावर सरकारनं घसघशीत रकमेचं बक्षीस ठेवलं होतं. त्याच्या नावाची पत्रकं सगळीकडे लागली होती. त्याला गोपाळभाऊजींनी त्यांच्या घरामध्ये आसरा दिला होता. त्याच इसमाचे निरोप घेऊन गोपाळभाऊजी त्याच्या साथीदारांना भेटायला गेले होते. तेवढ्यात पोलिसांची तिथं धाड पडली. त्यांनी इतर लोकांबरोबर गोपाळभाऊजींनाही अटक केली. पोलिसांना बोलवून त्यांना गोपाळभाऊजी आणि इतर लोकांची पक्की खबर देण्याचं काम गोपाळभाऊजींच्या शेजारच्या माणसाचं होतं. त्यांना घेऊन गेल्यानंतर पोलीस परत वाड्यावर येऊन धडकले. यावेळेला त्यांच्याकडे पक्की खबर असल्यामुळे त्यांनी कसून तपासणी केली आणि त्यांना तळघराचं दार सापडलं. ते जिन्यावरून खाली गेले आणि त्यांना हवा तो इसम आणि आणखीन एक क्रांतिकारी सापडला. त्या खबर देणाऱ्या माणसाला बक्षिसाची रक्कम मिळाली. कसे लोक असतात ना? थोड्याशा दमडीसाठी आपलं इमान विकतात. आपल्याच स्वातंत्र्यासाठी झटणाऱ्या लोकांबद्दल परकीय शक्तींना बातमी देऊन देशाशी गद्दारी करताना त्यांना काहीच कसं वाटत नाही?

बिचारी नर्मदा तेव्हा घरी एकटीच होती. पोलिसांना बघून ती खूप घाबरली होती पण करते काय. नर्मदेनं पोलिसांना थोपवायचा केविलवाणा प्रयत्न केला, तर एका पोलिसानं तिला बाजूला ढकललं. ती पडली आणि तिचं डोकं मेजावर आपटलं. ती बेशुद्ध पडली. तिला शुद्ध आली, तेव्हा पोलीस घरातल्या सामानाची झडती घेतच होते. त्यांच्या साहेबानं नर्मदेला सांगितलं, की तिला वाडा ताबडतोब सोडावा लागणार. ब्रिटिश सरकार या घरावर कब्जा करणार आहे. त्यामुळे कोणालाही या घरात प्रवेश करता येणार नाही. नर्मदेचा जीव गलबलून आला. गोपाळभाऊजींना सांगावं, तर तेही अजून आले नव्हते. ती तशीच घरातून नेसत्या वस्त्रानिशी निघाली. काही सामान बरोबर घ्यायला तिला परवानगी नव्हती. एकतर गोपाळभाऊजींच्या काळजीनं तिचा जीव तीळतीळ तुटत होता. शेवटी मनाचा हिय्या करून ती घरातून निघाली.

नर्मदेच्या डोक्यातून खरंतर भळाभळा रक्त वाहत होतं पण तरीही कोणाला तिची दया आली नाही. ती तशीच रस्त्यानं चालत राहिली. नदीकाठी आल्यावर तिला परत भोवळ आली आणि तिथंच पडली.

आप्पासाहेबांना जेव्हा गोपाळभाऊजींना अटक झाल्याची बातमी कळली, तेव्हा त्यांनी तडक शरदभाऊजींना वाड्यावर जायला सांगितलं. पुढं काय कारवाई होणार याची कल्पना त्यांना होती. शरदभाऊजी गीताला घेऊन वाड्यावर जायला निघाले, तर वाटेत त्यांना नर्मदा बेशुद्ध पडलेली दिसली. ते तिला तडक दवाखान्यात घेऊन गेले. डॉक्टरांनी तिला ताबडतोब दवाखान्यात दाखल करून घेतलं. त्यांनी तिला तपासलं आणि उपचार सुरू केले. नंतर काही वेळानं त्यांनी शरदभाऊजींना बोलवून सांगितलं, की नर्मदेच्या डोक्यातून बरंच रक्त वाहिलं होतं पण जखम इतकी खोलवर नव्हती. तिच्यावर एकतर कसलातरी मानसिक आघात झाला होता आणि दुसरी गोष्ट म्हणजे ती आई होणार होती. खरं तर ही किती आनंदाची गोष्ट होती पण प्रसंगच असा बाका आला होता, की ज्याच्यापुढं कोणाचंच काही चालणार नव्हतं. डॉक्टरांनी तिची योग्य ती काळजी घ्यायला हवी असं सांगितलं.

मी हे सगळं ऐकलं आणि माझ्या पायाखालची जमीनच सरकली. मी विचार करत होते, की आता नर्मदेचं भविष्य अंधारात गुरफटून गेलं आहे. काय करेल ती बिचारी? मग माझ्या मनानं उचल खाल्ली आणि मलाच ठणकावून सांगितलं, की हा प्रसंग कोणावरही येऊ नये पण आता मलाचं नर्मदेची आई व्हायला हवं. तिच्यापाठी कणखरपणे उभं राहायला हवं. आप्पासाहेबांनी मला शब्द दिला आहे, की ते गोपाळभाऊजींना बाहेर काढायचा जास्तीतजास्त प्रयत्न करतील. माझा त्यांच्यावर विश्वास होता.

डॉक्टरांनी नर्मदेला दुसऱ्या दिवशी घरी घेऊन जायची परवानगी दिली. नर्मदा खचून जाईल असं मला वाटलं होतं पण ती धीराची निघाली. ती मला म्हणाली, "उमाक्का, तुम्ही माझी काळजी करू नका. असं काहीतरी होणार याची कल्पना आम्हाला पहिल्यापासूनच होती. या सर्व गोष्टींसाठी माझ्या मनाची तयारी फार आधीपासून झालेली होती. मी सतत आनंदी राहायचा प्रयत्न करेन. कारण ते आमच्या होणाऱ्या बाळासाठी आवश्यक आहे. मला तुमच्यावर ओझं बनून राहायचं नाही. मी काहीतरी हातपाय हलवेन आणि माझी व्यवस्था बघेन."

मी तिच्या तोंडावर हात ठेवला आणि म्हणाले, "खबरदार परत या ओझ्याच्या गोष्टी करशील तर. म्हशीची शिंग कधी म्हशीला जड झाली आहेत होय ग? तू माझी धाकटी बहीण आहेस. या दिवसांत तुझी खूप काळजी घ्यायला हवी आणि ती मी घेणार. माझा हा हक्क तू हिरावून घेऊ शकत नाहीस. तसंही पहिलं बाळंतपण माहेरी करायची प्रथा आहेच. मला तुझे लाड, कौतुक करू दे. छान गोंडस बाळाला जन्म देशील तू आणि

तोपर्यंत कदाचित गोपाळभाऊजीही सुटून घरी येतील.”

गोपाळभाऊजींवरचा खटला सुरू झाला. आप्पासाहेब जीव तोडून गोपाळभाऊजींना सोडवायचा प्रयत्न करत होते. गोपाळभाऊजी निर्दोष आहेत, हे सिद्ध करण्यासाठी त्यांनी जिवाचं रान केलं. समोर येणाऱ्या प्रत्येक साक्षीदाराला त्यांनी उलटसुलट प्रश्न विचारले. त्यांच्याकडून गोपाळभाऊजींचं निरपराधित्व सिद्ध करायचा प्रयत्न केला. आप्पासाहेबांचे सगळे प्रयत्न व्यर्थ गेले. गोपाळभाऊजींना माफीचा साक्षीदार होण्यासाठी विचारणा करण्यात आली पण गोपाळभाऊजींनी सडेतोडपणे सांगितलं की, ‘माफीचा साक्षीदार होण्यापेक्षा मी तुम्ही जी काही शिक्षा द्याल, ती भोगायला तयार आहे.’ त्यांनी असं सांगितल्यावर बोलणंच खुंटलं. पोलिसांकडेही इतके भक्कम पुरावे होते, की आप्पासाहेबांना शेवटी हार पत्करायला लागली. गोपाळभाऊजींना बारा वर्षांची शिक्षा झाली. त्यांची शिक्षा ऐकून मला असं वाटतं होतं, जणू काही माझ्या कानात कोणीतरी गरम तेल ओतलं आहे. त्यांच्या लहानपणापासून मी त्यांना बघत आले होते पण आजचे गोपाळभाऊजी कोणी वेगळेच वाटत होते. असं वाटतं होतं की हे कोणीतरी दुसरेच गोपाळभाऊजी आहेत त्यांच्या चेहऱ्यावर आलेल्या करारी भावामुळे असेल कदाचित.

पोलीस त्यांना घेऊन जात होते, तेव्हा नर्मदा त्यांच्या जवळ गेली. गोपाळभाऊजी तिला म्हणाले, “अहो, तुम्ही काही काळजी करू नका. बारा वर्षं हा हा म्हणता निघून जातील. तुम्ही फक्त स्वतःची काळजी घ्या. आपल्याला बाळ होणार आहे, हे मला आप्पासाहेबांकरवी कळलं. तुमचं अभिनंदन. ऐकून खूप संतोष झाला. आपल्या बाळावर खूप चांगले संस्कार करा. आपण आपल्या धरित्रीचे ऋणी आहोत. तिच्यासाठी आपल्याला काहीतरी केलं पाहिजे, हे त्याला सांगायला विसरू नका.”

नर्मदेनं तोंडाला पदर लावला आणि येणारा हुंदका दाबला. मला तिची अवस्था बघवत नव्हती. नर्मदेला मी त्यादिवशी शेवटचं रडताना पाहिलं पण त्यानंतर मात्र ती अगदी कणखरपणे उभी राहिली.

आप्पासाहेबही हतबुद्ध होऊन बसले होते. मी त्यांना म्हणाले, “आप्पासाहेब, तुम्ही तुमच्या परीनं खूप प्रयत्न केले पण तुम्हाला नशिबाची साथ नाही मिळाली. त्याला आपण काय करू शकतो?”

आप्पासाहेबांनी मान डोलावली. आम्ही खिन्न मनाने घरी परतलो.

आम्ही सगळ्याजणी नर्मदेला काय हवं नको ते अगदी जातीनं बघत होतो. मला तिचे डोहाळे पुरवायचे होते पण ती तोंडानं काहीही सांगायची नाही. मीच आपली अदमासानं काय काय करून तिला खाऊ घालत होते. यथावकाश तिनं एका गोंडस मुलीला जन्म दिला. गोपाळभाऊजींनी सांगितल्याप्रमाणे नर्मदा तिच्यावर देशप्रेमाचे संस्कार करत

होती.

गोपाळभाऊजींना तुरुंगात जाऊन बारा वर्षं झाली होती. काळ कसा झरझर जातो ते आपल्याला कळतदेखील नाही. गोपाळभाऊजी परत आले, ते आणखीनच कट्टर देशभक्त होऊन. या भारतमातेचा त्यांना जाज्वल्य आभिमान वाटत होता. त्यांना तिथं इतर क्रांतिकारक भेटले होते. त्यामुळे आता तर त्यांनी थेट स्वातंत्र्य संग्रामामध्ये उडी मारायची ठरवली होती. शिक्षा भोगून बाहेर आल्या आल्याच त्यांनी त्यांचं काम सुरू केलं.

गोपाळभाऊजींचा वाडा ब्रिटिशांनी जप्त केला, तो परत दिलाच नव्हता. त्यांनी तिथंच त्यांचं नवं ऑफिस थाटलं होतं. आप्पासाहेबांनी तो वाडा परत घेण्यासाठी खूप प्रयत्न केले पण व्यर्थ. हाती आलेली वास्तू बऱ्याबोलानं देतील, तर ते इंग्रज कसले? त्यांचे अत्याचार आणि जोरजबरदस्ती आता खूपच वाढली होती. संपूर्ण देशातले लोक आता स्वातंत्र्यासाठी झटत होते.

या बारा वर्षांमध्ये आमच्याकडेही बऱ्याच घडामोडी घडल्या. कार्तिकला छोटी बहीण आली. ती दिसायला अगदी माझ्यासारखीच होती. मनूवन्संनी तिचं नाव 'सरस्वती' ठेवलं. आता तीही मोठी झाली होती. ललिताचं लग्न आप्पासाहेबांच्या ओळखीतल्या चिंतामणरावांशी झालं होतं. गीता आणि ललिता आता त्यांच्या संसारामध्ये रममाण झाल्या होत्या. गीताचा मोठा मुलगा हरिशचंद्र दहा वर्षांचा आणि धाकटी मुलगी कावेरी तीन वर्षांची होती. ललिताची मुलगी नम्रता आता दोन वर्षांची होती. दरम्यान सुमनलाही चळवळीतल्या रामचंद्ररावांनी मागणी घातली. तिचाही संसार सुरळीत सुरू झाला होता.

हळूहळू नाही म्हटलं तरी समाजामध्ये जनजागृती होत होती. आमच्या मुलींपैकी काही मुलींचे विवाह झाले. आताशा सती जाणाऱ्या स्त्रियांचं प्रमाण कमी व्हायला लागलं होतं. पण दुसरीकडे स्त्रियांवर होणारे अत्याचार काही थांबत नव्हते. शिवाय बाकी प्रश्नही होतेच. 'बालविधवा' हा असाच एक खूप मोठा भेडसावणारा प्रश्न होता. लग्न म्हणजे काय? हेसुद्धा न कळण्याच्या वयामध्ये बिचाऱ्या मुली विधवा होत होत्या. घरात त्यांना काहीही किंमत नव्हती. त्यांचं शारीरिक आणि मानसिक खच्चीकरण केलं जात होतं. दुसरी मोठी समस्या होती परित्यक्ता स्त्रियांची. त्या स्त्रियांना ना सासरचा आधार होता, ना माहेरचा. आधारासाठी त्या आमच्याकडे यायला लागल्या होत्या.

आमची आता संस्था स्थापन झाली होती. आप्पासाहेबांनी आम्हा सगळ्यांना संस्थेसाठी नाव सुचवायला सांगितलं, तेव्हा आम्ही त्यांना 'स्त्री कल्याण संस्था' असं नाव सुचवलं. त्यांना ते पसंत पडलं. आमच्या संस्थेला हळूहळू लोकांचा पाठिंबा मिळू लागला

होता. आता आम्ही आमच्याकडच्या स्त्रियांनी केलेल्या वस्तू विकत होतो. संस्थेची स्वतंत्र कचेरी थाटण्यात आली होती. तिथं आमच्याकडच्या सर्व स्त्रियांची माहिती नमूद करण्यात येत होती. लोकांकडून आम्हाला देणग्या मिळायला सुरुवात झाली होती. आप्पासाहेबांकडे मिळालेल्या पैशांचा पै पैचा हिशोब ठेवलेला होता. स्त्रियांच्या उपचारासाठी आणि विकासासाठी त्या पैशांचा विनियोग केला जात होता. कचेरीचं काम मी, जानकी, नर्मदा आणि आता सुमनही बघायला लागलो होतो.

विधवा विवाह हा बिकट प्रश्न मात्र सुटला नव्हता आणि अजूनही तो सुटलेला नाही. अजून समाजाची विचारसरणी बदलायला खूप अवधी जाणार. लोकांचे विचार लगेच बदलत नसतात. समाज जागृती निर्माण करण्यासाठी न कंटाळता आपलं काम करत राहावं लागतं. त्यासाठी बराच वेळ द्यायलाच लागतो. मात्र एक ना एक दिवस समाजाचे विचार बदलणार हे नक्की. आम्ही या आशेवरच तर हा डोलारा उभा केला होता.

प्रकरण : २५

आमचा कार्तिक अभ्यासात खूप हुशार होता. शाळेत नेहमी त्याचा पहिला क्रमांक येत होता. डॉक्टर व्हायचं स्वप्न होतं त्याचं पण डॉक्टर होण्यासाठी अजून तरी कुठलाही अभ्यासक्रम हिंदुस्थानात नव्हता. त्यासाठी त्याला बाहेरच्या देशात जावं लागणार होतं आणि कार्तिकला शिक्षणासाठी बाहेर पाठवण्यासाठी जेवढा खर्च येणार होता, तेवढा खर्च करण्याची आमची खरंच ऐपत नव्हती.

माझ्या आयुष्यात पहिल्यांदाच मला असं वाटलं होतं, की माझ्याकडे काही दागिने असते तर किती बरं झालं असतं. मी ते आप्पासाहेबांना देऊन कार्तिकच्या शिक्षणाची सोय करायला सांगितली असती. आप्पासाहेबांच्या जागी दुसरा एखादा माणूस असता तर त्यानं संस्थेला मिळणाऱ्या देणग्यांचा उपयोग शिक्षणासाठी करून घेतला असता पण ते आप्पासाहेब होते. जे त्यांच्या तत्त्वात बसत नाही, ती गोष्ट ते त्यांच्यावर कितीही संकटं आली, तरी करणार नाहीत. कार्तिकही त्यांच्याच तालमीत वाढलेला होता.

आप्पासाहेबांनी कार्तिकला सांगितलं, की त्यांना थोडं बोलायचं होतं. तो आला तेव्हा आप्पासाहेब बहुतेक शब्दांची जुळवाजुळव करत होते. आपली असमर्थता त्याला कशी सांगावी, हे त्यांना बहुतेक कळत नव्हतं. त्यांनी बोलायला सुरुवात केली, "कार्तिक, तुला डॉक्टर व्हायचं आहे, ही खूप चांगली गोष्ट आहे पण त्यासाठी येणारा खर्च मला खरंच झेपण्यासारखा नाही रे. तुला हे सांगताना माझ्या मनाला किती यातना होत असतील, याचा तू विचार कर. तरीही मी तुझ्यासाठी प्रयत्न करत राहीन, हे माझं वचन आहे तुला."

कार्तिक यावर काहीच बोलला नाही. त्याच्या डोळ्यात पाणी होतं. आप्पासाहेबांनी त्याच्या हातावर थोपटल्यासारखं केलं आणि ते निघून गेले.

काही दिवस असेच गेले आणि एक दिवस कार्तिक खूप आनंदानं घरी आला. आल्यावर

त्यानं मला आणि आप्पासाहेबांना हाक मारली. आम्ही लगबगीनं बाहेर आलो. कार्तिक आमच्या पाया पडला आणि म्हणाला, "आज आमचा निकाल लागला आणि मला खूप चांगले गुण मिळाले आहेत. त्यामुळे मला शिष्यवृत्ती मिळणार आहे."

आम्हाला खूप आनंद झाला. त्याने मला त्याच्या शिष्यवृत्ती प्रदान समारंभामध्ये सहभागी व्हायला सांगितलं. आप्पासाहेब आणि मी आवर्जून त्या समारंभाला गेलो. समारंभामध्ये कार्तिकला ते बक्षीस आणि शिष्यवृत्ती घेताना बघून माझा ऊर अभिमानानं भरून आला. माझ्या डोळ्यांना अश्रूंची धार लागली होती. त्या दिवशीचे अश्रू मात्र आनंदाश्रू होते. मी पदरानं डोळे पुसत होते. आप्पासाहेब मात्र शांत चित्तानं आणि समाधानानं सगळा सोहळा बघत होते.

आम्ही बाहेर आलो आणि आम्हाला कार्तिकचा वर्गमित्र जमशेद भेटला. रोज कार्तिक आणि तो एकत्रच घरी यायचे. आमच्या घराच्या जवळच त्याचं घर होतं. आज त्याच्याबरोबर त्याचे वडीलदेखील होते. त्याचे वडील सोहराबजी एक मोठे व्यावसायिक होते. त्यांनी कार्तिकचं अभिनंदन केलं. मग त्याची चौकशी करायला सुरुवात केली. त्यांनी त्याला विचारलं, "तू पुढं काय करणार आहेस कार्तिक?"

कार्तिकनं एक स्मितहास्य केलं आणि म्हणाला, "मला डॉक्टर व्हायचं होतं. बघू या कसं काय जमतं ते."

सोहराबजींना हे ऐकून खूप आनंद झाला. ते म्हणाले, "अरे वा, हे तर खूप चांगलं आहे. आमच्या जमशेदलाही मेडिकलला जायचं आहे. आता पुढच्या महिन्यात प्रवेश आहे ना मँचेस्टरमध्ये. बरं झालं. जमशेदला तुझी कंपनी मिळेल."

तेव्हा कार्तिक थोडासा कानकोंडा झाल्यासारखा वाटला. सोहराबजींच्या ते लक्षात आलं. मग त्यांनी विषय बदलला. ते आप्पासाहेबांशी गप्पा मारायला लागले. ते म्हणाले, "आप्पासाहेब, तुम्ही खूप चांगलं काम करत आहात. आपली याआधी प्रत्यक्ष भेट झाली नसली, तरी मी तुमच्याबद्दल खूप ऐकलं आहे. मला तुमच्याशी एका महत्त्वाच्या विषयावर बोलायचं आहे. तुम्ही कृपया उद्या संध्याकाळी सहा वाजता आमच्याकडे याल का?" आप्पासाहेबांनी त्यांना होकार दिला.

आम्ही घरी आलो. सगळ्यांनी कार्तिकचं अभिनंदन केलं. आज घरी सगळं कार्तिकच्या आवडीचं जेवण होतं. कार्तिक मात्र थोडा हिरमुसला झाल्यासारखा वाटत होता. मी त्याच्याजवळ जाऊन त्याच्या डोक्यावरून हात फिरवला आणि त्याला म्हणाले, "अरे कार्तिक, आज किती मोठा दिवस आहे तुझ्यासाठी. तुला शिष्यवृत्ती मिळाली. तुमच्या कॉलेजमध्ये तू पहिला आलास आणि तरी असा तोंड पाडून बसला आहेस होय रे?"

कार्तिकनं मग स्वतःला सावरलं. तो आमच्यात हसूनखेळून असला तरी त्याच्या

मनातली सल मला कळत होती. आप्पासाहेब कार्तिकला म्हणाले, "कार्तिक, मी तुला दिलेलं वचन विसरलो नाहीये. मी कुठून ना कुठून व्यवस्था करेन. माझ्यावर थोडासा विश्वास ठेव." कार्तिकनं मान डोलावली.

दुसऱ्या दिवशी आप्पासाहेब सोहराबजींकडे गेले होते. ते परत आले तेच अगदी उत्साहामध्ये. त्यांनी आल्या आल्या कार्तिकला आणि मला हाक मारली. आम्ही बाहेर आल्यावर ते कार्तिकला म्हणाले, "कार्तिक, तुझा मेडिकलला जायचा प्रश्न सुटला. सोहराबजींनी मला त्यासाठीच बोलावलं होतं. तुला शिष्यवृत्ती मिळाली आहे त्यामुळे त्यातून शिक्षणाचा थोडा भार हलका होईल. बाकी जो खर्च येईल, तो सोहराबजी कार्तिकसाठी द्यायला तयार आहेत. त्यांनी दिलेले पैसे आपण त्यांना थोडे थोडे करून परत करायचे. काय आहे, त्यांच्या मतानुसार जर त्यांच्या मुलाबरोबर तिथं कार्तिक असेल, तर ते कार्तिकला आणि जमशेदला दोघांनाही बरं पडेल. तेवढीच एकमेकांना सोबत होईल. माझ्याही ओळखीचे काही लोक तिथं आहेत. एकूण काय, तर कार्तिक आता मेडिकलला प्रवेश घेऊ शकतो."

पुढं भराभर चक्र चालली आणि कार्तिकला तिथं मेडिकलला प्रवेश मिळाला. तो जाताना मला त्याच्याबरोबर काय देऊ आणि काय नको असं झालं होतं. आप्पासाहेबांनी आडकाठी केली म्हणून मी फक्त लाडू, चिवडा, लोणचं, तूप आणि मेतकूट एवढ्याच वस्तू दिल्या. माझं लेकरू तिथं काय खाईल? तिकडचं जेवण त्याला पसंत पडेल ना? असे हजारो प्रश्न माझ्या मनात यायचे.

कार्तिकनं जहाजाचं तिकीट काढलं. जायचा दिवस जसजसा जवळ येत होता तसतसं माझं मन कातर होत होतं पण लेकराच्या उज्ज्वल भविष्यासाठी मला स्वतःच्या मनाला आवर घालणं आवश्यक होतं.

शेवटी तो दिवस उजाडला. आम्ही कार्तिकला सोडायला बंदरावर गेलो. जमशेद आणि कार्तिक जहाजावर चढले. सगळं स्थिरस्थावर झाल्यावर जहाजानं भोंगा दिला आणि ते समुद्रामध्ये दूर दूर जाऊ लागलं. माझ्या काळजाचा तुकडा माझ्यापासून दूर जात होता. तो परत कधी दिसेल, हेही माहिती नव्हतं. आम्ही खिन्न मनानं घरी परतलो.

तिथं पोहोचल्यावर कार्तिकनं त्याचं कुशल मंगल कळवायला आम्हाला पत्र लिहिलं. ते किती वेळा वाचलं तरी माझं मन भरत नव्हतं. कॉलेज सुरू झालं आणि कार्तिकनं शिकता शिकता छोट्या छोट्या नोकऱ्यापण करायला सुरुवात केली. त्यानं आप्पासाहेबांना पत्रातून सांगितलं, की माझं शिक्षण ही माझी जबाबदारी आहे. त्यासाठी तुम्हाला आणखीन त्रास द्यायची माझी अजिबातच इच्छा नाही. तुम्ही आणि आईनं मला चांगले संस्कार दिले, ती शिदोरी मला आयुष्यभर पुरणार आहे.

कार्तिक त्याचं शिक्षण पूर्ण करून कधी एकदा परत येतो, असं मला झालं होतं. मी

त्याच्या वाटेकडे डोळे लावून बसले होते.

अखेर कार्तिकचं शिक्षण संपलं. त्यानं 'आपण परत येत आहोत,' असं पत्रही पाठवलं. आमच्या घरामध्ये उत्साह सळसळला. कार्तिकचं जहाज बंदरावर आलं. यावेळेला आमच्याबरोबर सरस्वतीदेखील होती. ती अगदी हट्ट करून आली होती. तिला दादाला डोळे भरून बघायचं होतं आणि दुसरं म्हणजे जहाज पाण्यावर कसं चालतं, तेदेखील पाहायचं होतं.

कार्तिक जहाजातून खाली उतरला. उंचापुरा राजबिंडा कार्तिक कोटमध्ये तर आणखीन रुबाबदार दिसत होता. त्याची देहबोली बदलली होती. तो आमच्याजवळ आला आणि त्यानं मला, आप्पासाहेबांना नमस्कार केला. आप्पासाहेबांनी त्याला जवळ घेतलं आणि पाठीवर थोपटल्यासारखं केलं. मी त्याच्या डोक्यावरून आणि चेहऱ्यावरून हळूवारपणे हात फिरवला. बाहेरच्या देशात गेला, तरी आपली संस्कृती विसरला नव्हता तो, या गोष्टीचा मला कोण आनंद झाला. कार्तिकनं सरस्वतीच्या डोक्यावर टपली मारली आणि म्हणाला, "आमची बहिणाबाई केवढी मोठी झाली आहे? आता तिला सासरी पाठवायला हरकत नाही."

सरस्वतीनं खोट्या रागानं त्याच्याकडे पाहिलं आणि मला म्हणाली, "आई, बघ ना हा. मला वाटलं होतं एवढं परदेशी शिकून आला आहे, तर काहीतरी सुधारणा झाल्या असतील याच्यामध्ये पण नाही, तो आधी होता तसाच आहे अजूनपण. खऽडूऽस."

आप्पासाहेब मधेच म्हणाले, "आता घरी जाऊ या का आपण?"

कार्तिकचं सगळं सामान घेतलं आणि आम्ही घरी जायला निघालो.

घरी नवीन डॉक्टरसाहेबांचं जंगी स्वागत झालं. कार्तिकनं सुरुवातीला अनुभव मिळावा म्हणून आमच्या नेहमीच्या दवाखान्यामध्ये काम करायला सुरुवात केली. दोन वर्षं त्यानं तिथं काम केलं आणि मग आमच्या घराशेजारीच जागा भाड्यानं घेऊन स्वतःचा दवाखाना थाटला. तो तिथं असला तरी त्याचं संस्थेवर बऱ्यापैकी लक्ष असायचं.

मधल्या काळामध्ये सरस्वतीचं लग्न झालं. आप्पासाहेबांच्या बघण्यातलाच मुलगा होता केशव. जावईबापू आप्पासाहेबांसारखेच वकील होते. आमच्या चळवळीमध्ये त्यांचा सक्रिय सहभाग होता. माझी अल्लड सरस्वती कधी मोठी झाली आणि संसारात नांदू लागली ते कळलंच नाही.

सरस्वती तिच्या सासरी गेली आणि इथं कर्तिकचादेखील बऱ्यापैकी जम बसला म्हटल्यावर मी त्याच्यामागं 'लग्न कर, लग्न कर' असा लकडा लावायला लागले. मी कार्तिकसाठी स्थळं बघायला सुरुवात केली पण तो मात्र गप्प होता. शेवटी मी त्याला

सांगितलं, की उद्या आपण मुलगी बघायला जाणार आहोत, तेव्हा त्यानं मला समोर बसवलं आणि आप्पासाहेबांना बोलवून घेऊन आला. आम्ही दोघं प्रश्नार्थक नजरेनं त्याच्याकडे बघत होतो. त्यानं अचानक गौप्यस्फोट केला. तो म्हणाला, "आई-बाबा, तुम्ही या जगामध्ये खूप वेगळे आहात. तुमच्या विचारांचे संस्कार माझ्यावर झाले आहेत. मी तुमचा मुलगा आहे, त्यामुळे माझेही विचार तुमच्यासारखेच आहेत.

मग त्यानं माझ्याकडे मोर्चा वळवला आणि म्हणाला, "आपल्याकडे जी दीपलक्ष्मी आहे ना, ती मला लग्नासाठी पसंत आहे. तिला आपल्या संसाराची लक्ष्मी करायचा माझा विचार आहे."

त्याचा हा विचार ऐकून मला आणि आप्पासाहेबांना खूप आनंद झाला. आम्ही जेव्हा दीपलक्ष्मीकडे हा विषय काढला, तेव्हा ती इतकी गोड लाजली की त्यातच तिचा होकार आहे, हे आम्हाला कळलं.

दीपलक्ष्मी इथं आली तेव्हा नऊ वर्षांची होती. तिला वाचवायला मीच तर गेले होते आप्पासाहेबांबरोबर. तिचे आई-वडील हयात नव्हते. तिच्या काका-काकूंनी तिचं लग्न एका गर्भश्रीमंत म्हाताऱ्या गृहस्थांबरोबर लावून दिलं आणि आपल्या जबाबदारीतून मोकळे झाले. वरून त्यांना त्याचा मोबदलाही मिळाला. थोडक्यात काय, तर त्यांनी दीपलक्ष्मीला अक्षरशः विकलं. लग्न झालं त्याच वर्षी त्या गृहस्थांचा मृत्यू झाला. त्यांच्या मृत्यूपश्चात दीपलक्ष्मीची जबाबदारी कोण घेणार? म्हणून तिला सती जायला भाग पाडावं, असं सर्वानुमते ठरवलं होतं.

दीपलक्ष्मी अगदी चुणचुणीत आणि हुशार होती. आताशा मुलींना शिकवण्याची जबाबदारी तिनं स्वतःवर घेतली होती. अगदी मन लावून शिकवायची ती सगळ्यांना. मी आप्पासाहेबांना म्हणाले, "शुभस्य शीघ्रम. लवकरात लवकर आपण या दोघांचं लग्न लावून देऊ या."

आप्पासाहेबांनादेखील ते अगदी मनापासून पटलं.

"काळजीच नको. पुढच्या रविवारीच हा योग जुळवून आणू." आप्पासाहेब म्हणाले.

कार्तिकला लग्न साध्या पद्धतीनं करायचं होतं. त्यामुळे कुठलाही डामडौल न करता कार्तिक आणि दीपलक्ष्मीचं लग्न झालं. त्यांच्या डोक्यावर आम्ही अगदी समाधानानं चार अक्षता टाकल्या. कार्तिक संसारात रमला. त्याच्या संसारवेलीवर दोन गोंडस फुलं उमलली. त्यांच्या पाठी धावता धावता मला आणि दीपलक्ष्मीला दिवस पुरेनासा झाला. संस्थेचा सर्व भार आता पूर्णपणे कार्तिकनं सांभाळायला सुरुवात केली होती.

हळूहळू आप्पासाहेब थकायला लागले होते. त्यांनी पूर्ण आयुष्य धावपळ करून काढलं होतं. त्यांना त्यांच्या कामापुढं जेवण्याखण्याचीही शुद्ध नव्हती. शेवटी त्याचे पडसाद एक ना एक दिवस शरीरावर दिसणारच होते. ते आता अंथरुणाला खिळले. मी होईल तेवढं त्यांचं करत होते. त्यांनी आयुष्यभर स्वावलंबनाचे धडे गिरवले, त्यामुळे आता माझ्याकडून करून घ्यायला आप्पासाहेबांना पटायचं नाही पण शरीर साथ देत नव्हतं. ते नाईलाजानं सगळं निमूटपणे करून घेत होते. माझ्याशिवाय दुसऱ्या कोणाला मात्र त्यांनी काही करण्याची अजिबात परवानगी दिली नव्हती. त्यांचे खूप थोडे दिवस शिल्लक राहिलेत, याची आम्हा दोघांनाही कल्पना होती. मी त्यांच्या हातावर माझा हात ठेवून आमच्या आयुष्यातल्या आठवणी सांगायचे. कार्तिक डॉक्टर असूनही काही करू शकत नव्हता, याची त्याला बोच होती. तो आप्पासाहेबांसमोर हसूनखेळून असायचा पण आमच्या खोलीतून बाहेर गेल्यावर त्याला अश्रू अनावर व्हायचे. आप्पासाहेबांना या अवस्थेत बघणं खरंतर मला सोसवत नव्हतं. आप्पासाहेबांनी मात्र परिस्थिती स्वीकारली होती.

एक दिवस त्यांनी सगळ्यांना बोलावलं. सगळे त्यांच्या पलंगाच्या बाजूला उभे होते. त्यांनी बोलायला सुरुवात केली, "माझ्या माघारी तुम्ही कोणीही रडायचं नाही. आपल्या संस्थेला नीट जपायचं. आपण घेतलेला वसा कधीही सोडायचा नाही. कार्तिक सगळी जबाबदारी खूप चांगल्यारितीनं निभवतो म्हणा. तो सगळ्यांची काळजी घेईल, याची मला खात्री आहे. एक ना एक दिवस असा येईल, जेव्हा स्त्रियांना त्यांचे हक्क मिळतील."

मी आप्पासाहेबांना म्हणाले, "आता शांतपणे पडा बरं. अशी निर्वाणीची भाषा कशाला करत आहात?"

आप्पासाहेबांनी एकवार सगळ्यांकडे नजर फिरवली. सगळ्यांच्या डोळ्यात अश्रू होते. आप्पासाहेबांनी स्मित केलं आणि उगी राहिले. सगळे आमच्या खोलीतून बाहेर निघून गेले.

त्याच रात्री आप्पासाहेबांनी माझ्याकडे पिण्यासाठी पाणी मागितलं. मी त्यांना दोन घोट पाणी पाजलं आणि कूस बदलायला मदत केली. मी झोपणार तेवढ्यात मला त्यांची मान कललेली वाटली. मी त्यांना हात लावला, तर हात थंडगार लागत होते. मी घाबरून कार्तिककडे धाव घेतली. तो आला आणि त्यानं आप्पासाहेबांना तपासलं आणि 'आप्पासाहेब...' म्हणून हंबरडा फोडला. कार्तिकने अप्पासाहेबांचे डोळे बंद केले. मला खूप रडायला येत होतं पण आप्पासाहेबांनी रडायचं नाही, असं सांगितलं होतं. मी आयुष्यभर त्यांनी सांगितलेली प्रत्येक गोष्ट ऐकली होती. आताही मला त्यांचं

ऐकायलाच हवं होतं. मी हुंदका दाबला आणि कर्तिकच्या डोक्यावर थोपटत राहिले.

आप्पासाहेब गेले पण त्यांचं कार्य मात्र आजतागायत सुरू आहे. कार्तिकनं त्यांच्या पावलावर पाऊल टाकलं आहे. आता मला काही नको. मला कधी बोलावणं येतं आणि कधी परत एकदा आप्पासाहेबांशी माझी भेट होते, असं मला झालं आहे. त्यामुळे जेव्हा केव्हा बोलावणं येईल, तेव्हा मी अगदी आनंदानं ते स्वीकारेन.

लेखिकेचा परिचय

दीपा गायतोंडे

- ✓ 'नुक्कड साहित्य संमेलन' येथे कविता सादर.
- ✓ 'नुक्कड' या पेजवर काही कथा प्रकाशित.
- ✓ 'न लिहिलेली पत्रं' या पेजवर 'कोलाज' ही कादंबरी प्रकाशित.
- ✓ 'प्रतिलिपि एफएम' या ॲपवर ट्रेनटेल्स कथा स्पर्धेत 'ती कोण होती' या कथेस प्रथम क्रमांक.
- ✓ 'प्रतिलिपि एफएम'वर 'कॅलिडोस्कोप' या सदरामध्ये सुबोध भावे सरांनी 'देवराई' या कथेचे अभिवाचन केले.
- ✓ 'प्रतिलिपि एफएम'वर अनेक कथांचे लेखन व अभिवाचन.
- ✓ 'प्रतिलिपि एफएम'वर नाते जन्मांतरीचे या कथामालिकेचे साठ हजारपेक्षा जास्त वाचक.
- ✓ 'प्रतिलिपि एफएम'वर दोन लाख वाचक.
- ✓ 'कुबेर' आणि 'नव्हाळी' या दिवाळी अंकांत कथा समाविष्ट.
- ✓ 'शब्द तुझे आणि माझे' या कवितासंग्रहात कविता समाविष्ट.
- ✓ 'दैनिक गाववाला' आणि 'नवराष्ट्र पुणे' या दैनिकांमध्ये काही लेख आणि प्रवासवर्णन प्रसिद्ध.

रेकी टीचर

फोटोग्राफर

- ✓ इटलीच्या ट्रिएस्ट एअरपोर्टवरील प्रदर्शनामध्ये 'ग्रँडपा' हा फोटो समाविष्ट.

पुस्तक प्रकाशित करणं झालं सोपं

अर्थात

#AnyoneCanPublish

अंतर्गत प्रकाशित झालेली पुस्तकं

अ.क्र.	पुस्तकाचे नाव	लेखकाचे नाव	विषय/ कॅटेगरी	किंमत
१.	पौर्णिमेच्या कथा	चिंतामणी देशपांडे	ललित	१३०/-
२.	मनाच्या आरश्यात	प्रिया खैरे पाटील	ललित	२४०/-
३.	दृष्टी	कांचन शेंडे	ललित	१९०/-
४.	चित्रकर्मी	आशिष निनगुरकर	ललित	२९९/-
५.	माझी भटकंती	दिलीप वैद्य	ललित	१५०/-
६.	कृष्णं वंदे जगद्गुरूम	श्यामसुंदर राठी	ललित	१९९/-
७.	केशव-लक्ष्मी कृपा	राधिका श्रीराम घोरपडे	ललित	१३०/-
८.	गंधाळलेली फुले	यशवंत पाटील	ललित	१९०/-
९.	भवताल	मनीषा आवेकर	ललित	१८०/-
१०.	अभिनयांकित	जयश्री दानवे	ललित	२५०/-
११.	फुलांच्या दुनियेत	मृणाल तुळपुळे	ललित	१७०/-
१२.	मुरडण	बालाजी मदन इंगळे	ललित	१३०/-
१३.	कवडसे	डॉ. अरविंद वैद्य	ललित	३५०/-
१४.	राम तोचि विठ्ठल	शीला देशमुख	ललित	१५०/-
१५.	भावबंध	मोहन सरडे	ललित	१७०/-
१६.	फुलबाग	सुरेश गर्जे	ललित	१२०/-
१७.	पैसा, पैसा आणि पैसा	सुरेश गर्जे	ललित	१७०/-
१८.	भारतभर सायकलभ्रमण	दत्तात्रय मेहेंदळे	ललित	३७०/-
१९.	आहे सुगम तरी...	विजय श्रोत्रिय	ललित	२२०/-
२०.	हे जीवन सुंदर आहे	मंगेश चौधरी	ललित	२५०/-
२१.	'च' कशाचा	अरुंधती लोंढे	ललित	१८०/-
२२.	मनतरंग	प्रिया खैरे पाटील	कविता	१३०/-
२३.	आत्मसंवाद	रमेश राठोड	कविता	१३०/-

२४.	साद	पुष्पा तारे	कविता	१६०/-
२५.	वाट चालता चालता	पुष्पा सराफ, रोशनी सराफ, नक्षत्रा सराफ	कविता	१३०/-
२६.	पाऊलवाटेवर चालताना	सुचेता अवसरे	कविता	१३०/-
२७.	बापा तुझं आभाळ	हनुमंत भवारी	कविता	१३०/-
२८.	प्रपात	प्रणव लेले	कविता	१२५/-
२९.	बासरी	किरण वेताळ	कविता	१२५/-
३०.	भरून येणाऱ्या डोळ्यांतून	अरुणकुमार जोशी	कविता	१२०/-
३१.	An Eternal	Dr. Arjun Shirsath	कविता	140/-
३२.	चैत्रपालवी	चैत्राली कुळकर्णी	कविता	१८०/-
३३.	काट्यातले मोरपीस	अरुण कटारे	कविता	१८०/-
३४.	पालवी	काशीराम बोर	कविता	१३०/-
३५.	अंतरंग सावल्यांचे	सदाशिव शेंडे	कविता	१९०/-
३६.	कोवळी पाने	संदीप काळे	कविता	१२५/-
३७.	सप्रेम	अर्जुन शिरसाठ	कविता	१४०/-
३८.	साष्टांग	अर्जुन शिरसाठ	कविता	१४०/-
३९.	माणूस म्हणून जगा	उदय माळगावकर	कविता	२६०/-
४०.	जीवन प्रवाह	दीपक भोजराज	कविता	२६०/-
४१.	मुक्तछंद	डॉ. स्मिता झंवर	कविता	१२०/-
४२.	काव्यसुधा	प्रकाश निर्मळे	कविता	१२०/-
४३.	तळ धुंडाळताना	ज्योती जोशी	कविता	२५०/-
४४.	नेत्र हवे मज	गोविंद कुळकर्णी	कविता	१९९/-
४५.	स्वर व्यंजनी	प्रसाद पाठारे	बालकविता	१२०/-
४६.	बाकी काही नाही	किरण वेताळ	कविता	१९९/-
४७.	उतरंड	उत्तमा पेठकर	कविता	१६९/-
४८.	रुपक कथा	शशांक देव	कथा	९९/-
४९.	मोलाची ठेव	कृष्णा पाटील	कथा	२२८/-
५०.	छोड अकेला फिर जाओ	उर्मी रुमी	कथा	१७०/-
५१.	धूमधडाका	मयूरेश कुलकर्णी	कथा	२३०/-
५२.	ठिकरीची फोडणी	अशोक कांबळे	कथा	१९०/-
५३.	वाटणी	कृष्णा पाटील	कथा	२५०/-

५४.	कर्मफल	काशीराम बोरे	कथा	१८०/-
५५.	गंधाळलेली फुले	प्रा.डॉ.यशवंत पाटील	कथा	१९०/-
५६.	गढीवरच्या आईसाहेब	प्रा.डॉ. यशवंत पाटील	कादंबरी	१५०/-
५७.	द्रौपदीबाई पठाण	प्रिया गोगावले-विखे	कादंबरी	१६०/-
५८.	रुबाब	अमोल सोंडकर	कादंबरी	१४०/-
५९.	घेरं	वासुदेव डहाके	कादंबरी	६७०/-
६०.	होम मिनिस्टर	युवराज कोरे	कादंबरी	१८०/-
६१.	तडजोड	निवृत्ती जोरी	कादंबरी	४९९/-
६२.	एक होती यशोदा	सुनील पांडे	कादंबरी	१२५/-
६३.	व्यक्तिमत्त्व विकासाचा कोलाज	विनोद बिडवाईक	सेल्फ हेल्प	२००/-
६४.	स्वयंविकासाची स्वयंप्रेरणा	विनोद बिडवाईक	सेल्फ हेल्प	२२०/-
६५.	शिवसूत्र	योगेश क्षत्रिय	सेल्फ हेल्प	२९०/-
६६.	Vitality in human resource	Vinod Bidvaik	सेल्फ हेल्प	299/-
६७.	Holistic approach	Vinod Bidvaik	सेल्फ हेल्प	120/-
६८.	महासत्तेच्या वाटेवर	युवराज कोरे	माहितीपर	१४०/-
६९.	इंडिया डायरी	प्रमोद देशपांडे	माहितीपर	२००/-
७०.	India Dairy	Pramod Deshpande (English)	माहितीपर	240/-
७१.	कचराकोंडी ते पंधरा कोटी	सतीश वैजापूरकर	माहितीपर	१८०/-
७२.	रेन वॉटर हारवेस्टींग	प्रवीण खांडवे	माहितीपर	१९९/-
७३.	ईशोपनिषद	सुरेश गर्जे	अध्यात्म	१५०/-
७४.	रामराज्य	सुरेश गर्जे	अध्यात्म	१७०/-
७५.	तुका आकाशाएवढा	सुरेश गर्जे	अध्यात्म	२२०/-
७६	Unalome	Shweta Bharati	अध्यात्म	250/-
७७.	दिव्य प्रवचनामृत	रविंद्र कांबळे	अध्यात्म	१४००/-
७८.	शिंपल्यातील मोती	अंजना चौगुले-चावरे	चरित्र	१९९/-
७९.	विवेकवेल	वसंत गायकवाड	चरित्र	४९९/-
८०.	Karmaveer Bhaurao Patil : Life and work of a rebel	Bharat Kavathekar	चरित्र	190/-

८१.	द जेनेटिक वेडिंग रिंग	मंदार मुंडले	नाटक	९९/-
८२.	The genetic wedding ring	Mandar Mundale	नाटक	99/-
८३.	महाविनाशाची पदचिन्हे	भाऊराव मुळे	नाटक	४९९/-
८४.	कोकणचे पारंपरिक खेळे	गोविंद कुळकर्णी	नाटक	२३०/-
८५.	प्रवासातून प्रबोधन	श्रीराम भास्करवार	प्रवासवर्णन	१९०/-
८६.	माझा युरोप प्रवास	अशोक केसरकर	प्रवासवर्णन	२८०/-
८७.	लंडन डायरी	रूपाली पाटील-मिरासदार	प्रवास	२२५/-
८८.	गिर्यारोहण	विजय देवधर	प्रवास	१५०/-
८९.	ओवीरूप भगवद्गीता	आर. जी. पाटील	तत्त्वज्ञान	८७०/-
९०.	ऋग्वेद अर्थसार	बापू कुंभार	तत्त्वज्ञान	४७०/-
९१.	आरोग्यधाम	बी. के. तेली (चौधरी)	आरोग्य	१५०/-
९२.	एक कण आयुर्वेदाचा	वैद्य रमा खटावकर	वैद्यकीय	२९९/-
९३.	Andra Recipe	Vijaya Lakshmi	पाककला	990/-
९४.	संपूर्ण दीपरामायण	दीपक करंदीकर	महाकाव्य	१४९९/-
९५.	भुकेलेल्या देशाची कृषि महासत्तेकडे वाटचाल	अनिल शिंदे	सामाजिक	२६०/-
९६.	'जागृती'तून जागृतीकडे	जयश्री काळे	सामाजिक	३८०/-
९७.	We are the quarry, fate is the Hunter	Prasad & Shubhada Godbole	Non-fiction	299/-
९८.	Rede an Das Gewissen	Dr. Rajendra Padture	Spiritual (Translation)	499/-
९९.	Incremental learning of Electricity Smart Meter Data	Archana Y. Chaudhari Preeti Mulay	टेक्निकल	850/-
१००.	अक्षर ओळख	ज्योत्स्ना पास्ते	शैक्षणिक	१९९/-

www.ingramcontent.com/pod-product-compliance
Lightning Source LLC
LaVergne TN
LVHW050852051026
849532LV00006BA/2221
* 9 7 8 9 3 9 5 1 3 9 5 7 1 *